செரப்பணிகெ

சுபானந்த்

டிஸ்கவரி பப்ளிகேஷன்ஸ்
எண்: 9, பிளாட் எண்: 1080A, ரோஹிணி பிளாட்ஸ்
முனுசாமி சாலை, கே.கே.நகர் மேற்கு,
சென்னை - 600 078. பேச: 99404 46650

வெளியீட்டு எண்: 0111

செரப்பணிகெ *(நாவல்)*, சுபானந்த்©
Seruppinige (Novel), **Subhananth**©
First Edition: Mar - 2023

ISBN: 978-93-95285-62-9
Pages: 224
Rs. 260

Publisher • Sales Rights

Discovery Publications
No. 9, Plot,1080A, Rohini Flats,
Munusamy Salai,
K.K.Nagar West, Chennai - 78.
Tamilnadu, India.
Mobile: +91 99404 46650

Discovery Book Palace (P) Ltd
No. 1055-B, Munusamy Salai,
K.K.Nagar West,
Chennai-600 078.
Ph: (044) 4855 7525
Mobile: +91 87545 07070

discoverybookpalace@gmail.com / www.discoverybookpalace.com

இந்த நூலில் பிரசுரமாகியுள்ள எந்த ஒரு பகுதியையும் எழுத்துபூர்வமான முன்அனுமதி பெறாமல் எடுத்தாள்வதோ, மறுபிரசுரம் செய்வதோ, மொழியாக்கம் செய்வதோ, ஊடகங்களில் மறுபதிப்புச் செய்வதோ, காப்புரிமைச் சட்டப்படி தடை செய்யப்பட்டுள்ளது. இந்த நூலிலிருந்து சில பகுதிகளை மேற்கோள்காட்டி நூல்அறிமுகம் செய்யலாம்.

உங்கள் மொபைல் போனிலிருந்து ஸ்கேன் செய்து
'டிஸ்கவரி புக் பேலஸ்' மொபைல் ஆப்பை டவுன்லோடு
செய்து, புத்தகங்களை வாங்குங்கள்.

படுகர் சமுதாயத்திற்கு...

எத்தெ

(நீலகிரி மலைவாழ் ஆதிக்குடி படுகர்களின் குலதெய்வம்)

ஹரசணெ

பெருகட்டும்
கறக்கட்டும்
விளையட்டும்
மக்கள் பெருகட்டும்
விளைச்சல் பெருகட்டும்
ஒன்றுக்கு ஒன்பது ஆகட்டும்
ஐயாயிரமாய் ஆகட்டும்
மந்தை பெருகட்டும்
வாழ்வதும் பெருகட்டும்
பால் பெருகட்டும்
பழம் பெருகட்டும்
குடி பெருகட்டும்
வீடுகள் கட்டி
வெண்ணை குன்றுபோல்
பெருகட்டும்
நெய் குளமாய்
பெருகட்டும்
நீ புல்லைத் தொட்டால்
அது பூவாகட்டும்
நீ கல்லைத் தொட்டால்
அது காயாகட்டும்

நீ வரண்டதைத் தொட்டால்
அது பசுமை மாறட்டும்
நீ பொன்னைத் தொட்டால்
அது ஆபரணம் ஆகட்டும்.
உள்ளங்காலிலும் முள் தைக்காமல்
உச்சந்தலை பூ வாடாமல்
பூசனிக் கொடி படர்வதுபோல்
வாழ்வின் இன்பம் படர்ந்து
ஒன்று ஆயிரமாகி
'கோ' என்று மகிழ்ச்சி குரல்
எழுப்பி
'போ' என பால் போல்
பொங்கி
வாழ்வாங்கு வாழ்க!
சரிந்து வரும் மலையை
உன் விரல் தாங்கட்டும்
சரிந்து வரும் மேட்டை
உன் கரம் தாங்கட்டும்
எருமை கறக்கட்டும்
விதைத்தது விளையட்டும்
யானையின் பலம் பெறுக
இன்பமும் மகிழ்வும் பெறுக
துன்பம் நீங்கி இன்பம் பெறுக
தெரிந்து ஆயிரமும்
தெரியாமல் ஆயிரமும்
செய்திருந்தாலும்
மலடிக்கும் ஆண்கமலு
பிறக்கட்டும்...
பெண்கள் பிறக்கட்டும்...

வாசல்

ஊட்டி என்ற ஊரின் பெயரே சிறுவயது முதல் எனக்கு ஈர்ப்பான ஒன்று. எனக்கு சொந்த ஊர் சேலம். ஏற்காட்டை எங்கள் ஊர்க்காரர்கள் 'ஏழைகளின் ஊட்டி' என்பார்கள். அப்பவே 'பணக்கார' ஊட்டியைப் பார்க்க வேண்டும் போல இருக்கும். அக்கம் பக்கம் ஊட்டி சுற்றுலா போடுவார்கள். ஏக்கமாய் இருக்கும். அப்பா, அம்மா ஒருமுறை தம்பிகளை மட்டும் அழைத்துக்கொண்டு ஊட்டி போய் வந்தார்கள். என்னை விட்டுவிட்டு...

தாண்டவம் ஆடிவிட்டேன் அன்றைக்கு.

ஊட்டி பக்கதால தாம்மா இருக்குது. எப்ப வேணாலும் போய்ட்டு வரலாம் என்றார் அப்பா வழக்கம்போல அமைதியாக.

ரசவாதி (The Alchemist) நாவலில் சாண்டியாகோவின் விருப்பம், கனவுகள் நிறைவேற ஒட்டுமொத்த பிரபஞ்சமும் உதவிக்கு வருவதுபோல என் வாழ்க்கையிலும் ரசவாதம் ஒன்று நிகழ்ந்தது. 2000ஆவது ஆண்டு நான் ஊட்டியிலேயே அரசு பணியில் சேர்ந்தேன். ஆனந்தையும் அங்குதான் சந்தித்தேன். சாண்டியாகோ புதையலை கண்டுபிடித்த மாதிரி. இலக்கியம், புத்தகங்கள், பணிசூழல், அரட்டை, பேச்சு என்று அது அப்படியே கல்யாணத்தில் வந்து முடிந்தது. சம்பளத்தில் கால்வாசிக்கு புத்தகம் வாங்கிவிட்டோமே என்று நினைப்பேன். இவர் அரைவாசி சம்பளத்துக்கு புத்தகம் வாங்கும் போட்டியாளராக இருந்தார். மகள்கள் லேகா ஸ்ரீ, தர்ஷினியோடு

சுபானந்த் | 7

குடும்பம் ஆசிர்வதிக்கப்பட்டதாய் அமைந்தது. எழுத்தாளர் ராஜம் கிருஷ்ணனுடைய கணவர் தமிழ்நாடு மின்வாரியத்தில் பணிபுரிந்ததால், தமிழகத்தின் பல்வேறு மாவட்டங்களில் வசிக்க நேர்ந்ததால் அவர் வசித்த மாவட்டங்களின் மக்கள், மண், குறித்து வாழ்ந்தும், ஆய்ந்தும் எழுதிய புதினங்கள் எனக்கு மிகவும் விருப்பமானவை. அதிலும் நீலகிரி மண் சார்ந்தும், இம்மண்ணின் பூர்வகுடிகள் படுகர் வாழ்வியல் சார்ந்தும் இவர் எழுதிய குறிஞ்சித்தேன் நாவலை ஏற்கெனவே படித்திருந்தேன்.

நீலகிரியில் நீண்டகாலம் பணியாற்றியதால் இம்மக்களோடு வெறுமனே வசிக்காமல் வாழவும் தொடங்கியிருந்தேன். சக பணியாளர்கள் நண்பர்கள் பலரும் படுகர்கள் என்பதால் அவர்களது அழைப்பின் பேரில் பல்வேறு அட்டிகளுக்கு (ஊர்) சென்று பல்வேறு சமூக நிகழ்வுகளை ஆர்வம் பொங்க பார்த்திருக்கிறேன். இவர்களது விருந்தோம்பல் என்பது உலகப் பிரசித்தம்.

அட்டிக்குள் நுழைபவர்கள் முன்பின் தெரியாதவர்கள் என்றாலும் கூட

ஒள்ளங்கெ இத்தரா?
இட்டு திம்ப பாரி
(நலமாக இருக்கிறீர்களாக?
சாப்பிடலாம் வாருங்கள்)

என்று ஊருக்குப் பத்து பேராவது கூப்பிடுவார்கள். அடுத்த வீட்டு ஆளின் பெயர்கூட தெரியாத நகரத்து அபார்ட்மெண்ட் வாழ்க்கை வாழ்பவர்கள் ஒரு அப்பாயிண்ட்மெண்ட் வாங்கி இவர்களைப் பார்க்கவேண்டும் என நினைப்பேன். என் வாழ்க்கையின் பெரும்பகுதி இந்த மண்ணில் நிறைந்தது. எந்த ஊரில் ஒரு மிடக்கு தொண்டையில் இறங்கினாலும் அதில் நீலகிரியின் மணம் நிறைந்திருக்கிறது. என்னில் அந்த மக்களும் அவர்களில் நானும் கலந்ததின் ஞாபக இழைகளை பத்திரப்படுத்த விழைந்ததின் விளைவு 'செர்ப்பணிகெ'

அனைத்திலும் மேலாக உயர் பண்புகளின் சிகரமாய் விளங்குகிற படுகர் சமுதாயத்திற்கு இந்நூலை சமர்ப்பிக்கிறேன். நேசத்துடன்.

டிஸ்கவரி பப்ளிகேஷன் உரிமையாளர் திரு.மு.வேடியப்பன் அவர்களை நேரில் சந்தித்துப் பேச நிறைய வாய்ப்புக் கிடைத்தது. சென்னை வந்தபிறகு, எனக்குக் கிடைத்த முதல் நண்பர் அவர்தான். அதுவரை தொலைபேசியில் வேண்டிய புத்தகத்தைப் பதிவு செய்தால் இரண்டொரு நாளில் ஊட்டிக்கு வந்துவிடும், அவ்வளவே எனக்கும் அவருக்குமான நட்பு. எனக்கு, இந்தப் புத்தகம் எழுத ஊக்கமும் உற்சாகமும் அளித்து சிறந்த முறையில் பதிப்பித்துக் கொடுத்தமைக்கு நன்றி.

எனது செல்வங்கள் லேகா ஸ்ரீ, தர்ஷினி மற்றும் நிலம்போல் என்னைத் தாங்கி நிற்கும் என் கணவர் திரு.சி.ஆர்.எம்.ஆனந்த் அவர்களுக்கு எனது அன்பும் நன்றியும்.

நன்றி

- வழக்கறிஞர் திரு.பாலநந்தகுமார் (ஊட்டி),
- திரு.சந்திரசேகர்,
  திருமதி. பாமா சந்திரசேகர் (ஊட்டி),
- வழக்கறிஞர் திரு. ஆர்.ஸ்ரீதரன்,
  திருமதி. ரேகா ஸ்ரீதரன் (கோடப்பமந்து, ஊட்டி),
- வழக்கறிஞர் திரு.விஜயன் (பெங்கால் மட்டம், ஊட்டி),
- எழுத்தாளர் திரு. நா.கௌசிகன் (திருவாரூர்),
- திரு. ரா.விக்னேஷ் (காரக்கொரை, ஊட்டி),
- திரு. சு.மணிகண்டன் (கல்லட்டி, ஊட்டி),
- திரு. மகேசன் (அதிகரட்டி, ஊட்டி),
- திரு. த.குமரவேல்,
  திருமதி. சாந்தி குமரவேல் (ஊட்டி).

எத்தே

எத்தே ஆசியுடன்...

எத்தையம்மனின்[1] மகன் பத்ரபாலா என்பவன் வேறு ஒரு பெண்ணுடன் தகாத உறவில் இருந்ததாலும், மாமிசம் உண்ணும் பழக்கத்தைக் கொண்டிருந்ததாலும் மனமுடைந்த எத்தையம்மன் தற்கொலை செய்துகொண்டாள். அவள் ஒரு பிராமண குலத்தாள் என்பது குறிப்பிடத்தக்கது.

பெள்ளி கவுடர்.

எத்தையம்மனின் தந்தை, தனது அத்தை கணவருக்கு அவளை மணமுடிப்பதாக வாக்கு அளித்திருந்தார். அவளது அத்தை மலடியாக இருந்ததால் இந்த முடிவு எடுக்கப்பட்டது. படுக சமுதாயத்தில் இவையெல்லாம் சாதாரணமாகக் கருதப்பட்டது. எத்தையம்மன் பருவமடைந்தபோது திருமணம் நடைபெற்றது. முதிர்ந்த கணவனுடன் இல்லற சுகத்தை ஸ்வகரிக்க விரும்பாத எத்தையம்மன் தன்னையொற்ற சிறு பெண்களுடன் விறகு சேகரிக்க காட்டுக்குச் சென்றாள். பின்னர், அவர்களை விடுத்து தனியாக சென்று கடவுளிடம் தன் அத்தை கருவுற வேண்டி பிரார்த்தனை மேற்கொண்டு தன்னைத்தானே சிதையில் தீமூட்டி எரிந்தாள். அவ்வூர் மக்கள் எரியும் நெருப்புப் பற்றி ஆராயும்போது, அது எத்தையம்மனின் சிதை என அறிந்தனர். சடங்குகள் எல்லாம் முடிந்து அவ்வுயிர் பூமியிலிருந்து புறப்படுவதாக நம்பும் சமயத்தில் எத்தையம்மனின் அத்தை கருவுற்றிருப்பதாக தகவல் அறியப்பட்டதாக உள்ளது.

---

1 எத்தெ எத்தையம்மன்

எத்தை என்றால் பாட்டி என்று பொருள் பெறும். எத்தையம்மன் உடன்கட்டை ஏறவோ, தற்கொலையோ செய்து கொள்ளவில்லை. படுகர் இனத்தில் உடன்கட்டை ஏறுதல் என்ற வழக்கம் இருந்ததில்லை. எத்தையம்மனின் தந்தை தனது மூத்த மகளை (மாசி) ஐயாவிற்கு திருமணம் முடித்துத் தருவதாக வாக்களித்திருந்தார். கன்னியான எத்தையம்மனும் ஐயாவை திருமணம் செய்து கொள்வதாக வாக்களித்திருந்தார். அவர்களின் திருமணம் நடைபெறாததால் எத்தையம்மன் குளத்து நீரில் இறங்கி உருவமில்லாமல் கரைந்ததாக நம்பப்படுகிறது.

எத்தையம்மன் பற்றிய கதைகள் புரியாத புதிராகவே இருந்தாலும், படுக இனத்தவர் எத்தையம்மனை முற்றிலுமாக நம்புகின்றனர். தேவதை எத்தையம்மனுக்குக் குறிப்பிட்ட உருவம் என்று எதுவுமில்லை. ஒவ்வொரு ஊரிலும் ஒரு கல்லை நட்டுவைத்து 'எத்தை கல்' என்று வழிபடுகின்றனர். இந்த கல்லிற்கும் குறிப்பிட்ட உருவமில்லை. ஒவ்வொரு ஆண்டும், எத்தையம்மன் திருவிழாவின்போதும் இந்தக் கல்லிற்கும் பூஜைகள் நடைபெறுகின்றன. எத்தை என்ற சொல்லிற்கு முதிர்ந்த வயதுடைய பெண் என்று பொருளல்ல. இதுவரை அறியப்பட்ட பதிமூன்று எத்தைகளில் சிலர் கன்னி பெண்கள், சிலர் நடுத்தர வயதான திருமணமான பெண்கள் மற்றும் சிலர் முதிர்ந்த வயதுடையவர்கள்.

ஆர்.கே.ஆல்துரை.

எத்தையம்மனின் நெறிகள், பெண்களின் மரியாதையை முன்னிலைப்படுத்துவதாகவும் முக்கியத்துவத்தை அளிப்பதாகவும் கருதப்படுகின்றன. வாழும் சூழ்நிலைகள் வெவ்வேறாக இருந்தாலும் அறியப்படும் எத்தைகளான பேரகணி, பெத்துவா, ஜக்கதா, கேத்தி, எப்பநாடு, குந்தே, சின்னக்குன்னூர், பெப்பேன், கூக்கல், ஒன்னதலை, நெடுகுளா, பந்திமை, உயிலட்டி எத்தைகள் பெண்களின் நலனையே குறிக்கின்றன. இவையாவும் முந்தைய பாரம்பரியத்தை உணர்த்துவதாக உள்ளது.

எச்.நஞ்சுண்டன்,

மக்கள் யாரும் எத்தையம்மனைப் பற்றி முழுவதுமாக அறிந்தவரில்லை. அவர்கள் மக்களுள் ஒன்றாக வாழ்ந்த தேவதைகளாக கருதப்படுகின்றன. தேடித் திரிந்தாலும் எட்டுதற்கரிய (கிடைப்பதற்கரிய) மாணிக்கங்களாக எத்தைகள் திகழ்கின்றனர். அவர்களின் வரலாறு படுக சமுதாயத்தைப் பற்றி அறிய உதவுகின்றன.

டாகிர்.என்.சுந்தரதேவன்.

முன்னுரை

எங்களுக்கு எல்லா விதத்திலும் உதவியாக இருந்த படுக மக்களுக்கு எதாவது செய்ய வேண்டும் என்று தோன்றியது. என்னோடு பிணைந்துவிட்ட அவர்களது கலாசாரத்தை உலகம் முழுவதும் பரவ செய்ய இதை ஒரு வாய்ப்பாகப் பயன்படுத்திக் கொண்டேன்.

என்னையும் அறியாமல், நான் கொஞ்சம் கொஞ்சமாக படுக கலாசாரத்தில் மூழ்கிக் கொண்டிருந்தேன். எனது தோற்றம் அதற்கு ஒரு காரணம். நான் பார்ப்பதற்கு படுக பெண்போல் இருப்பதால், என்னை எந்த ஒரு படுக நபர் பார்த்தாலும், "ஏக்கா ஒள்ளங்கே இத்தாரையா? இட்டு திந்து புட்டைய? மணையல எல்லா ஒள்ளங்க இத்தாரையா? நீ ஏ அட்டி?"

அதாவது, "என்னமா நல்லா இருக்கியா? சாப்டியா? வீட்ல எல்லாம் நல்லா இருக்காங்களா? நீ எந்த கிராமம்?" என்று கேட்பார்கள். அப்படி அவர்கள் கேட்கிறபோதெல்லாம், நானும் படுகு மொழியில் எனக்கு எந்த அட்டியின் பெயர் ஞாபகம் வருகிறதோ, அந்த அட்டியின் பெயரைச் சொல்லிவிடுவேன். அட்டி என்றால் கிராமம்.

மேலும் பேருந்தில் பயணம் செய்யும்போது "பா, மகா மனக்கன பா... பந்து இல்லி குளி."

அதாவது, "வா... என் பெண்ணே வேகமா வா, வந்து இங்கே உட்கார்" என்று கூப்பிட்டு அருகில் உட்கார வைத்துக்கொள்வார்கள். உண்மையில் அந்த பேருந்து

இருக்கையில் ஏற்கெனவே ஐந்து பேர் உட்கார்ந்திருப்பார்கள். அவர்கள் சாதி பார்ப்பது இல்லை, அதேபோல் ஆண் பெண் பேதம் பார்ப்பது இல்லை. எல்லா பெண் பிள்ளைகளும் அவர்களுக்கு மகள்தான்.

அவர்களது மொழி எழுத்து வடிவம் இல்லாதபோதும், இன்னும் எந்த சேதாரமும் இல்லாமல், அழியாமல் இருப்பதற்கு முதல் காரணம் ஒருவரையொருவர் பார்க்கும்போது எந்த மொழி கலப்படமும் இல்லாமல் அவர்கள் படுக மொழியில் மட்டுமே பேசுவதுதான்.

நான் அவர்கள் பண்டிகைகள் ஒன்றுவிடாமல் அனைத்திலும் கலந்துகொண்டு இருக்கிறேன். திருவிழாக்கள்தான் அவர்களை ஒற்றுமையுடன் வைத்திருக்கிறது. எந்தப் பண்டிகை என்றாலும் அவர்கள் எங்கு இருந்தாலும் அட்டியில் (கிராமம்) ஒன்றுகூடி விடுகின்றனர். ஆட்டமும் பாட்டமும், விருந்தும் அங்கே கலை கட்டிவிடும்.

சுட்டகெ, அகராட்ட, தே இடுவது, ஆட்ட ஊட்ட, கந்நெ கடசுந ஆலு, அறுவடை திருநாள், தெவ்வ குடி பூசை, தெநெ கூவது, ஆற்றை வணங்குதல், அள்ளக ஆலு புடோது. அரிகட்டோது, பித்திக்கோது, தொட்ட ஹப்ப பண்டிகை, சக்கலாத்தி திருவிழா.

அதிலும் மிகமுக்கியமானது பேரகணி எத்தையம்மன் திருவிழா. தெவ்வப்பா என்னும் இரியோடைய்யா திருவிழா ஆகும். இரியோடைய்யா ஆலயத்தில் உருவம் இல்லை. உருவ வழிபாடு இல்லாமல் விளக்கையும் மூங்கில் குச்சியையும், குடையையும் வழிபட்டு வருகிறார்கள். பண்டிகை காலங்களில் இரியோடைய்யா, எத்தையம்மன் கோவிலுக்கு வெள்ளை நிறத்தில் மட்டுமே உடை உடுத்தி வருகிறார்கள். 25 பைசாவை காணிக்கையாக இடுகிறார்கள். எந்த ஏற்றத் தாழ்வும் இல்லை. அனைவரும் சமம்.

கடைமான் தோலிலிருந்து எடுத்துப் பதப்படுத்தப்பட்டு செய்த தோலிசைக் கருவி தம்பட்டை தபட்க் என்று கூறுகின்றனர். கொட்டு, பீக்கி (ஊதுகுழல்), தற்போது நவீன ரக இசைக்கருவிகளைக் கொண்டு வாசிக்கிறார்கள். இன்னும் சில வகையாக மத்தளம் வைத்து மிகவும் மென்மையாக வாசிக்கின்றனர். அதற்கு ஏற்ப வட்டமாக ஆடி மகிழ்கின்றனர்.

கொம்பு இசைக்கருவி ஏனைய இசைக்கருவிகளின் ஒலிப்பு சக்தியைவிடக் கூடுதலானது, மலை முகடுகளில் நின்றுகொண்டு வாசித்து, அடுத்த மலையில் வாழும் தம் தோழர்களைக் கூவி அழைத்திட இது பெரிதும் துணையாக இருந்திருக்கிறது. இப்போது, இவ்வழக்கம் குறைந்து தேவையில்லாமல் போய்விட்டது. இப்போது, மலை முகடுகளில் செல்போன் டவர் மாட்டின் கொம்பை தலைகீழாக கவிழ்த்து வைத்ததுபோன்று பெரிய அளவில் இருக்கிறது.

அவர்கள் நடனம் ஒரு தியானம் போன்றது, மிகவும் மெதுவாக பூமிக்கு வலிக்காமல் பாதங்களை எடுத்துவைத்து காற்றைத் தொந்தரவு செய்யாமல் மெதுவாக கைகளை வீசி, மெதுவாக சுழன்று, வட்டமாக ஆடுவார்கள் நானும் அவர்களுடன் சேர்ந்து ஆடுவேன்.

அவர்களின் குடியிருப்பை 'ஹட்டி' என்று அழைக்கின்றனர். வீடுகள் பல வரிசைகளாக உள்ளன. ஒவ்வொரு வரிசைக்கும் ஒரே கூரைதான். எருமை வைத்துள்ள வீட்டில் ஒகமனையில் பால் வைப்பதற்கு ஹாகோட்டு என்று பிரித்து ஒரு அறை இருக்கும். அங்கு பெண்களுக்கு அனுமதியில்லை. ஒவ்வொரு, வீட்டிலும், திண்ணை (ஹெப்பாயில்), முன் அறை (இதமனை), உள்அறை (ஓக மனை), பின்கட்டு (இம்பாரா), மாடி(ஹட்டுலு) என்று ஒன்றுபோலவே இருக்கும்.

காலத்துக்கேற்றார்போல் அவர்கள் வாழ்ந்துவந்தாலும், வெளிநாடுகளில் வசித்தபோதும், இன்றும் ஒற்றுமையுடன், தங்கள் கலாச்சாரத்தைப் பண்பாட்டை மறக்காமல் பின்பற்றி வருகின்றனர்.

விவசாயம் இன்றைய பொருளாதாரத்திற்கேற்ப மாறி கேரட், பீட்ருட், முள்ளங்கி, காளாண், வெங்காயம், வெள்ளைப் பூண்டு, குடைமிளகாய், உருளைக்கிழங்கு, பூண்டு, தைலமரம், தேயிலைத் தோட்டம், காப்பி தோட்டம் இதுபோன்று இன்னும் பல பணப்பயிர்களை வைத்திருந்தாலும் பண்டிகைக் காலங்களுக்காக இன்றளவும் தனியாக நிலம் ஒதுக்கி பார்லி, கொர்லி, கோதுமை, ராகி, குரால், திணை அத்துடன் சேர்த்து கடலை, கீரை, அவரை, கடுகு விதைக்கின்றனர். தானியத்தை தவச என்று அழைக்கின்றனர். அதை சேமித்து வைக்கும் பெட்டியைத் தவசப்பெட்டி என்று அழைக்கின்றனர். இன்னும் சில அட்டி

வீடுகளில் பயனில்லாமல் வெறும் அடையாளமாக தவசப்பெட்டி இருக்கின்றது.

நீரை தெய்வமாக வழிபடும் இவர்கள், நீரில் கால்வைத்து தாண்டுவது இல்லை. அப்படி ஒரு தேவை ஏற்பட்டால், முதலில் நீரைக் கும்பிட்ட பிறகே தாண்டுவார்கள்.

பெருங்கல் மாடம், பெருங்கல் வட்டக் கல்லறை போன்றவை ஓரசோலெ, தாந்தநாடு இன்னும் சில இடங்களில் கல்லறை நினைவுச் சின்னங்களாக, தெய்வத்தன்மை பொருந்தியனவாக மக்கள் கருதி வழிபடுகின்றனர். சில பண்டிகையின்போது சிறப்பு வழிபாடு செய்கின்றனர் இறந்தவர்களுக்கு.

இவர்களின் சொத்து என்பது எருமை மாடுகளும் அவர்களுக்கு என்று இருக்கும் சோலைகளும்தான். எருமை விவசாயமும், தேயிலை தோட்டமும்தான் இவர்களது பிரதான தொழில். இவர்கள் சோலைகளைப் பராமரிப்பதே தனி அழகுதான். ஒரு குறிப்பிட்ட கால இடைவெளியில்தான் அவர்கள் அந்த சோலையில் இருக்கும் மரத்தை வெட்டி விறகிற்காக பயன்படுத்துகிறார்கள். அந்த சோலையை ஒருபோதும் முற்றாக அழிப்பது இல்லை. மாறாக காலச்சூழலை மிகச்சரியாகப் பராமரித்து வருகிறார்கள்.

இவர்கள் ஒரே அட்டியில் இருக்கும் பெண்களை திருமணம் செய்துகொள்வதில்லை. மாறாக, இவர்கள் முன்னோர்கள் வகுத்த வழியில் எந்த அட்டி எந்த அட்டியுடன் சம்பந்தம் வைத்துக்கொள்ள வேண்டும் என்று வரையறை வைத்துள்ளார்களோ அவர்களுடன் மட்டுமே சம்பந்தம் வைத்துக்கொள்கிறார்கள். இன்னும் இவர்களைப் பற்றி அதிகம் சொல்வதற்கு உண்டு அதைக் கதையின் ஓட்டத்திலேயே நாம் பார்க்கலாம்.

நாம் காணப்போவது படுக காதலன் காளா, கெம்பன் மற்றும் காதலி ருக்கி பற்றிய கதை.

அடுத்தமுறை, நீங்கள் ஊட்டிக்குப் போகும்போது கண்டிப்பாக நீங்கள் போகும் இடத்திற்கு அருகிலிருக்கும் அட்டிக்குப் போய் வாருங்கள். அன்பாக உங்களை உபசரித்து திண்ணையில் உட்காரவைத்து, சாப்பிட குறைந்தபட்சம் காப்பியும் துப்புதிட்டும் கொடுப்பார்கள்.

இவர்களது பண்பாடு, கலாசாரம், தொழில், நோன்பு, விழாக்கள், உணவுமுறை, முன்னோர் வழிபாடு, இயற்கை வழிபாடு, விவசாயம், உணவு, வேட்டை, உடை, ஆபரணங்கள், அட்டி அமைப்பு, சத்தியம் செய்யும் முறை, அவர்களது குலம், பிரிவு, சீமை அனைத்துமே நமக்கு ஆச்சரியமாகவும், அவர்கள்போல் நாம் இல்லையே என்கிற அளவுக்கு ஏக்கமாகவும் இருக்கும். அவர்களைப் பற்றி நீங்கள் முழுமையாக தெரிந்துகொண்டால் நிச்சயமாக நீங்களும் என்னைப் போலேவே அடுத்து ஒரு பிறப்பு என்று இருந்தால் நீலகிரியில் பிறக்கவே விரும்புவீர்கள்.

நாம் வசிக்கும் நகரத்தைப் பற்றிய புரிதல்களை மற்றவர்கள் உருவாக்கி வழங்க அனுமதித்துக்கொள்கிறோம். அப்படி இல்லாமல் அனுபவித்து புரிந்துகொள்ள வேண்டும்.

எனக்கு காதல்.

என் வீட்டின் முன் தினமும் வந்து நிற்கும் நான் ஆசையோடு 'கருவாச்சி' என்று அழைக்கும் எருமையின் மீதுதான்.

அதன் கண்கள் கருப்பு குண்டு பல்பு போன்று பளபளப்பாக மின்னும். அதன் முகத்தை ஒரு பக்கமாக பார்க்கையில், அது கண்சிமிட்டுவது என்னைப் பார்த்துக் கண்ணடிப்பதுபோல் தோன்றும். அதன் கண்ணில் என் பிம்பம் தெரியும்.

ஒருநாள் கண்கள் மூடாமலே என் வீட்டின் வளைவில் இறந்துகிடந்தது.

அந்த எருமைக்கு...

1

ருக்கியின் பாட்டி மாதி, விக்கிப்பழ[1] மரத்துக்கடியில் உட்கார்ந்திருந்தாள். அந்தப் பக்கமாக ருக்கி, பாமா, மச்சி, சுப்பி, கெப்பி, மாதி, மல்லா, செவனா, அரசிங்கன், மாதன், சிரங்கி, செட்டி எல்லாம் ஒன்றாக போய்க்கொண்டு இருந்தார்கள், பாட்டி மாதி கூப்பிடவும் மலைமேலே ஏறியவர்கள் கீழே இறங்கிவந்தார்கள்.

செவனாவிற்கு மேல்மூச்சு கீழ்முச்சு வாங்கியது. அவனுக்கு இரத்தசோகை[2] நோய் இருக்கிறது. வந்து மயங்கிய நிலையில் பாட்டியின் பக்கத்தில் படுத்தான். அவனுக்குத் தண்ணீர் கொடுத்து அவனை இளைப்பாற்றி சரிசெய்தார்கள். அட்டியில் சிலபேருக்கு இந்த நோய் இருக்கிறது. அவர்களது ஆயுள் மிகக்குறைவு.

பாட்டி மாதி, “ஏய் ருக்கி, என்ன ஒரு சோட்டுப் பிள்ளைங்க எல்லாம் சேர்ந்து எங்க போறீங்க? இவனையும் கூட்டிக்கிட்டு, அவங்க அப்பா பார்த்தான் அவ்வளவுதான்” என்றாள்.

அவனை, பாட்டி மாதியிடம் விட்டுவிட்டு யாரும் காது கேட்காத மாதிரி நடந்தார்கள். காரணம் சொன்னால் பாட்டி கண்டிப்பாக அனுப்பமாட்டாள் என்று தெரியும்.

“மீண்டும் ஏய் ருக்கி” என்று ஒரு ஆண் குரல் கேட்டது. திரும்பிப் பார்த்தாள் பாட்டி மட்டும்தான் இருந்தாள். ‘சரி என்ன’ என்று கேட்டுவிடுவோம் என்று மீண்டும் பக்கத்தில் வந்தார்கள்.

---

1 நமது ஊர் இழந்தைப்பழம்போல் கொஞ்சம் பெரிதாக பச்சைநிறத்தில் இருக்கும்; பழுத்த பிறகும்.

2 அரிவாள் செல், இரத்தசோகை என்ற மலைவாழ் மக்களுக்கு மட்டுமே இருக்கும் அரியவகை இரத்தசோகை நோய்.

“என்ன பாட்டி என்றாள்?” ருக்கி.

“எங்கே போறீங்க எல்லாம்?”

“நாங்க கூக்கல் மலைக்குப் போறோம்”

“எதுக்குப் போறீங்க?”

“ம்ம்... நம்ம ராசா, அதான் பாட்டி காளா ராசாவை பார்க்கப் போறோம்” ருக்கி.

“அவர் செத்து, கொள்ள வருசம் ஆகுதே”

“அவரோட கத்தியப் பார்க்கப் போறோம். அவர் நமக்காக விஷ்ணுவர்தன்கிட்ட சண்டபோட்டு இரண்டுமுறை அவனை தோற்கடிச்சாரு. இரண்டாவது முறை சண்டை போடும்போது நம்ம காளா ராசவோட பையனைக்கூட கொன்றுபோட்டார்கள். அப்பக்கூட அவர் திரும்பவும் நமக்காக சண்ட போட்டார். கடைசிமுறைதான் அவரை சண்டையில கொன்னுட்டாங்க.”

“ஐயா நேத்தி மாடு மேய்க்கும்போது மந்தையில வச்சி கத சொன்னார், காளா ராசாவோட கத்தி இன்னும் அங்கே இருக்குறதா, அதான் காளா ராசாவோட கத்தியப் பார்த்துட்டு வரலாம்ன்னு போறோம்” என்றாள் ருக்கி.

பாட்டி மாதி சொன்னாள், “ஏய் ருக்கி உனக்குத்தான் காளான்னு பெயரைக் கேட்டாலே கால் இரண்டும் தரையில இருக்காதே அவனைத் தேட ஆரம்பிச்சிடுவியே. உன் அம்மா அதுக்குமேல, அவன் பெயரைக் கேட்டால அழுது புலம்ப ஆரம்பிச்சிவிடுவா... ஐயோ என் அண்ணன் மகன் எங்கே போனானோ? எப்படி இருக்கானோன்னு? அவன் இங்கேதான் அடிக்கடி அட்டிப்பக்கம் வந்துபோறதா பேசிக்கிட்டு இருக்காங்க. எப்படியும் அவன் உன்னத்தேடி வருவான்” முகம் சிவந்து நின்றாள் ருக்கி.

“சரி அது என்ன கையில?”

“இதுவா விக்கிப்பழம், முள்ளுபழம், கிழங்கு, நாவல்பழம், வேகவைத்த அவரை பாட்டி.”

மரத்தில் இருந்து பொத்தென்று குதித்து அவள் கையில் இருந்த கிழங்கைப் பிடுங்கி தின்றான் கெம்பன். “ஓ... நீதான் அந்த ஆண் குரலுக்குச் சொந்தக்காரனா? என்னாடா குரங்கு மாதிரி குதிக்குற கெம்பா.”

"ருக்கி அங்கெ எல்லாம் போகாத போற வழியில் இருக்கின்ற ஓடையில் நிறைய அட்டப்பூச்சி இருக்கு" என்றான்.

"அதுக்கு என்ன? நான் அத புடிங்கிப் போட்டுடுவன்" என்றாள் ருக்கி.

பாட்டி மாதி சொன்னாள், "ருக்கி அது எல்லாம் பெரியபெரிய அட்டப்பூச்சி. கால் வழியா உள்ள போய் குட்டிப்போட்டு வச்சிடும். அப்புறம் உனக்குக் கல்யாணம் ஆகி குழந்தை பிறக்கும்போது அட்டப்பூச்சி குழந்தைதான் பிறக்கும். அப்புறம், ஓடத் தாண்டி இருக்கும் மலையில இருக்குற குகையிலதான் அந்த கரடி இரண்டு குட்டியோட இருக்கு. நீங்க தனியா போகாதீங்க கெம்பனக் கூட்டிப் போங்க."

கெம்பன் சொன்னான், "நான் மந்தயில இருக்குற எருமைகள ஓட்டிக்கொண்டுபோய் அட்டியில சேர்க்கணும். நாளைக்குப் போகலாம்" என்றான்.

மழைத்தூற ஆரம்பித்திருந்தது.

"செவனாவிக்கும் உடல்நிலை சரியில்ல அவன முதல்ல அட்டிக்குக் கூட்டிப்போங்க. இல்லன்னா எல்லாரையும் அட்டியில இருக்க ஐயா கிட்ட சொல்லிவிடுவேன்."

'சரி' என்று போவதை கைவிட்டு அட்டிக்குத் திரும்பி சென்றார்கள்.

'எப்படியும் நாளை அப்பாவுடன் கல்லட்டிக்குப் போய்விட வேண்டும்' என்று நினைத்துக் கொண்டாள்.

கல்லட்டி மலையில் குறிஞ்சிப்பூ பூத்திருப்பதாகக் கெம்பன் சொல்லியிருந்தான்.

கெம்பனின் மீது கோபம் வந்தது. தான் எங்கே போனாலும் காவல் காப்பவன்போல் வந்துவிடுகிறான். அவன் இல்லாமல் இருக்கவும் முடியவில்லை அவனைவிட்டுப் போகவும் முடியவில்லை.

பாட்டி வேறு, காளாவைப் பற்றி சொன்னாலே பிதற்ற ஆரம்பித்துவிடுவாள். ஒன்றும் புரியவில்லை. எனக்குச் சாதகமாக பேசுகிறாளா இல்லை அப்பாவிடம் எதாவது சொல்லி வைத்தவிடுவாளா? எதற்கும் கவனமாக இருக்கவேண்டும்.

இந்த கெம்பனின் துணை இல்லாமல் தனியாக காளாவைத் தேட முடியாது. காளாவை எப்படியாவது பார்த்துவிட வேண்டும். சிறுபிள்ளையில் நான் அவனைப் பார்த்தது. பிறகு அம்மாவும், பாட்டியும் சொல்லிச்சொல்லி அவன் என் நினைவுகளுடனே வளர்ந்து கொண்டிருக்கிறான். உண்மையில் அவன் எப்படி இருப்பானோ?

நாளை கல்லட்டிக்குப் போய் வந்தபிறகு, கண்டிப்பாக ஒருமுறை கூக்கல் போய் எப்படியும் ராசா காளாவின் கத்தியைப் பார்த்தே தீர்வது என்று முடிவெடுத்தாள்.

அந்த நாளுக்காக காத்துக்கொண்டிருந்தாள்.

அவனுக்கு ஏன் காளா என்று பெயர் வைத்தார்கள். பெரிய அரசன் என்று நினைப்பு அவனுக்கு. எத்தனை வருடம் போய்விட்டது. அவன் வருகிறான், போகிறான் என்று பேசிக்கொள்கிறார்கள். அடிக்கடி ரகசிய கூட்டம் போடுகிறானாம். துரைமார்கள் எப்படித் தேடியும் அவனையும் அவன் நடத்தும் ரகசிய கூட்டங்களையும் கண்டுபிடிக்க முடியவில்லையாம். அவ்வளவு கெட்டிக்காரன் என்றால் என்னையும் ரகசியமாக வந்து பார்த்துப் போயிருக்கலாம்தானே. என்னை வந்துபார்க்காமல் இருக்கிறானே? அவன் சொந்த அத்தை என் அம்மாவையாவது வந்து பார்த்துப் போயிருக்கலாம் இல்லையா? பிடிவாதக்காரான், கௌரவம் பிடித்தவன். அந்த வயதிலேயே அவனுக்கு அவ்வளவு தன்மானம். இப்போது வளர்ந்து வாலிபனாக இருப்பான், கேட்கவா வேண்டும். இவர்கள் சண்டையில் நான் என்ன செய்தேன்? அவனாகவே வரட்டும்.

2

வீட்டுக்கு வந்து கொதிக்கும் நீரில் குளித்துவிட்டு பாட்டியுடன் திண்ணையில் உட்கார்ந்துகொண்டாள் இரவு உணவுக்காக.

எருமைக் கத்தும் சத்தம் கேட்டுக்கொண்டிருந்தது.

ருக்கிக்கு குறிஞ்சிப்பூ என்றால் அவ்வளவு ஆசை. கல்லட்டி என்ற ஒரு மலையில் பூத்துக்குலுங்கும் குறிஞ்சிப்பூக்களைப் பறித்துத் தன் விருப்பம்போல் வைத்துக்கொள்ள ஆசைதான். பிறந்தபிறகு, ஒருமுறை மட்டுமே பூத்ததாக தன் தாய் சொல்ல கேட்டிருந்த ருக்கி, மீண்டும் எப்போது பூக்கும் என்று காத்துக்கொண்டிருந்தாள்.

தன் தந்தையும், சித்தப்பாவும் தன் அம்மாவுடன் சோலைக்கு விறகு எடுக்கப்போகும்போது ருக்கியும் அடம்பிடித்து உடன் சென்றாள். கெம்பனும் அவர்களுடன் சேர்ந்துகொண்டான்.

அவளுக்கு அங்கே காத்திருந்தது, பேர் ஆச்சரியம். மலை எங்கும் பூத்து நிற்கும் குறிஞ்சிப்பூவைப் பார்த்து உறைந்துபோய் நின்ற ருக்கியை அவர் தந்தை 'மனக்குனு பா மா[1]' என்று கூப்பிட்டார்.

மாதனுக்கு மலையிலிருந்து பார்க்கும்போது கீழே தெரிந்த துரைமார்களின் வீடு, தேயிலைத் தோட்டம் எல்லாம் கவலைக் கொடுத்தது. மீண்டும் 'ருக்கி' என்று அழைத்தான். தன்நிலை பெற்றவளாய் துள்ளி எழுந்து தந்தையின் பின் ஓடினாள். தன் தாயிடம், 'தான் பிறந்தபிறகு இது எத்தனையாவது முறை பூத்திருக்கிறது?' என்று கேட்டாள். அதற்கு, 'நீ பிறந்து ஆறு

---

1 வேகமாக வா மகளே

வருடம் கழித்துப் பூத்தது. பிறகு, இப்போது இரண்டாவது முறையாக இந்த கட்டெஊ பூத்திருக்கிறது' என்று ருக்கியின் அம்மா பதில் சொன்னாள்.

மேலே மலையின் உச்சிக்குச் சென்று கல்லட்டி மலையை திரும்பிப் பார்த்தபோது, அந்த மலை, தன் உடல் முழுவதும் நீலநிறத்தில் ஆடை போர்த்தியது போன்ற ஒரு தோற்றத்தைக் கொடுத்தது. அதைத் தன் கண்களில் அள்ளிப் பருகிக்கொண்டு குதித்துச் சென்றாள் ருக்கி.

மலையின் மேல் எருமைகள் ஆங்காங்கே கரிய பாறைப்போல் மேய்ந்துகொண்டிருந்தன.

தான் போகும் இடமெல்லாம் பூத்துக்குலுங்கும் குறிஞ்சி மலர்களை சேகரித்துக்கொண்டே போனாள்.

அவ்வப்போது தன்னை யாரோ பார்ப்பதுபோல் உணர்ந்துகொண்டிருந்தாள். அவ்வப்போது அவளது உடல் சிலிர்த்துக்கொண்டது.

அவர்களின் பெற்றோர்கள் சில்வர் ஓக் மரத்தின் காய்ந்த கிளைகளையும் மற்றும் தைல மரத்தின் தோல் உரித்த மரப்பட்டைகளையும் சேகரித்து வைத்துக்கொண்டு இருந்தபோது, அவள் பரந்து விரிந்த விக்கிமரத்தின் அடியில் கிடக்கும் விக்கிப் பழங்களை மடியில் சேகரித்து ஒவ்வொன்றாக வாயில் போட்டுக்கொண்டு பறித்துவந்த குறிஞ்சி மலர்களை வளையம்போல் செய்து நடுநடுவே கொஞ்சம் காந்தள் மலர்களையும் சொருகி அழகாகக் கட்டி முடித்தாள்.

அதை, அங்கே மேய்ந்துகொண்டிருந்த தனது செல்லக்குட்டி எருமை கன்றுகுட்டியின் கழுத்தில் மாட்டிவிட்டாள். ஏற்கனெவே மழையில் நனைந்திருந்த கன்றுகுட்டி, 'மழையின் கசகசப்பு வேறு இந்தக் காந்தள் மாலை வேறு' என தனது பிடரியை சிலிப்பிக்கொண்டது. தான் தின்று முடித்த விக்கிப் பழக்கொட்டைகளை வைத்து அதன்மீது ஒவ்வொன்றாக வீசி எறிந்து துரத்திக்கொண்டு ஓடினாள்.

அந்த மாலையைப் பார்த்த மாதன் தன் மகளுக்கு செரப்பணிகெ (வெள்ளிக் கழுத்தணி) செய்து போடவேண்டும் என்று மனதில் நினைத்துக்கொண்டான். அவனது எண்ண ஓட்டத்தை புரிந்துகொண்ட குண்டியம்மாள் வாய்விட்டு, "ஆமாம் ருக்கிக்கு செரப்பணிகெ வாங்க வேண்டும்" என்றாள்.

அதைப் பார்த்துக்கொண்டிருந்த ருக்கியின் அப்பா, 'மகா[1]' என்று அழைத்தார். "மகா அந்தக் கன்னுக்குட்டி காட்டு எருமையின் கன்று" என்று கத்திக்கொண்டே பின்னாடி ஓடிவந்தார். வளர்த்த அவளுக்குத் தெரியாதா என்ன?

அங்கே நின்று ஆடுகளை மேய்த்துக்கொண்டிருந்த அந்த பெரியவர், அப்போதுதான் தனக்கு எதிரே நின்றுகொண்டிருந்த அந்தக் கன்றுக்குட்டியைப் பார்த்தார். அதன் முன்கால்கள் இரண்டும் முட்டிக்கு கீழே முற்றிலும் வெள்ளை நிறத்திலும் பின்னே இருக்கும் இரண்டு கால்களும் கருப்பு நிறத்திலும் மாறுபட்டு இருப்பதைக் கவனித்தார்.

உடனே அவர், "டேய் மாதா, உன் வீட்டு எருமை இனம் மாறி கன்று ஈந்து வந்துள்ளது. கவனமாக இரு" என்று எச்சரித்துவிட்டுப் போனார்.

மீண்டும் திரும்பி, "ஏன்டா மாதா விறகுக்காக இவ்வளவு தூரம் வந்து இருக்கிங்க? அட்டி சோலையெல்லாம் என்னாச்சு?" என்ற அவரது கேள்விக்கு மாதனிடம் பதில் இல்லை. மேலே இருந்து திரும்பிப் பார்த்தான். வெகுதூரம்வரை தேயிலைத்தோட்டமே தெரிந்தது. தூரத்தில் மலை உச்சியில் தொடர்புக்காக புகையெழுப்பிவிட்டு இருந்தார்கள். என்னென்று தெரியலையே யாராவது இறந்துவிட்டார்களா? இல்லை இந்த காளாதான் அழைப்பு விடுக்கிறானா?

சோலை தேயிலைத்தோட்டமாக மாறிக்கொண்டே வந்தது.

ருக்கி உடனே அந்தப் பெரியவரிடம், "அய்யா அதன் இனத்திலேயே நல்ல வலிமையான எருது இருந்தா அவ ஏன் காட்டு எருமையுடன் போய் இனம் சேர்ந்து வரப்போகிறாள்" என்றாள்.

இந்த உரையாடல் மாதனுக்கு ஏதோ ஒரு கெட்ட சகுனம்போல் தோன்றியது. கெம்பனும் அவளிடம், "ஏய் ருக்கி வலிமையான எருது இல்லன்னா வேறு எங்காவது போய் கன்று ஈன்று வரணுமா? அப்படி வந்தால் அதன் இனம் கெட்டுப் போகாதா?" அவள் பதில் எதுவும் சொல்லாமல் கன்றுடன் ஓடினாள்.

---

1 படுகு மொழியில் மகா என்றால் மகள் என்று அர்த்தம்.

பொதுவாக, படுக இன மக்கள் வளர்க்கும் எருமைகள் சோலையை ஒட்டித்தான் மேய்ச்சலுக்குப் போகும். அவர்கள் போன மாட்டைத் தேடுவது இல்லை, வருகிற மாட்டைக் கட்டுவதும் இல்லை. உண்மையில் அது அவர்களுக்குத் தேவையில்லை. காரணம், ஏராளமான மாடுகள் அவர்களிடம் இருந்தது.

பொதுவாக அவைகளுக்குள் ஒரு கணக்கு உண்டு. ஒரு காளை மாடு தனது வலிமைக்கு ஏற்ப துணைகளை வைத்திருக்கும். ஒருபோதும் விட்டுக்கொடுக்காது. தனது அரைவட்டத்தில் நீண்டுவளர்ந்த கொம்புகளை வைத்து சண்டையிட்டும் தனது சிறுநீரினாலும் தனக்கு என்று ஒரு எல்லையை வைத்துக்கொண்டிருக்கும்.

இவ்வளவு கட்டுப்பாடுகள் இருந்தும், தனது எருமை எப்படி ஒரு காட்டு எருமை கன்றை ஈன்றது என்று மாதன் யோசனை செய்யாமல் இல்லை. அவன் கன்றை எண்ணி மட்டும் கவலை கொள்ளவில்லை, தன் மகள் ருக்கியை எண்ணிதான் அதிகம் கவலை கொண்டான்.

ருக்கி, தன்னைத் தாண்டி ஓடும் எருமையின் கழுத்தை உற்றுப்பார்த்தாள். தான் போட்ட மாலையுடன் சேர்த்து செண்பகமாலை ஒன்று அதன் கழுத்தில் தொங்கிக்கொண்டிருந்தது.

3

நன்றாக எருமைப்பால், எருமைப்பாலின் தயிர், வெண்ணெய், நெய் இவ்வளவையும் சாப்பிட்டு வளர்ந்த ருக்கி உருண்டு திரண்டு இருந்தாள். பார்ப்பவர் கண்களுக்கு ஏற்ப காட்சி தந்தாள்.

வயது முதிர்ந்தவர்களுக்குப் பெண்தெய்வம் எத்தை அம்மன் போலும், பெற்றவர்களுக்குக் குழந்தைப்போலும் காளைப் பருவத்து இளைஞர்களுக்குக் கைப்பிடிக்கும் தன் மனைவி போலும் அனைவரையும் கவர்ந்து நின்றாள்.

அனைவருக்கும் ருக்கி ஒரு பெரும் கனவு. ஆனால், அவளுக்கு வேறு ஒரு கனவு இருந்தது. இவ்வளவு அழகை சுமந்துகொண்டு இருக்கும் ருக்கியின் கனவு என்னவென்று அவளது அப்பா அம்மாவிற்குக்கூட தெரியாது. பாட்டி மாதியம்மாள் மட்டுமே அறிவாள், அவளது கனவு காளா என்று.

சுமார் 400 அட்டி இருக்கின்ற நீலகிரியில், அவளுக்குப் பிடித்த அட்டி, எத்தையம்மன் குடியிருக்கும் அந்த அட்டிதான். ருக்கியின் பெருங்கனவு என்பது, எப்படியாவது அந்த அட்டியில் போய் வாழவேண்டும் என்பதுதான். அந்த கனவுடனே தூங்கப்போனாள் ருக்கி.

அந்த அம்மன் கோவிலின் வாசலில் கால்வைக்க எத்தனிக்கும்போது மாதன், "மகா உன் தோழிகள் வந்து உன்னைக் கூப்பிடுகிறார்கள்" என்று தட்டி எழுப்பும்போது விடுக்கென்று விழித்துப்பார்த்தாள் ருக்கி.

"சூரியன்கூட வரல ஏன் என்ன இப்படித் தொந்தரவு செய்றீங்க?" என்று எரிச்சலுடன் எழுந்து வந்து பார்த்தாள்.

'அட கனவில்கூட கோவிலுக்குள் போகமுடியவில்லையே?' என்ற கவலையுடனே அன்றைய பொழுது நகர்ந்தது.

அன்று காலை ருக்கி எழுந்தவுடன் தோழிகளுடன் காட்டுப்பக்கம் சென்றுகொண்டிருக்கும்போது, ஏதோ ஒரு சருகு நசுங்கும் சத்தம் கேட்டது. திடுக்கிட்டு திரும்பிப் பார்க்கும்போது சருகுமான்[1] ஒன்று அடிபட்டுக் கிடந்தது. மழை தூறிக்கொண்டிருந்தது.

சருகுவலையர் சாதியினருக்கு மட்டுமே சிக்கும் இந்த மான் எப்படி ருக்கியின் கண்களுக்குப்பட்டது என்று தெரியவில்லை. கால் இரண்டும் அடிபட்டிருந்தது. அதன் கால்களுக்கு இடையில் சிக்கி இருந்த வலை அதனை ஓடவிடாமல் செய்தது. அருகே சென்று பார்த்தபோது ருக்கியின் கண்களைப் பார்த்துக்கொண்டே மயங்கி விழுந்தது.

அதன் கண்களில் எதையோ விட்டுப்போவது போலும் அதை நீ காப்பாற்றிவிடு என்று அவளை இறஞ்சுவது போலும், இருந்தது. அவள் அதை தூக்கப்போனாள், போகும்போது அவளது தோழிகள், "ஏய் ருக்கி என்ன செய்ய போற?" என்று அவளைத் தடுத்தார்கள்.

'ருக்கி நீ அதைத் தொடாதே? இயற்கையின் வழியில் விட்டுவிடு, அதன் உயிரை விடப்போகிறது. நீ எது செய்தாலும் அதைக் காப்பாற்ற முடியாது. அதை சுற்றியிருக்கும் இரத்தத்தைப் பார். அது உயிர்ப்பிழைக்க வாய்ப்பேயில்லை. வா நாம் போய்விடுவோம்' என்று கூப்பிட்டார்கள்.

இதுபோன்ற பல நிகழ்வுகளை அவள் பார்த்திருந்தாலும் இதை அவளால் ஏனோ கடந்துபோக முடியவில்லை. சற்றுதூரம் சென்றபிறகு திரும்பி வந்து பார்த்தாள். அது மீண்டும் ஒருமுறை கண்விழித்து அவளைப் பார்த்து ஒரு துடிப்புத் துடித்து அடங்கியது.

---

[1] இலைசருகுகள் இடையே மறைந்து வாழும் தன்மையைக் கொண்டிருப்பதால், இதற்கு சருகுமான் என்று பெயர் ஏற்பட்டது. மெல்லியதான ஓடியக்கூடிய தன்மையை சுட்டவும் சருகு என்ற சொல் பயன்பட்டிருக்கிறது. காய்ந்த இலைதழைகளினூடே தன்னுருவை மறைத்து மாயம் காட்டித் திரிவதாலும் இதற்குப் பொய்மான், மாயமான் என்னும் பெயர்களும் உண்டு.

மண்டியிட்டு அதன் அருகில் உட்கார்ந்து அதைத் தொட்டு தூக்கிப்பார்த்தவள் துள்ளி பயந்து விழுந்தாள். அவள் காலுக்கிடையில் துள்ளி ஓடியது எலி போன்ற உருவம். ஒரு நொடியில் அவளுக்கு எதுவும் புரியவில்லை.

அவள் அந்த மானைத் தூக்கியவுடன் அது தன் உயிர்ப்போகும் தருவாயில் ஒரு குட்டியை ஈன்று தடுமாறி அந்தக் குட்டியின் மீதே விழுந்தது. அதனால் எழுந்திருக்க முடியாமல் போனதால் குட்டியின் உயிரும் போகின்ற நிலையில்தான் அவளது கண்களைப் பார்த்தது போலும்.

தாய் மானின் தோளில் இருந்த பிசுபிசுப்புதான் சொன்னது அது தற்போது ஈன்றது என்று. அதைவிட்டு அவள் அந்த குட்டியைப் பிடிக்க ஓடினாள். அது மின்னல் வேகத்தில் ஓடி மறைந்தது.

உலகத்திலுள்ள அனைத்து தாய் உயிர்களுக்கும் ஒரே மொழிதான் வார்த்தைகள் அவசியம் இல்லை.

அவள் வனமகள் அல்லவா. அவள் உயிர் தொட்டுச் சென்றாலும் அவளுக்கு அது ஒரு பதிவாகத்தான் இருந்தது. அதை இயற்கையின் வழியில் விட்டுவிட்டு அவள் இயல்பாக நடந்து சென்றாள். விளையாட்டாக இருந்த அவளுக்கு அது உள்ளத்தில் ஒரு வடுவாக அமைந்தது.

தாயை இழந்த குட்டி ஏனோ காளாவை நினைவுப்படுத்தி சென்றது. யோசித்தபடியே ஆடி அசைந்து வீட்டிற்கு வந்தாள்.

தூரத்தில் அத்திமரத்தடியில் அட்டி மக்களுடன் அமர்ந்திருந்த அவள் தந்தை மாதன், ருக்கியின் தாய் குண்டியம்மாளை கூப்பிட்டு, “அங்கே பார் உமது மகள் எப்படி ஆடி அசைந்து வருகிறாள்” என்று சொன்னார். மழைத்தூறுவதுகூட தெரியாமல் நனைந்து அசைப்போட்டுக்கொண்டு, பழக்கத்தால் வழியறிந்து கொட்டகைக்கு வரும் எருமைப்போல வந்து கொண்டிருந்தாள் ருக்கி. அவ்வளவு நேரம் அமைதியாக வேலைப் பார்த்துக்கொண்டிருந்த அவளது அம்மா, “ஒதுக்குது எத்து எத்த மகிலு நோக தசபாக்கதா மனையில் ஒந்து கெலசா மாடாத சோலை தாரி நலகுதுக ஓங்கதவே.”

‘காலையில் எழுந்து, எந்த வேலையும் செய்யாமல் தோழிகள் வந்தவுடன் சோலைக்கு சென்றவள் இப்போது தான் வருகிறாள்’

என்று திட்டிக்கொண்டே இட்டுக்கோலை[1] எடுத்து ருக்கியின் மீது வீசி எறிந்தாள்.

எப்போதும் தாயிடம் சதா சண்டையிட்டுக்கொண்டே இருக்கும் ருக்கி இன்று எதுவும் பதில் பேசாமல் அமைதியாக நடந்துபோனதை பார்த்து, 'என்ன குண்ணகுசு[2] இவ்வளவு அமைதியா போறா?' என்ற யோசித்தபடி இருந்தாள் பாட்டி மாதி.

மாதியம்மாள் 90 வயதை கடந்திருந்தாலும் மாமியார் மாமியார்தானே. குண்டியம்மாளைப் பார்த்து, "ஏய் குண்டியம்மாள் தலையில் பட்டுக்கூட கட்டல சாமி மாதிரி பார்க்க வேண்டிய இட்டுக்கோலை தரையில் தூக்கி வீசிறியா" என்று அதட்டவே, குண்டியம்மா சட்டென்று குனிந்து இட்டுக்கோலை எடுத்துக்கொண்டு குசினிக்குள் ஓடிப்போனாள்.

ருக்கி, கல்திட்டு மீது பாட்டியுடன் உட்கார்ந்துகொண்டு சோலையில் தான் பார்த்ததை பாட்டியிடம் சொன்னாள். அதற்கு, "இயற்கையின் வழியில் விட்டுவிட வேண்டும். இயற்கைப் பார்த்துக்கொள்ளும்" என்று ஆறுதல் கூறினாள் மாதி.

சற்றுநேரம் பாட்டியும் பேத்தியும் மௌனமாக கிடைத்த வெயிலில் உட்கார்ந்து கொண்டிருந்தார்கள். பேசினால் பேசிய வார்த்தைக்கு மட்டும்தான் பொருள் உண்டு. பேசாமல் மௌனமாக இருந்தால் ஆயிரம் ஆயிரம் அர்த்தங்கள் உண்டு. மௌனமாக அப்படி என்னதான் பேசிக்கொண்டார்களோ பாட்டியும் பேத்தியும்.

வெயில் கொஞ்சம் கொஞ்சமாக குறைய ஆரம்பித்தது. மேகம் சூரியனை மறைத்துக்கொண்டு நின்றது. அதனால் குளிர ஆரம்பித்தது. முங்காறு காலம்[3] என்பதால் மழை எப்போதும் பெய்துகொண்டே இருந்தது.

கிடைக்கும் சொர்ப்பமான வெயிலையும் முழுமையாக பயன்படுத்திக்கொண்டார்கள். மழைத்தூற ஆரம்பித்ததும் பாட்டி, ருக்கியைக் கூட்டிக்கொண்டு உள்ளே போனாள்.

---

1 கலி என்ற ஒருவகை உணவைத் தயாரிக்கப் பயன்படுத்தும் துடுப்பு

2 சின்ன பொண்ணு

3 மழைக்காலம்

ரொம்பநேரம் சோலையில் ஆடியதாலும் மழையில் நனைந்ததாலும் அந்த சருகு மானின் நினைவாலும் சோர்வுடன் இருந்தாள் ருக்கி. அவள் அம்மா, அவளை குளிக்கப் போகச் சொன்னாள். நல்ல சுடச்சுட நீரில் குளித்து முடித்து வந்தாள். அவளது உடம்பிலிருந்து ஆவிப் பறந்து கொண்டிருந்தது.

குளித்துவந்த ருக்கிக்கு பசி எடுத்தது. பாவம் அந்த வயிற்றுக்கு கவலைப் பற்றியெல்லாம் ஒன்றும் தெரியாது. வயிற்றுக்கு தெரிந்ததெல்லாம் பசி மட்டும்தான்.

கெம்பனும் சாப்பிட வந்தான். கெம்பன் யார் வீட்டில் வேண்டும் என்றாலும் சாப்பிடுவான். அவன் அட்டியில் அனைவருக்கும் சொந்தமானவன். அட்டியின் செல்லக்குட்டி. குண்டியம்மாள், சுடச்சுட எரிக்கிட்டும் சண்டகையும் உப்புக்கொரையும் கொண்டுவந்து வைத்தாள்.

பாட்டியின் சம்மதத்துடன் தாத்தாவின் கங்குவாவில்[1] எரிக்கிட்டு ஒரு உருண்டை போட்டு சண்டகையும் உப்புக்கொரையும் வைத்து நன்றாக சாப்பிட்டு முடித்தாள். பாட்டி வற்புறுத்தவே மீண்டும் கொஞ்சம் எருமைத்தயிர் போட்டு, நன்றாக வழித்து முன்கையும் பொறங்கையும் நக்கி சப்புக்கொட்டி சாப்பிட்டாள். இப்படி அவளைப் பார்த்த பாட்டிக்கு தாத்தாவின் நினைவு வந்துபோனது.

சாப்பிட்டு முடித்தவுடன் வெதுவெதுப்பான தண்ணீர் நிறைந்திருந்த தொட்டலுவை[2] தூக்கிக்கொண்டு வீட்டுக்குப் பின்கட்டின் வழியாகப்போய் தன் கைகளை நன்றாக கழுவிவிட்டு வந்தாள். மச்சையில்[3] இருந்த பட்டையை[4] எடுத்து, கைகளைத் துடைத்துக்கொண்டு வந்து திண்ணையில் பாட்டி மாதியம்மாளுடன் உட்கார்ந்துகொண்டாள்.

பக்கத்தில் இருந்த குன்னப்பா, குன்னவை தொட்டவே, தொட்டப்பா என்று நீண்டுகொண்டே போன சொந்தங்களுடன் வெளியே திண்ணையில் உட்கார்ந்து கொண்டிருந்தார்கள். மழைநின்று நல்ல குளிர்ச்சியுடன் இருந்தது.

---

1 தட்டு,

2 சொம்பு

3 கட்டில்

4 துணி

மாமி பிக்கியம்மாள், "மாதா நீ வாங்கி வரச் சொன்ன வெள்ளி சங்கிலி இதோ" என்று தன் மடியில் கட்டியிருந்த வெள்ளி சங்கிலியை எடுத்து மாதனிடம் கொடுத்தாள். மாதன் அதை வாங்கி குண்டியம்மாளிடம் கொடுத்தான். அதன் பளபளப்பு அவள் கண்ணத்தில் மின்னியது. அவள், பாட்டி மாதியிடம் கொடுத்தாள். ஒருவர் கை ஒருவர் மாற்றி மீண்டும் மாதனிடம் வந்து சேர்ந்தது. அவன் ஆசையாக தனது மகளிடம் கொடுத்தான். அது மின்னிக்கொண்டிருந்தது.

முடிவில் அந்த செரப்பணிகெ ஒரு கதை சொல்லும் என்று அறியாமல் அதை ஒரு அணிகலனாகவே அனைவரும் பார்த்தார்கள். அதற்கு மட்டுமே தெரியும் தான் ஒரு வரலாற்று அடையாளமாக மாறப் போவது.

அந்த மாலைப்பொழுதின் நிலா வெளிச்சம் முழுமையாக இருந்ததால் வேறு வெளிச்சம் தேவையில்லாமல் போனது. கண்களுக்கு மட்டுமே தெரியும் வகையில் புகைப்போல் மெல்லிய தூறல் பஞ்சுபஞ்சாக விழுந்து கொண்டிருந்தது. மழை என்று உணரமுடியாத பூந்தூறல் அது.

அனைவரும் பல அட்டிகளில் தேயிலைப் பயிரிடுவதைப் பற்றிக் கவலையுடன் பேசிக்கொண்டு இருந்தார்கள். "எல்லாம் தேயிலையாக பயிர் செய்தால் சாப்பிட என்ன செய்வது? நிறைய அட்டியில் கோதுமை தோட்டத்தை அழித்துவிட்டு தேயிலைச் செடிகளை நட்டுவிட்டார்கள். நமக்கு ராகி, கோதுமை, பார்லியை விளைப்பதற்கு நிலம் இல்லாமல் போகும். இந்த நிலைமை கண்டிப்பாக வரும். அப்போது எருமைகளை எங்கே கொண்டுபோய் மேய்ப்பது?" என்று மாதன் சொன்னான்.

பாட்டி மாதியும் அது குறித்துக் கவலைக்கொண்டாள். "நமது காலத்திற்குப் பின்பு, இந்த மண்ணை பணமாகத்தான் நினைப்பார்கள். நாம் செருப்பு போடாமல் போகிறோம், கடவுளாக பார்க்கிறோம். பூமிக்கு ஓய்வு கொடுத்து பயிர் செய்கிறோம், வரும் தலைமுறை என்ன செய்யுமோ?"

கெம்பன், "பாட்டி காலத்திற்கு ஏற்ப மாறணும் இல்லைனா நம்மை விட்டுவிட்டு போயிடும் காலம். சந்துரு அண்ணா அட்டியில எல்லாம் மோட்டர் கார் வாங்கிட்டாங்க நாமும் கொஞ்சம் பணப்பயிர் போடணும் இல்லைனா எல்லா அட்டியும் நம்மை விட்டுவிட்டு முன்னுக்குப் போயிடும். காளாவாலதான் நம்ம அட்டி இன்னும்

டு கூதல் கொஞ்சம் அதிகமாக இருக்கிறது. கொஞ்சம் நெருப்பு மூட்டச் சொன்னாள்.

பாட்டி மாதி, “இப்ப நீங்க இந்த நெருப்புப் பெட்டியை வச்சு சட்டுனு நெருப்பு கொண்டுவந்துடுறீங்க. எங்க தாத்தா எங்கிட்ட சொல்லுவாங்க... நா சின்ன பிள்ளையா இருக்கும்போது ‘பிங்கசக்கல்’ வச்சுத்தான் நெருப்பை உண்டாக்குவோம். இப்ப ஐயா வீட்டுல மட்டும்தான் அந்தக் கல்லு இருக்கு” என்று சொன்னாள்.

பின் மாதியம்மாளின் மகன், சீகை மரக்குச்சிகளைக் கூம்புபோன்று அடுக்கி அடியில் கொஞ்சம் கற்பூர இலைகளைப் போட்டு வீட்டின் சமையலறையில் இருந்து நெருப்பை தூபக்கரண்டியில் கொண்டுவந்து போட்டு தீயை மூட்டினான்.

புகைத்தாலும் சிறிது நேரத்திற்குப்பிறகு நன்றாக தீப்பற்றத் தொடங்கியது. நெருப்பைப் பார்த்தவுடன் அனைவருக்கும் ஒரே கொண்டாட்டம் ஆகிப்போனது. நெருப்பு என்பது ஒரு பாதுகாப்பு உணர்வு. அது ஒரு ஆதி உணர்வு.

பாட்டி மாதியம்மாள் பாட ஆரம்பித்தாள். எருமையும் ‘அம்மா அம்மா’ என்று பின்பாட்டு பாடிக்கொண்டிருந்தது. ருக்கி, பாட்டியின் தாளத்திற்கு ஏற்ப ஆட ஆரம்பித்தாள். ஒருவருக்குப்பின் ஒருவராக நெருப்பை சுற்றி ஆட ஆரம்பித்தார்கள்.

ஆட்டத்தில் ஆண் பெண் வித்தியாசம் இல்லை. சிறியவர், பெரியவர் பாகுபாடு இல்லை. நெருப்பின் முன் எப்படி அனைவரும் சமமோ அதேபோல் படுகர் இன மக்களின் ஆட்டத்திலும் அனைவரும் சமம்.

பில்லாகோலும்[1] மத்தளமும் சேர்ந்துகொள்ள ஏதோ பண்டிகை போன்று இருந்தது. ஒருமணி நேரத்திற்கு மேலாக ஆடிக்களைத்தவர்களுக்கு குண்டியம்மாள் சுடச்சுட கருப்பட்டிப்போட்ட வடிகாப்பியைக் கொண்டுவந்து கொடுத்தாள்[2].

காப்பியை குடித்து முடித்துவிட்டு, சிறிது நேரத்திற்குப்பிறகு அவரவர் மனைக்குத் தூங்கபோனார்கள்.

---

1 புல்லாங்குழல்

2 பாட்டி ருக்கியின் வீட்டில் எப்போதும் தயாரிக்கும் காபி பற்றி அட்டியில் பேச்சு உண்டு. ‘இவர்கள் மட்டும் கீழே இருந்து துரைமார்கள் மாதிரி காபி கொண்டுவந்து விடுகிறார்கள்’

மாதனும் எழுந்துகொண்டான். அவன் மனதிலும் நம் மண்ணை தேயிலைச் செடிக்கொண்டு மறைத்துவிடுவார்களோ என்ற பயம் தொற்றிக்கொண்டது. ஏற்கெனவே கிழங்கு, காரட் இன்னும் வாயில் நுழையாத பெயர் தெரியாத காய்கறி எல்லாம் வந்துவிட்டது. நம் அட்டியும் கொஞ்சம் கொஞ்சமாக துரைமார்களின் காய்கறி தோட்டமாக மாறிக்கொண்டு இருக்கிறது என்ன செய்ய? ஐயாவிடம் பேசி ஏதாவது ஒரு வழி செய்யவேண்டும். ஆனால் ஐயாவின் எண்ணமோ வேறாக இருந்தது.

இரவில் தூக்கத்தில் பாட்டி கனவு கண்டு விழித்து மருமகள் குண்டியம்மாளைக் கூப்பிட்டாள். குண்டியம்மாள் எடபாயிலு[1] இருக்கும் திவிகேவை[2] ஏற்றி, "என்ன மாமி?" என்று கேட்டாள்.

"ஒன்றும் இல்லை குண்டி, ஒரு கனவு கண்டேன்" என்றாள்.

"என்ன கனவு?" என குண்டியம்மாள் கேட்டாள். அதற்கு பாட்டி, நாம் எருமை கட்டும் இடத்திற்குப் பக்கத்தில் ஒரு மனை கட்டி, அந்த மனை முழுவதும் வருடத்திற்குத் தேவையான விறகு நிறைந்து இருப்பதாக கனவு கண்டதாக சொன்னாள்.

விளக்கின் வெளிச்சத்தைவிட அதிகமாகக் குண்டியம்மாளின் முகம் மலர்ந்துபோனது. பாட்டியின் முகம் நிறைவாக இருந்தது. காரணம் பதினெட்டு வயது நிரம்பியும் ருக்கி இன்றும் வயதிற்கு வரவில்லை என்ற கவலை இருந்தது. அவர்களுக்குள் ஒரு ஐதீகம், கனவில் விறகு வந்தால் பெண் பூப்படைந்து விடுவாள் என்று. பாட்டிக்கு குடிக்க தண்ணீர் கொடுத்துவிட்டு நிம்மதியாக மனநிறைவுடன் உறங்க சென்றாள் குண்டியம்மாள்.

---

1 இரண்டு அறைக்கும் இடையில் இருக்கும் திட்டு போன்ற இடம்
2 விளக்கை

4

எத்தையம்மனை வேண்டிக்கொண்டே படுத்துக் கிடந்தாள் பாட்டி மாதியம்மாள்.

மறுநாள் காலை ‘எல்லே எத்தேதே’ என்று வீரிட்டு கத்தும் சத்தம் ருக்கியின் அறையில் இருந்து வந்தது. அப்பா மாதன், ருக்கிதான் கதறுகிறாள் என்று பாய்ந்துபோனார். அவருக்கு முன்னால் பாட்டி மாதியும் அம்மா குண்டியும் ஓடுகிறார்கள், பாட்டி முதலில் பார்த்துவிட்டு சித்தப்பா வீட்டிற்கு வந்து இருக்கும் மாமி பிக்கி அம்மாளை கூட்டிவரும்படி பல் இல்லாத பொக்கை வாய் சிரிப்பில் மாதனிடம் சொன்னாள்.

ஒரு நொடியில் எல்லாம் புரிந்தவனாக முகம் எல்லாம் பல்லாக சிரித்தபடி தன் தம்பி வீட்டிற்குத் தாவி ஓடி கதவைத் தட்டினான் மாதன். இந்த கோயிஜாமத்தில்[1] யார் கதவைத் தட்டுகிறார்கள் என்று யோசித்தபடியே வந்து கதவைத் திறந்தாள் ருக்கியின் அத்தை. அண்ணணைப் பார்த்தவுடன் வயது முதிர்ந்த தனது தாயின் முகம் வந்துபோனது. முகத்தில் கவலை ரேகை ஓடியது. இப்படி காலையில் மழையில் நனைந்தபடி ஓடிவரக் காரணம் என்னவென்று புரியாமல் விழிக்க,

“ருக்கி பெரியவளாகிட்டாப்ப!” என்று சொன்னார்.

காலைநேரத்தில் அனைவருக்கும் மகிழ்ச்சி தொற்றிக்கொண்டது. வீட்டில் இருந்த அனைவரையும் எழுப்பி விட்டுவிட்டு, பிக்கியம்மாள் வேகமாக துண்டு முண்டு, பட்டு கட்டிக்கொண்டு ருக்கியைப் பார்க்க நான்கு கால் பாய்ச்சலில் போனாள். அனைவரையும்விட அவளுக்குத்தான் நியாயமாக

1 கோழி கூவும் நேரம்

சந்தோசம் இருக்கவேண்டும். என்ன இருந்தாலும் தன்வீட்டுக்கு வரப்போகும் மருமகள் அல்லவா?

மங்கலார கோயி ஜாமத்தில் ருக்கி பெரியவள் ஆனது தொதநாடு சீமை முழுவதும் கடபோக காலத்து காட்டுத்தீப்போல் பரவியது. அத்தை பிக்கியம்மாளின் தலைமையில் பத்து இருபது பெண்கள் புடைசூழ ஆடி, ருக்கியை அவள் வீட்டில் இருந்து கூப்பிடும் தொலைவில் இருக்கும் ஆறுக்கு குளிக்கக் கூட்டிப்போனார்கள்.

போகிற வழியில் அத்தை பிக்கியம்மாளின் பெருமைப் பேச்சு மட்டுமே கேட்டுக்கொண்டு இருந்தது. நான் வந்த நேரம்தான் ருக்கி பெரியவளானாள். நான் செரப்பணிகெ கொடுத்த நேரம்தான் என்றாள். பக்கத்தில் இருந்த பெரிய வீட்டு மாதி, “ஆமாம் நீ என்னவோ சொந்த பணம் போட்டு வாங்கித் தந்த மாதிரி சொல்ற? மாதன் வாங்கிவரச் சொன்னத நீ வாங்கி கொடுத்த. நீயா பணம் கொடுத்த?” அத்தைக்கு முகம் வாடிப்போனது. ஆனால், விட்டுக்கொடுக்காமல் “எத்தனை நகை இருந்தும் எவ்வளவு முறை போட்டும் வாராதவ, நா வாங்கி கொடுத்தத போட்டதுக்கு அப்பறம்தான வந்தா? எல்லாம் அந்த எத்தையம்மன் கருணை இருப்பதால்தான். நான் வந்த நேரம் என் கண் முன்னாடியே நீ பெரியவளானாய்” என்று ருக்கியைப் பாராட்டினாள்.

ஆறுக்கு வந்து சேர்ந்த நான்கைந்து பெண்கள் தொரக்கோலுச் செடியைப் பறிக்கப் போனார்கள். நான்கைந்து பெண்கள் மாற்று உடை தயார் செய்து வைத்தார்கள். தொரக்கோலை[1] எடுத்து வந்தவுடன் அதைக் கசக்கி, ருக்கிக்கு அனைவரும் தொட்டுத்தந்த தண்ணீரில் ஊற்றி தேய்த்து, குளிரிலும் பச்சைத் தண்ணீரில் குளிக்க வைத்தார்கள்[2]. பின்பு உடைமாற்றி, பழைய உடையை ஆற்றின் ஓரமாக வைத்து எரித்துவிட்டு, ருக்கியை வீட்டுக்குக் கூட்டி வந்தார்கள்.

ஒரேநாளில் குழந்தை முகம் மறைந்து, அழகு பருவப்பெண்ணாக மாறி இருந்தாள் ருக்கி. வீட்டுக்கு வெளியே இருக்கும் ஒலிகிடி என்னும் குடிசையில் உட்கார வைத்தார்கள். வீட்டுக்குள்ளே வயது வந்த பெண்களை அழைத்துவருவது இல்லை.

1 குளிக்கப் பயன்படுத்தும் ஒரு வகையான தாவரம்

2 முதல்முறை பச்சைத் தண்ணீர் ஊற்றிக் குளிக்க வைப்பது அவர்கள் மரபு

தீட்டுக்கழித்த பிறகுதான் ஓகமனைக்குள் வரவேண்டும். அதுவரை, அவள் அங்கேதான் இருக்கவேண்டும். அதுவரை ஒலிகுடி என்னும் குடிசையில் இருந்தாள். அவளுக்கென்று ஒதுக்கப்பட்ட இடத்தில் அவளது தனித்தட்டில் பெல்லகூ[1] சுடச்சுட பரிமாறினார்கள். சாப்பிட்டு முடித்தவுடன், கருப்பட்டி வைத்து காப்பி போட்டுக் கொடுத்தார்கள்.

ருக்கிக்கு ஒரே எரிச்சலாக இருந்தது. நன்றாக ஊர்சுற்றி சோலைசோலையாக ஆடித்திரிந்தவளுக்கு ஒரே இடத்தில் உட்கார்ந்திருப்பது மிகமிக மோசமானதாக இருந்தது. அதிலும் இன்னும் 9 நாட்கள் பால் கலந்த பொருள் எதுவும் சாப்பிடக்கூடாது என்று சொன்னது அவளின் ஆத்திரத்தை மேலும் தூண்டியது.

மனது காளாவை நினைத்துக்கொண்டே இருந்தது. ஆனாலும், அவள் தம் சமுதாயத்தின் பழக்கவழக்கங்களை மதிப்பவள். ஆகையால் பாட்டி சொன்ன அனைத்தையும் கேட்டுக்கொண்டு எதையும் மீறாமல் நடந்தாள். எப்பொழுதும் பௌர்ணமி இரவை எதிர்பாக்கும் ருக்கி இப்போது அமாவாசை இரவுக்காக காத்திருந்தாள். காரணம் ஒன்பது நாள் தாண்டிவரும் அம்மாவாசைக்கு அடுத்தநாள்தான் வீட்டுக்கு அழைப்பார்கள் என்பதால். அந்த ஞாயிற்றுக்கிழமை என்று வருமோ என்று காத்திருந்தாள். கெம்பன் வீட்டைச் சுற்றிச்சுற்றி வந்துபோய்க் கொண்டிருந்தான்.

அன்றிரவு அவள் தோழிகளுடன் படுத்து உறங்கினாள். ஆனால், எப்பொழுதும் தொட்டும் அடித்தும் பேசி விளையாடிய அவளுக்கு அவர்கள் அருகில் இருந்தும் தூரமாக இருப்பதாகவே உணர்ந்தாள். மூன்றாவது நாள் துணிகளை கையில் எடுத்துக்கொண்டு மீண்டும் ஆறுக்கு குளிக்கப் போகும்போது அவளுக்கு ஏனோ சோகம் மேலோங்கி இருந்தது. "அவள் உடுத்திய அனைத்துத் துணிகளையும் எரித்துவிட்டு வா" என்று பாட்டி சொன்னதே காரணம். எப்படியோ தோழிகளுடனும், பெரியவர்களின் துணையுடனும் ஒன்பது நாட்கள் கடந்துபோனது. அம்மாவாசை நாளும் வந்துபோனது. அந்த ஒன்பது நாள் இரவும் யாரோ தன்னை உற்றுநோக்குவதுபோல் உணர்ந்துகொண்டே இருந்தாள். மழைக்கு அடைக்கலம்

---

[1] வெல்லம் போட்ட சாப்பாடு

கொடுத்த மலையைப்போல் அந்த உறுத்தலுக்கு இடம் கொடுத்து அதை அனுபவித்துக் கொண்டும் இருந்தாள்.

அடுத்தநாள் அவள் வீட்டுக்குள் போகப் போவதையும், தனக்குக் கிடைக்கும் புதிய துணிமணிகளையும் நினைத்து மகிழ்ச்சியில் ஆழ்ந்திருந்தாள்.

மறுநாள் வீட்டுக்கு அழைக்கும் சடங்கு நடந்தது. அவளை கூட்டிக்கொண்டு போய் கோவில் பக்கத்தில் இருக்கும் குளத்தில் தண்ணீரை எடுத்துவந்து அத்தை உட்பட பத்து இருபது பெண்கள் சேர்ந்து குளிக்கவைத்து தாய் மாமா வீட்டு சீர், துண்டு முண்டு, பட்டு கட்டி குளத்தில் இருந்த தண்ணீரை சொம்பில் எடுத்துத் தலையில் வைத்து அழைத்துக்கொண்டு வந்தார்கள். மேய்ந்துகொண்டிருந்த எருமைகள் தலையைத்தூக்கி அவளைப் பார்த்துவிட்டு மீண்டும் மேயத்தொடங்கின.

நெருப்பை மிதிக்க வைத்து தூய்மைப்படுத்தி, நெருப்பு என்றால் தூய்மை தானே. பின்பு இதமனைக்கு அழைத்துவந்தார்கள்.

வலதுகாலை முதலில் வீட்டுக்குள் வைத்து நேரே வீட்டின் இட்டுமனைக்குக்[1] கூட்டிச்சென்றார்கள். அங்கே அவள் சமையல் அறையில் இருந்த மோர் பானையில் இருக்கும் மோரை பத்து நாட்கள் கழித்துக் குடித்தாள்[2].

பால் உணவை உண்டது, அவளுக்கு நாக்கு மோட்சம் பெற்றதாய் உணர்ந்தாள். ஒரு உணவை நாம் வேண்டாம் என்பதற்கும், அவர்கள் நமக்குத்தர மறுப்பதற்கும் நிறைய வித்தியாசம் உண்டு. பலநாள் பிரிந்த காதலனை ஆசையாய் தழுவுவதுபோல் அந்த மோர் பாத்திரத்தை ஆசையாய் கையில் எடுத்து ரசித்து ரசித்து குடித்தாள்.

தோழிகள் அவளை, அந்த பானையையாவது விட்டுவிடு என்று கேலி செய்தார்கள். பின்பு வீட்டில் சாமி கும்பிட்டுவிட்டு, பெரியவர்கள் காலில் விழுந்து வணங்கி நின்றாள்.

பச்சை பட்டாணி உறவினர்களுக்கு வழங்கப்பட்டது. நிமிர்ந்து பார்க்கும்போதுதான் அவளை ஒரு சோடி கண்கள் மட்டும் குறுகுறுவென்று பார்ப்பது அவளுக்குப் புரிந்தது. அந்தப் பார்வையில் போய் முடிந்தது 'மடக்கை முட்டுற' என்ற சடங்கு.

---

1 சமையலறை

2 மடக்கெ முட்டி மங்சிகை குடுத்துப்புட்டா

'அவன் ஏன் யார் கண்ணிலும் படாமல் ஒழிந்து இருக்க வேண்டும்? சடார் என்று காணாமல் போனானே? அவன் கண் ஓரத்தில் ஒரு காயத்தழும்பு தெரிந்ததே? ஒரு வேளை அவனாக இருக்குமோ? அவனாக இருந்தால் எப்படி இவ்வளவு கூட்டத்தில் வருவான்? அவன் வந்தாலும் வருவான், முரடன்.'

ருக்கியின் தந்தை தன் மகளின் 'மடக்கை முட்டுற' சடங்குக்கு வந்திருந்த கோத்தா மற்றும் இருளர்களுக்கு தனது காட்டில் விளைந்த தானியத்தினை மிகவும் சந்தோசத்துடன் அளந்து அளந்து கொடுத்தார்.

மழைத்தூறிக்கொண்டு இருந்தது. யாரும் அதை கவனித்ததுபோல் தெரியவில்லை. அது அதன் போக்கில் இருந்தது.

எருமையின் குரல் அவ்வப்போது கேட்டுக்கொண்டிருந்தது. மைனா தன் இஷ்டம்போல் பல குரல்களில் கத்திக் கூப்பாடு போட்டுக்கொண்டிருந்தது.

பாட்டி திண்ணையில் உட்கார்ந்துகொண்டிருந்தாள் செண்பகமலரின் வாசம் வீட்டில் வீசியது.

பாட்டி, மழை, எருமை, செரப்பணிகெ இவற்றுடன் அவனது பார்வையும் சேர்ந்து ஒட்டிக்கொண்டது ருக்கியின் மனதில்.

5

ருக்கியும் ருக்கியின் வீட்டில் எல்லோரும் பெரிய கொண்டாட்டத்தில் இருந்து விடுபட்டு சாதாரண நிலைக்கு திரும்பினார்கள்.

எல்லோரும் விவசாயத்தில் மும்மரமாக ஈடுபட்டு கொண்டிருந்தபோது, ருக்கி மட்டும் தன்நிலை மறந்தவளாய் ஆகாயத்தைப் பார்த்தபடி மல்லாக்க புல்மேட்டில் படுத்துக்கொண்டு இருந்தாள். வெய்யில் பட்டு அவள் கழுத்திலிருந்த செரப்பணிகெ மின்னல் வெளிச்சம் போல் பாட்டி மாதியின் கண்களைக் கூசியது.

பாட்டி மாதியம்மா, “என்னடி ஆகாயத்தைப் பார்த்துக்கிட்டு இருக்க?” என்று கேட்டாள். அதற்கு ருக்கி, “பாட்டி இங்கே வா வந்து பார், அதிலே உனக்கு என்ன தெரியுது” என்று கேட்டாள்.

“மேகம்தான் தெரியுது” என்று பாட்டி சொன்னாள்.

“அப்போ பாட்டி, அந்த மேகத்தைப் பார்த்தா இரண்டு கண்கள் உன்னை பார்ப்பதுபோல் தெரியவில்லையா?” என்று கேட்டாள். பாட்டி, “தெரியும், தெரியும் ஏன் தெரியாம போகுது?” என்று கூறிக்கொண்டு மருமகள் குண்டியம்மாளிடம் போனாள்.

ருக்கி, பார்க்கபார்க்க அந்த மேகம் கணத்துக்கொண்டே போய் பாரம் தாங்காமல், ‘சரி கொஞ்சம் பாரத்தை இறக்கிவிட்டு நகர்வோம்’ என்று நினைத்து கொஞ்சம் பொழிந்துவிட்டு நகர்ந்து சென்றது.

அன்று இரவு உணவுக்குப்பின், ‘குண்டியம்மாளுக்குத் தன் வம்சம் இருந்திருந்தால், இந்த காளா மட்டும் இப்போது

இருந்தால் என் ருக்கியை வேறு யார்வந்து பெண் கூட்டிப்போக முடியும். எத்தையம்மா என் காளாவை எப்படியாவது என் கண்ணில் காட்டிவிடு. ம்ம்ம்...' என்று பெருமூச்சுவிட்டாள்.

குண்டியம்மாள் எடபாயிலுவில் இருந்த விளக்கை அணைத்துவிட்டு மகள் ருக்கி, மாமியார் மாதியம்மாள் உறங்கியதும், பாயில் தவசப்பெட்டியின் மீது படுத்திருக்கும் தனது கணவனிடம் சத்தம் இல்லாமல் நடந்து சென்றாள். கணவனை மெதுவாகத் தொட்டு எழுப்பி, வெளியே வருமாறு சொல்லி சென்றாள்.

வெளியில், நிலாவின் வெளிச்சத்தில் திண்ணையில் உட்கார்ந்துகொண்டு கொஞ்சம் நெருப்பு மூட்டி குளிர்காய்ந்து கொண்டே பேசத் தொடங்கினார்கள். முதலில் குண்டியம்மாள் ருக்கியின் திருமணப் பேச்சை எடுத்தாள். பேசத் தொடங்கும் முன்னே "என்ன அவசரம், அவள் குழந்தைதானே" என்றான்.

உடனே கண்ணம் சிவந்த குண்டியம்மாள், "ஓ அப்படியா! என்ன இது அநியாயம். ஆளுக்கு ஒரு நியாமா? சரியான வயசுதான் இதைவிட்டா பொண்ணுக்கு உடம்பு முற்றிப் போயிடும். நானும் ருக்கிய பெற்றுக்கொள்ளும்போது எனக்கு வயசு பதினேழு. இப்போ உங்கப் பொண்ணுக்கு பதினெட்டு வயசு ஆகுது. தெரியலையா? இன்னும் ஒரு வருசத்துல நாம பாட்டி தாத்தா" என்று சொன்னதுதான் தாமதம். "என்ன பாத்தா தாத்தாங்குற எனக்கு இருக்கிற தெம்புக்கு இன்னும் பத்து பிள்ள பெத்துக்கலாம். நீ கண்ட கனவாலதான் நான் இன்னும் பிள்ளை பெத்துக்காம இருக்கேன்."

"இப்போது ஏன் அந்த கனவ ஞாபகப்படுத்திறீங்க" என்று கோபித்துக்கொண்டாள் குண்டியம்மா. பெண் நினைத்தால் வாரிசு கொடுக்காமல் ஒரு வம்சத்தைக்கூட அழிக்கமுடியும் சத்தமில்லாமல்.

அந்த மஞ்சள் நிற நெருப்பின் வெளிச்சத்தில், நிலவின் குளுமையும், குண்டியம்மாளின் கெண்டைக்காலின் அழகில் மயங்கி இருந்த மாதன், அவள் என்ன கேட்டாளும் சரி என்று சொல்லும் மனநிலையில் மட்டுமே இருந்தான்.

மிக சுலபமாக தான் எண்ணியதை நிறைவேற்றிக்கொண்டாள் குண்டியம்மாள். பலநாட்களுக்குப் பிறகு, நீண்ட நேரம் கழித்து அவர்கள் குளிர்காய பற்றவைத்த தீ தணிந்தது.

நெருப்பில் ஏற்பட்ட போதையில் மயங்கிய நிலையில் இருவரும் சென்று படுத்து உறங்கப்போனார்கள். ஒரு வழியாக திருமணத்திற்கு சம்மதம் வாங்கியாச்சு, இனி காளாதான் என் பெண்ணை கூட்டிக்கொண்டு போறவன் என்பதை எப்படி மாதனிடம் சொல்லி சம்மதம் பெறுவது என்று யோசித்துக்கொண்டிருந்தாள். அவன் வேறு தேயிலை எதிர்ப்பு என்று அட்டி அட்டியாக சுத்துகிறான். துரைமார்கள் வேறு அவனை துரத்துகிறார்கள். காட்டில் ஒளிந்து வாழும் அவனைக் கண்டுபிடித்து எப்படி ருக்கியை ஒப்படைப்பது. எத்தெ நீதான் காப்பத்தணும். மாதன் களைப்பில் உறங்கிக்கொண்டு இருந்தான்.

கொட்டகையில் எருமைகளின் சலசலப்புத் தெரிந்தது. இணைசேர போராட்டம்!?

காலையில் கோழி கூவிய பிறகே எழுந்து [1]கசிக்கிலு எடுத்துக்கொண்டு வீட்டை சுத்தம் செய்துவிட்டு கசமுறாவில்[2] குவிந்து இருக்கிற சுள்ளிய வெளியே போட்டுவிட்டு. வாசல் சுத்தம்செய்து கொட்டாயில் இருந்த எருமை சாணம் எடுத்துவந்து வாசல் மொழுகிவிட்டு, ஒல வைப்பதற்காக சமையலறைக்குள் சென்றாள் குண்டியம்மாள்.

உள்ளேயிருந்த பாட்டி, “ஏய் குண்டியம்மா, குளித்துவிட்டு பிறகு ஒல வைக்க போ” என்று சொன்னாள். சொன்னதுதான் தாமதம் குண்டியம்மாள் வெட்கப்பட்டுக்கொண்டு சேலையுடன் ஆறுநோக்கி ஓடினாள்.

பாட்டி மாதி, “ஏய் குண்டியம்மா சுடு தண்ணில போய் குளி. ஏன் இப்படி ஆத்துக்குப்போய் குளிக்கிற? ஆத்துல தண்ணி குளிக்குற பதத்துல இல்ல. மழ வேற தூறிக்கிட்டே இருக்கு. விறச்சி விறகுக்கட்ட மாதிரி போயிடுவ” என்று அவள் கூறிய எதையும் கேளாமல் தன்பாட்டுக்குப் போனாள்.

ஒரு வாரம் அப்படியே போனது. ஜாடைமாடையாக வீட்டில் எல்லோரும் ருக்கியின் திருமணம் பற்றிப்பேச ஆரம்பித்தார்கள். ருக்கியின் தோழிகளும் அவளது வருங்கால கணவனைப் பற்றிப் பேச ஆரம்பித்தார்கள்.

அவளுக்குத் திருமணம் பற்றிக் கவலை இல்லை. திருமணம் செய்வது பற்றியும் எந்தக் கவலையும் இல்லை. மடக்கே முட்டு

1 விளக்குமாறு
2 முறம்

சடங்கு அன்று பார்த்த கண்களாக இருந்தால் பரவாயில்லை என்று மட்டுமே சொன்னாள். பரவாயில்லை என்றால், அதே கண்கள்தான் வேண்டும் என்பதுதான் அர்த்தம்.

ருக்கியின் திருமணம் பற்றிப் பேசிக்கொண்டும் அதன் செயலில் அனைவரும் மும்மரமாக இருக்கும்போது, அவளது பெரியப்பாவின் ஒரே மகன் சீரங்கி கவுடர்க்கும் பெண் பார்த்துக்கொண்டிருந்தார்கள்.

இவர் ருக்கியைவிட ஆறு வயது மூத்தவர் சீரங்கி கவுடர். மாதியம்மாளுக்கு ஏழு ஆண் பேரக்குழந்தைகளும், ஒன்பது பெண் பேரக்குழந்தைகளும் இருந்தார்கள். மாதியம்மாளுக்கு பிடித்த, மனதிற்கு நெருக்கமான பேரப்பிள்ளைகள் இருவர் மட்டுமே. ஒன்று சீரங்கி கவுடர். உருவத்தாலும், அதட்டல் தோரணையாலும் தன் கணவரை ஞாபகப்படுத்துவது போல் இருப்பார். பேத்தி ருக்கி தன்னையே நினைவுப்படுத்துவதாக இருந்தாள்.

மகன் வயிற்று மூத்த பேரன் சீரங்கி கவுடர்க்கு முதலில் பெண் கிட்டியது. பெண் பார்த்து வந்தவர்கள் சொன்னதை கேட்கக்கேட்கவே பாட்டி மாதியம்மாளுக்குப் பூரிப்புத் தாங்கவில்லை. பெண்ணைப் பற்றி வர்ணித்துப் பேசி அனைவரும் அந்தப் பெண் வந்து உங்கள் வீட்டின் தோட்டத்திற்குள் கொத்து கொத்தினால் என்றால் சிவப்பு மண்கூட கருப்பாக மாறிவிடும். அவள் உங்கள் வீட்டு அதிர்ஷ்ட தேவதை என்று சொன்னார்கள்.

பாட்டி மாதியம்மாளுக்கு அனைவரின் கண்ணும் தன் பேரப்பிள்ளை மீது விழுந்துவிடுமோ என்று நினைத்து திருஷ்டி சுத்த விரும்பினாள். மருமகள் குண்டியம்மாளை கூப்பிட்டு ஆமணக்கு நெய்யில் நனைத்த மூன்று திரிகளை கதிர் பொறுந்தி எரிய தனது இரண்டு பேரக்குழந்தைகளை நடுவே உட்கார்த்திவைத்து மற்ற பேரக்குழந்தைகளையும் சேர்த்து உட்காரவைத்து, சுற்றி திருஷ்டி கழித்தாள்.

பின்பு, தீபத்தின் கீழ் உட்கார்ந்து இறைவனைத் துதிக்கலானாள். சீரங்கி கவுடாவிற்கு பொறங்காடு சீமை கோத்தகிரியில் இருந்து பெண் கிடைத்ததில் அனைவரையும்விட ருக்கியே மணம் குளிர்ந்து போனாள். அவளுக்கு சின்ன வயதில் இருந்தே எத்தையம்மா மீது அதிக ஆர்வம், அதிக பக்தி, அதிக ஆசை, எத்தையம்மா என்று பேச்சை எடுத்தாலே

என்ன வேலை செய்துகொண்டு இருந்தாலும் எல்லாவற்றையும் போட்டுவிட்டு ஓடி வந்துவிடுவாள். தனது பதினெட்டு வயதில், பதினெட்டாயிரம் முறை தன் பாட்டி சொல்லி எத்தையம்மாவை பற்றிக் கேட்டுவிட்டாள்.

பெரியவர்கள் பேசி முடித்த பிறகு, பெண் கூட்டிவர சீரங்கி கவுடரின் பெரிய பெரியப்பாவும், பெரியம்மாவும் சீரங்கி கவுடரின் சித்தப்பா பையன் போஜனும் மொத்தம் மூன்று பேராக திங்கள் அன்று பெண்ணின் வீட்டுக்குப் போனார்கள். கூடவே அட்டியில் இருந்து கெம்பனும், மணிகுண்டனும் சேர்ந்து கொண்டார்கள்.

விறகு அடுக்கும் இடத்தில் முழங்கால் அளவுக்கு நிறைய காய்ந்த குச்சிகளை அடுக்கி வைத்திருந்தார்கள். "என்ன இது விறகு புதிதாக இருக்கிறது" என்று கேட்டான் கெம்பன்.

"அது தேயிலைச் செடியின் குச்சி, குறிப்பிட்ட கால அளவுல தேயிலைச் செடியை அடியோடு வெட்டிடணும். அப்போதான் மறுபடியும் கொளுந்து இலை நல்லா வரும். இப்போ தேயிலைக்கு நல்ல விலை இருக்கு" என்றான் பெண்வீட்டை சேர்ந்த நகுலன்.

"கெம்பா நான் உனக்கு ஒரு கவ்வாத்து கத்தி தரேன் போகும்போது எடுத்துட்டுப்போ. நீயும் நம்ம அட்டியிலே இருந்திருக்கலாம். என்ன செய்ய எல்லாம் விதி. என்ன இருந்தாலும் நீ எங்க அட்டிப்பையன். வா போகலாம்" என்றான்.

எப்போதும் நகுலனுக்கு கெம்பன் மீது ஒரு தனி பாசம்; அவனுக்கு ஒரு குடும்பம் இல்லை என்பதால். இருவரும் சற்றே வயது வித்தியாசம் உடையவர்கள், ஒருநாள் கெம்பனை இந்த அட்டியில் இருந்து காரணம் புரியாத வயதில் கூட்டிப்போய் விட்டார்கள்.

அங்கே 'கால் இடுப்புது' என்ற சடங்கு நடக்கத் தொடங்கியது. மிகவும் எளிமையான முறையிலேயே நடந்தது. வீட்டிற்கு சென்று பெரிய பெரியப்பாவும், பெரிய பெரியம்மாவும், மணப்பெண் காங்கியைப் பார்த்தார்கள். பார்த்தவுடன் காங்கியை பிடித்துப்போய்விட்டது. ஊர்மெச்சும் அழகியாக இருந்தாள். பெரியம்மா பக்கத்தில் போய் காங்கியின் கையைப் பிடித்து தொட்டுப்பார்த்தாள். அகம் மகிழ்ந்துபோனாள். காரணம் காங்கியின் உள்ளங்கை பாறையை போன்று கடினமாக இருந்தது.

உழைக்க தயங்காத பெண் காங்கி என்று தீர்மானத்திற்கு வந்தாள்.

காங்கியிடம் பெரியம்மா, "எத்தன மணிக்கு தினமும் காலையில எழுந்திருப்பே?" என்று கேட்டாள். அதற்கு காங்கி, "கரி அக்கிலு[1]" கீச்சிடும்போது எழுந்துகொள்வேன்" என்று கூறினாள்.

"அத்தை, அது எப்படி கீச்சிடும் தெரியுமா 'காங்கி எழுந்திரி... காங்கி எழுந்திரி' என்று கத்திக்கொண்டே இருக்கும். அதோ தெரிகிறதே அந்த பேரிக்காய் மரத்தில் உட்கார்ந்து கத்திக்கொண்டே இருக்கும்" என்று சொன்னாள். அதிகாலையில் வைகறை நேரத்தில் முதலில் கீச்சிடும் பறவை, இந்த கரி சுக்கிலு. அதுவும் அதன் குரலுக்குப்பின் யாரும் உறங்கக்கூடாது என்ற நமது பழைய வாழ்வுமுறையையும் மறவாமல் இவள் கடைபிடித்து வருகிறாளே என்று பெருமகிழ்ச்சியடைந்தாள் பெரியம்மா.

காங்கியின் வலிமையை அவளது கைகளில் உணர்ந்த பெரியம்மா, அவளின் சுறுசுறுப்பை 'கரி சுக்கிலு' மூலம் தெரிந்துகொண்டாள்.

மேலும் அவளது அறிவை சோதிக்க, காங்கியிடம் "'கெத்த கெடுசோ மீனு'ன் கதைப்பற்றி உனக்குத் தெரியுமா?" என்று காங்கி கொடுத்த தேநீரை குடித்துக்கொண்டே கேட்டாள்.

தூரத்தில் எருமை மந்தைகளை ஓட்டிக்கொண்டு சிலர் அட்டிப்பக்கம் வந்து கொண்டிருந்தார்கள். அட்டியில் கன்று ஈன்ற போகும் எருமைகளுக்கும் குட்டிகளுக்கும் பசும்புல் சுமந்துகொண்டு நடக்கமுடியாமல் பின்னால் அசைந்துகொண்டு சில எருமைகள் வந்தது கொண்டிருந்தது.

ஒருவன் கையில் இரண்டு காட்டுக்கோழிகளை தலைகீழாகக்கட்டித் தூக்கிக்கொண்டு வந்து கொண்டிருந்தான்.

மழைவிட்டு சற்றுநேரம் ஆனதும் 'சதக் சதக்' என்று மந்தை நகர்ந்துகொண்டு வந்தது அட்டியை நோக்கி.

காங்கி கொஞ்சம் உற்சாகமும், கொஞ்சம் கவலையும் தோய்ந்த முகத்துடன், தனது பாட்டி சொன்ன கதையை கூற ஆரம்பித்தாள்.

---

1 கருங்குருவி

6

முன்னொரு காலத்தில், தனது பாட்டியின் தாத்தா சொக்காகவுடர் ஏழு பேர் உடன் பிறந்தவர். அவர் வீட்டில் அவரது வேலை, எருமைகளை காலையில் ஓட்டிச்சென்று ரெண்டு மலைதாண்டி இருக்கும் புல்வெளிக்கு மேய்ச்சலுக்குக் கூட்டிப் போய்விட்டு வருவது. மேய்ச்சலுக்கு காளை, குட்டிகளும், கன்று ஈனாத எருமைகளும் அழைத்துப்போக வேண்டும். கன்று ஈன்ற, பால் கறக்கும் எருமைகளுக்கு வரும்போது தேவையான புல் கட்டிக்கொண்டு வரவேண்டும்.

அப்படி ஒரு நாள், அவர் காட்டில் கண்ட ஒரு அழகியை நினைவில் நினைத்துக்கொண்டே தூங்காமல் இருந்தார். பின், இரவில் அவரையும் அறியாமல் தூங்கிவிட்டிருக்கிறார். நடுசாமத்தில் முழிப்பு வரவே நேரம் தெரியாமல் வெள்ளி முளைத்துவிட்டதாக எண்ணி வானத்தைப் பார்த்தார். அப்போது வெள்ளி நன்றாக மின்னிக்கொண்டு இருந்தது.

'ஹெத்து கெடிசி விண்மீன்'[1] என்று இந்த மீனைக் கண்டு வெள்ளி முளைத்ததாக எண்ணி எருமை மந்தைகளைத் திறந்துவிட்டு, மடமடவென ஓட்டிக்கொண்டு போய்விட்டார்.

எருமைகளும் என்னவென்று புரியாமல், தன் எஜமானின் குரலுக்குக் கட்டுப்பட்டு. குதித்தபடியே மேய்ச்சலுக்குக் கத்திகொண்டு புறப்பட்டன. வீட்டிலிருந்த சொக்கா கவுடரின் பாட்டி, கண்விழித்து என்னவென்று சுதாரிப்பதற்குள் எருமைகள் கண்பார்வையில் இருந்து போய்விட்டிருந்தன.

---

1 எருமைகளைக் கெடுக்கும் மீன். தமிழில், ரெட்டியை கெடுத்த வெள்ளி என்ற ஒரு சொலவடை உள்ளது

பாட்டி மற்றவர்களை எழுப்பி, மேய்ச்சல் நிலத்திற்கு அனுப்பி வைத்தாள். சொக்காகவுடர் இருளும் விழித்திராத அப்பொழுதில் வனத்துக்குள் செல்லும் எருமைகளை ஒழுங்குப் படுத்திக்கொண்டு போனார்.

இந்த நேரத்தில் அளவுக்கு அதிகமான எருமைகள் யார் பாதுகாப்பும் இன்றி மேய்வதைப் பார்த்த புலிகள் வேட்டைக்குத் தயாராகின.

குறிப்பாக மந்தைகளில் முன்னேறும் ஒரு ஆண் எருமையை பலியாக்க ஒரு தாய்ப்புலி பதுங்கியது. உடனிருந்த இரண்டு குட்டிப்புலிகளும் தாய்க்கு உதவியாக புதரில் மறைந்திருந்தது.

இதை சற்றும் எதிர்பார்க்காத சொக்கா கவுடர், தன்போக்கில் நகர்ந்துகொண்டு இருந்தார். புலியின் வாசனை அறிந்த எருமைகள் சிதறி ஓட ஆரம்பித்தன. இதுதான் தக்க தருணம் என்று, தாய்ப்புலி ஒரே பாய்ச்சலில் ஆண் எருமையின் கழுத்தைப் பிடித்து இழுத்துக்கொண்டு சோலைக்குள் போனது.

அதேசமயத்தில் சொக்கா கவுடர் சகோதரர்கள் வந்துசேர, மற்ற எருமைகளை ஒன்று திரட்டி கன்றுகளை, புலியிடம் இருந்து காப்பாற்றி புல்வெளிக்கு ஓட்டிச்சென்றனர்.

இந்த மயக்கத்தில் இருந்து தெளிய, வெள்ளி முளைக்கும்போது கீச்சிடும் இந்தக் கரிகுருவியின் குரல் உதவியது என்று சொல்லி முடித்தாள் காங்கி.

பெரியம்மாவுக்கு ஒரே சந்தோஷம், என்ன ஒரு அறிவு. அறிவு கதைகளின் வழியே கடத்தப்படுகிறது. 'வரலாறு என்பது கதைகளின் வழியே வாய்மொழியாக தலைமுறை தலைமுறையாக கடத்தப்படுவதுதானே'.

காங்கி, பெரியம்மாவை கூட்டிக்கொண்டு, பேரிக்காய் மரத்தடிக்குப் போனாள். பொன்னேர் பூட்டும் சடங்குகளை[1], அந்த வருட போக விதைப்பினை இந்தக் குருவியின் கீச்சுக் குரலுக்குப் பிறகே விதைப்போட்டனர் என்றும், இந்த பறவைதான் என்னுடைய தோழி என்றும், தான் இருக்கும்போது தன்னோடு வரும் என்றும், அது இந்த மண்ணில் இருக்கும் புழுக்களை எடுத்து உண்ணும் என்றும் சொன்னாள்.

---

1 ஏர் பூட்டி விதைகளை விதைக்கும் சடங்கு

பெரியம்மா உண்மையா இது என்று தேடித்தேடிப் பார்த்தார். அந்த பேரிக்காய் மரத்தில் இலை இல்லாத ஒரு கிளையில் உட்கார்ந்து இருந்தது. இதனைக் கண்டதும் மூன்றுமுறை தப்பு கரணம் இட்டுக்கொண்டாள்.

பழமையில் ஊரியவள். துயில் எழும் காலம், மந்தை எடுக்கும் காலம், விதைக்கும் காலம், பறவை குறித்த அறிவு, விண்மீனைப் பார்த்து விடியலை குறிக்கும் அறிவு இவைகளை காங்கியிடம் கண்ட பெரியம்மா, இவள்தான் நம்மை காக்க வந்தவள், குடும்பத்தைக் காத்து என் மகனுக்கும் துணையாக இருப்பாள் என்று முடிவு செய்துகொண்டாள்.

தை மாதத்தில் வந்து பெண் கூட்டிப் போவதாக சொல்லிவிட்டு முழு திருப்தியுடன் அட்டிக்கு வந்து சேர்ந்தார்கள். அட்டிக்கு வந்தவுடன் பாட்டி மாதியிடம், வாய் வலிக்கும் வரை பேசி தீர்த்தாள். பெரியம்மா, இந்த வரிசையில் இருக்கும் அனைத்து வீடுகளுமே ஒரு திருமண நிகழ்வுக்குத் தன்னை தயாராக்கிக்கொண்டு இருப்பதுபோல் இருந்தது.

கெம்பனும் ருக்கியிடம் காங்கியைப்பற்றி சொல்லிக்கொண்டு இருந்தான். அவர்கள் இருவருக்கும் இருக்கும் பொருத்தம் பற்றி நிறைய சொல்லிக்கொண்டே தானும் அடுத்துப் பெண்கூட்டி வரப்போவதாகவும், தனக்கு இந்த அட்டியில் ஒரு பெண் இருப்பதாகவும் அவளிடம் வெட்கப்பட்டுக்கொண்டே சொன்னான்.

தனக்கு பெண்கூட்டி வந்தவுடன், தான் மசினகுடியில் இருக்கும் மசினி அம்மன் கோயிலுக்கு கல்லட்டி வழியாக நடந்துபோய் வருவேன் என்று சொல்லிக்கொண்டு இருந்தான்.

“டேய் கெம்பா நீ என்ன வேண்டுமென்றாலும் செய். தயவு செய்து உன் முகத்தை மட்டும் இப்படி வைத்துக்கொள்ளாதே. காலையில சாப்பிட்ட கஞ்சி வாய் வழியா வருவதுபோல இருக்கிறது” என்று அவனை முகம் சுளித்துக் காட்டிவிட்டு ஓடினாள்.

ருக்கியின் பெரியம்மா பெண் பார்த்துவிட்டு வந்த அதே நாளில்தான் ருக்கியின் தோழி, பாமாவின் திருமணம் நிச்சயம் ஆனது.

அடுத்துவந்த வாரத்தில் ருக்கி தன் தோழிகளை கூட்டு சேர்த்துக்கொண்டு பாமாவின் வீட்டுக்குப் போனாள். கூடவே கெம்பனும் வந்தான். "டேய் நீ எங்கே வர? போ, போய் எருமைகளை குளிக்க வை" என்று அதட்டிவிட்டுப் போனார்கள்.

அங்கே போனபோது, பாமா தன் தாயுடன் சேர்ந்து கோதுமையை சுத்தம் செய்து கொண்டிருந்தாள். ருக்கியையும் தன் தோழிகளையும் பார்த்தவுடன் வேலையை விட்டுவிட்டு எழுந்து ஓடிவந்தாள். அனைவரையும் அழைத்துக்கொண்டு வீட்டு தோட்டத்திற்குப் பின்னால் நடந்துபோய் புல்மேட்டில் வெயிலில் படுத்துக்கொண்டார்கள். வெய்யில் பட்டு அவர்கள் அணிந்துகொண்டிருந்த நகைகள் மின்னியது. அதிகம் வெய்யில் பட்டு ருக்கியின் வெள்ளிக் கழுத்தணி அவளைச் சுட்டது. திருப்பிவிட்டுக் கொண்டாள்.

மாலை வெயில் குளிருடனும் மிதமான பூச்சாரலுடனும் ஒருவிதமாக இருந்தது. தன் பக்கத்தில் இருக்கும் சிறிய மரத்தின் ஒரு கொப்பில் மஞ்சள் மற்றும் கறுப்பு நிறத்தில் இருக்கும்[1] பெரிய பழம்திண்ணி பறவை, மரத்தில் இருக்கும் அணிலுடன்[2] அந்தப் பக்கமும் இந்தப் பக்கமும் கொத்தி விளையாடிக் கொண்டிருப்பதைப் பார்த்தாள்.

அந்தப் பறவை அணிலை சீண்டுவதும் அதைப் போகவிடாமல் அதனுடன் விளையாடுவதும் ஒரு விளையாட்டாக இருந்தது. இதேபோல்தான், தன் தோழிகள் தன்னைப் பாடாய் படுத்தப்போகிறார்கள் என்பதை உணர்ந்துகொண்டு ஒரு வெட்கச்சிரிப்புடன் ருக்கியைப் பார்த்தாள்.

ருக்கி, "என்ன பாமா நேற்று இரவு நீ தூங்கவே இல்லையா? உன் கணவனை நினைத்துக் கனவு கண்டு கொண்டிருந்தாயோ?" என்று கேட்டுக்கொண்டு இடுப்பை ஒரு கிள்ளு கிள்ளி வைத்தாள்.

பாமாவின் முகம், அவள் வீட்டில் காய்த்த பிளம்ஸ் பழம்போல் சிவந்தது. சிறிதுநேரம் அனைவரும் எதைஎதையோ விளையாட்டாகப் பேசிவிட்டு மௌனமாக எதையோ நினைத்து சூரியன் மறைவதைப் பார்த்துக்கொண்டிருந்தார்கள்.

குளிர் அவர்களைத் தழுவுவதை உணர்ந்து மெல்ல நகர்ந்து வீடு வந்து சேர்ந்தார்கள். அடுத்தநாள் நடக்கவிருக்கும்

1 Orange and Black fly catcher bird
2 Giant Squirrel

நிகழ்வுக்காக பாமாவிற்கு என்ன உடை உடுத்துவது என்று தேர்வுசெய்ய வீட்டுக்குப் பொடி நடையாக பேசிக்கொண்டே வந்தார்கள்.

பாமாவின் அம்மா துண்டுமுண்டுதான் உடுத்தவேண்டும். வேறு பட்டைகள் உடுத்தக்கூடாது என்று கண்டிப்பாக சொல்லிவிட்டார்கள். பாமா கேட்பாளா என்ன. அனைவரும் வீட்டின் உள்ளே இருக்கும் படியில் ஏறி, மேல் அறைக்கு சென்றார்கள்.

பாமாவின் அப்பா திண்ணையில் எதையோ பறிகொடுத்தவர்போல் அமர்ந்திருந்தார். பாமாவின் அம்மா என்னவென்று கேட்கவே, பக்கத்து அட்டியில் ஒருவன் புலி அடித்து இறந்துவிட்டதாகவும் உண்மையில் அது புலி அடிக்கவில்லையென்றும் தேயிலையினால் ஏற்பட்ட கொலை என்றும் சொன்னார்.

தேயிலைக்கு எதிராக அட்டி பையன்கள் சேர்ந்து கூட்டம் போட்டதாகவும் அது துரைமார்களுக்குத் தெரிந்து அவர்களைப் பிடித்துவிட்டதாகவும் மற்றவர்கள் தப்பிக்க இவன் மட்டும் மாட்டிக்கொண்டதாகவும் அவன் தோலை உரித்து துரை காட்டில் வீசிவிட்டு போனதாகவும் பேசிக்கொள்கிறார்கள். எது உண்மையோ இன்னும் எத்தனை உயிர் போகப்போகிறதோ தெரியலையே? என்று சொன்ன பின், பாமாவின் அம்மாவும் மௌனமாக திண்ணையில் உட்கார்ந்துகொண்டாள்.

அரைமணி நேரத்திற்குப் பிறகு, ஒரு வழியாக முன்பக்க பொத்தான் வைத்த நீலநிற சட்டை அணிந்துகொண்டு முழுக்கால் பாவாடை அணிந்துகொள்வது என முடிவு எடுத்து தேநீர் சாப்பிடுவதற்கு கீழே இறங்கி வந்தார்கள்.

பாமாவின் தாய்மாமனின் அட்டியில் இருந்து எடுத்து வந்திருந்த தேயிலைத்தூளில் தேநீர் தயாரித்துக்கொடுக்க, அந்த காய்ந்த இலையின் மணமும் தேனின் சுவையும் அவர்களுக்கு ஒரு புத்துணர்ச்சியையும் தெம்பையும் கொடுத்தது. மீண்டும் சற்றுநேரம் பேசிவிட்டு அவரவர் வீட்டிற்குத் திரும்பிப் போனார்கள்.

அடுத்தநாள் ஞாயிறு காலை மடமடவென தனது வேலையை முடித்துவிட்டு பாமா வீட்டிற்கு ஓட்டமும் நடையுமாக வந்துகொண்டிருந்தாள் ருக்கி.

ருக்கியை பாமாவின் அம்மா வீட்டு வாசலில் வைத்து வரவேற்றாள். இடுப்புவரை நீண்டு இருந்த பின்னலை முன்னாடி போட்டுக்கொண்டு ஒய்யாரமாக தூணில் சாய்ந்துகொண்டு சிலைபோல் இருந்தாள் பாமா.

பாமாவின் அம்மா அவளைப் பார்த்து, "வந்தா இங்கேயேதான் வருவாங்க. பார்க்காதவங்கள பார்க்கிற மாதிரியும், வராதவங்க வர்ற மாதிரியும் இவள் நடையும், உடுப்பும், ஆளும்" என்று அழுத்துக்கொண்டு போய் தன் வேலையைப் பார்த்தாள். பாமாவிற்கு ஒரே எரிச்சல், "என்ன அவங்க சும்மாவா வராங்க? என்னைக் கூட்டிப்போக வராங்க. இன்று விசேஷநாள் இல்லையா?" என்று சொல்லிக்கொண்டு வீட்டிற்கு அருகில் இருக்கும் அந்த மரத்தில் ஏறி யாராவது வருகிறார்களா? என்று பார்த்துக்கொண்டு இருந்தாள். பின்பு சலிப்புடன் மரத்தில் இருந்து இறங்கி ருக்கியை நோக்கி நடந்து வந்தாள்.

திண்ணையில் இருந்து ருக்கி, பாமாவை மேல்இருந்து கீழ்வரைப் பார்த்தாள். ஒரே ஒரு செண்பகப்பூ, ஒரே ஒரு மொட்டுத்தோடு, ஒரு செரப்பணிகெ, கையில் ஒரே ஒரு வளையல் அளவான அழகு பாமாவிற்கு என்று நினைத்துக்கொண்டாள்.

"ருக்கி இந்த செண்பகப்பூ அந்த பேரிக்காய் மரத்தில் பூத்தது தெரியுமா?"

"என்ன? பேரிக்காய் மரத்தில் எப்படி செண்பகப்பூ பூக்கும்?"

"ஆமாம் பூக்காதுதான். காலையில் நான் பார்க்கும்போது இதோ இந்த செண்பகமாலை அந்தப் பேரிக்காய் மரத்தில் தொங்கிக்கிட்டு இருந்தது. யாரோ யாருக்காவோ நல்ல காட்டு மரத்தில போய் பறிச்சிட்டு வந்து கட்டியிருக்கணும். இந்தா நீயும் கொஞ்சம் எடுத்துக்கோ" என்றாள். ருக்கி அந்த வாசனையில் கிறங்கிப்போனாள்.

பாமா வாசலில் தொங்கியிருந்த வெள்ளை வெங்காயத்தை திண்ணையில் இருந்து கிள்ளிகிள்ளி போட்டதும், பார்ப்பதற்கு அந்த வெள்ளை வெங்காயம் எல்லாம் தன் பல்லைக்காட்டி ஏளனம் செய்வதுபோல் இருந்தது.

ஒரு வழியாக சந்துருவின் அப்பாவும், அம்மாவும், பெரியப்பாவும், பெரியம்மாவும் மற்றும் சிலரும் வந்தார்கள்.

தேயிலைப்பொடி கொண்டுவந்து கொடுத்தார்கள். நம் தோட்டத்துத் தேயிலை இது. வந்தவர்களை வரவேற்று காப்பி, துப்புத்திட்டு கொடுத்து இதமனையில் அமர்ந்துகொண்டார்கள்.

இடைப்பாயிலு பக்கத்தில் வந்து நின்றுகொண்டாள் பாமா. பரஸ்பரம் அனைவரும் நலம் விசாரித்துக்கொண்டார்கள். அனைவருக்கும் சம்மதம் ஆன பிறகு, ஒருமாதம் கழித்துப் பெண் கூட்டிப்போவதாகக் கூறிவிட்டு மகிழ்வுடன் சென்றார்கள்.

அனைவரும் வெளியே போகும்போது வாசலில் நின்றுகொண்டிருந்த ருக்கியின் உள்ளங்கையில் ஒரு செண்பகப்பூவை வைத்து மூடி இருகப்பற்றி ஒரு கரம் சென்றது. சில்லிட்டு உறைந்து நின்றாள்.

சற்றுநேரத்திற்கு முன்பு பாமா கொடுத்த அதே செண்பகப்பூ அதே மணம். அப்படியென்றால் முன்னமே நான் இங்கு வருவது தெரிந்து, எனக்காகக் கொண்டுவந்த செண்பகப்பூவா இது?

காளா நீயா?

நீயேதான்!

7

முதல் செண்பகப்பூ, முதல் தொடு உணர்வு. என்ன இந்த உணர்வு? இதுபோன்று இதற்குமுன்பு யார் தொட்டும் இப்படி வந்தது இல்லையே. என்ன என் இதயம் இப்படித் துடிக்கிறது? ஏறி இறங்கும் தனது மார்பை அழுத்திப் பிடித்துக்கொண்டாள். இரத்தம் மேல்நோக்கி பாய்ந்தது. சிவப்பு நிறம் தோற்றுப்போகும்படி சிவந்திருந்தது ருக்கியின் முகம்.

பாமா வந்து அவளைத் தொட்டபிறகுதான் தன்னுணர்வு பெற்றாள். எதுவும் பேசாமல், நான் வீட்டுக்குப் போகிறேன் என்று சொல்லி ஓடினாள. ஓடியவள் தன் பாட்டியிடம் சென்று அவள் கையைப் பற்றி உட்கார்ந்துகொண்டாள். ஒரு மாதம் எப்படி ஓடியது என்றே தெரியவில்லை. இரவும் பகலும் அந்த கண்களும், அந்த செண்பக மலரின் வாசமும், அந்த இருகப்பற்றிய அந்த கரங்களும் அவளைப் பாடாய்ப்படுத்தியது. நினைத்து நினைத்து மகிழ்ந்து கொண்டிருந்தாள்.

பாட்டி மாதியும் ருக்கியும் மந்தையில் உட்கார்ந்திருந்தார்கள்.

நல்ல மேட்டில் இருந்துகொண்டு கோணாவை பார்த்துக்கொண்டு இருந்தார்கள். அது ஒரு இடத்தில் நில்லாமல் மற்ற மேய்ச்சல் எருமைகளை சீண்டிக்கொண்டும் துரத்திக்கொண்டும் இருந்தது. அதன் மினுமினுப்பும் அதன் கருமையும் இருவருக்கும் தங்கள் காதலனை நினவைப்படுத்திக் கொண்டிருந்தது. அது நடக்கும்போது ஏற்படுத்தும் அசைவும், அதிர்வும் அதன் வலிமையை மட்டுமின்றி அதன் எடையையும் எடுப்பாக எடுத்துக்காட்டியது.

விடியற்காலையில் புல்மேட்டில் இருந்த சூரியன் செண்பகமரத்தை தாண்டி வந்துகொண்டிருந்தது. மந்தையில் இருந்த எருமைகள் காலை மேய்ச்சலை முடித்துக்கொண்டு மெல்லமெல்ல அங்கே இங்கே இருந்த மரங்களை நோக்கி அட்டைப்போல் நகர்ந்துகொண்டு சென்றன. தனக்கான இடத்தைத் தேர்வு செய்து மரநிழலில் படுத்து அசைப்போட்டுக்கொண்டு இருந்தன. ஒவ்வொரு நிழலிலும் மனிதர்களும் எருமை மாடுகளும் படுத்துக்கிடந்தன.

குளிர்காற்று வீசும்போது எருமைகளின் மயிர்கள் சற்று சிலிர்த்துக்கொண்டன. மைனா, எருமைகளின் முதுகில் உட்கார்ந்துகொண்டு அதன்மீது இருக்கும் உன்னிப் பூச்சிகளை தின்றுகொண்டு இருந்தது. உண்டு களைத்து என்ன செய்வதென்று தெரியாமல் செரிமானமாக தன் பாட்டுக்குக் கத்திக்கொண்டு இருந்தது.

பாட்டியிடம் ருக்கி கேட்டாள். "எப்படி எதுக்கு இந்த மைனா இத்தனை விதமா கத்திக்கொண்டிருக்கிறது. எதுக்காக பாட்டி? நாம எப்போதும் ஒரே குரல்லதான் பேசிக்கொண்டு இருக்கோம்? இல்ல நாமும் இப்படித்தான் விதவிதமாக குரல்ல பேசிக்கிட்டு இருக்கோமா? ஒன்னுமே புரியல பாட்டி"

பாட்டியிடம் பதில் இல்லை.

கோணா எழுந்து வந்து பாட்டியிடம் படுத்துக்கொண்டது. பாட்டியின் வாசம் நன்றாக பழகி இருந்தது அந்த கோணாவிற்கு. ருக்கி எழுந்துவந்து கோணாவிடம் உட்கார்ந்து கொண்டாள். நல்ல இதமான வெயில் கோணாவை மயக்க நிலைக்குக் கொண்டுபோனது. அதன் தாடையை தடவி விட்டுக்கொண்டு இருந்தாள். பக்கத்தில் இருந்த தும்பை பூச்செடியில் இருந்த வெள்ளைப் பூக்களை ஒவ்வொன்றாக பறித்து எடுத்துக்கொண்டு அதை கண் இமைகளில் இருந்த முடிகளில் சொருகினாள். அது பார்ப்பதற்கு கண்களில் வெள்ளை நிறம் தீட்டப்பட்டு இருந்ததைப்போல் இருந்தது. பார்ப்பதற்கு வேடிக்கையாக இருந்தது. கோணாவின் மீது தன் தலைவைத்து முகம் மட்டும் நிழலில் இருப்பதுபோல் பார்த்துக்கொண்டு உடல் முழுவதும் வெயிலில் கிடத்தி அப்படியே ருக்கியும் கிறங்கிப்போனாள்.

நல்ல அமைதி நிலவிக்கொண்டு இருந்தது. பாட்டி மாதி, 'இவ்வளவு அமைதி இருந்தாள் எப்பொதும் ஏதாவது தொல்லை

வந்து சேரும்' எத்தை அம்மனை வேண்டிக்கொண்டாள். சூரியன் மெல்ல மெல்ல தன் பலத்தை இழந்துகொண்டிருந்தது. மேகம் தனது வலிமையைக் காட்டிக்கொண்டு இருந்தது.

பாட்டியும் சற்று கண்ணயர போனாள். விழி இரண்டும் சரியாக பொருந்தி போவதற்கு முன் 'தொப் தொப்' என்று மரத்தில் இருந்த நல்ல கருத்த உருவம் ஒன்றன்பின் ஒன்றாக விழுந்தது. சத்தத்தில் விழித்த எருமைகள், பாட்டி மாதி, ருக்கி, கோணா ஒருவருக்கும் ஒன்றும் புரியவில்லை. ஒரு நொடிக்கும் குறைவான நேரத்தில் சுதாரித்துக்கொண்டு பாட்டி மாதி விலக்குவதற்குள். ருக்கி அட்டிக்கெ கேட்கும் அளவிற்கு சத்தமாக கத்தி முடித்திருந்தாள். திடுதிப்பென்று திசைக்கு ஒன்றாக ஓடி ஒளிந்தன அனைத்து உயிர்களும்.

குதித்த கருப்பு உருவங்கள் இவர்கள் செய்த ஆர்ப்பாட்டத்தை இரண்டு கால்களில் நின்று ஒருமுறை ரசித்துப் பார்த்துவிட்டு இரண்டு கால்களையும் ஊன்றி நான்கு கால்களில் நடந்து போயின, தனது வாலை கேள்வி குறிபோல் வைத்துக்கொண்டு. பின்னே வந்த குட்டிகள் எப்படி எங்களைப் பார்த்து பயந்துவிட்டார்களா என்பதுபோல் பார்த்துக்கொண்டெ போயின. ருக்கி சிரித்துக்கொண்டே சொன்னாள், "அட பாட்டி இது குரங்குக் கூட்டம். இதற்குப் போயி இப்படியா பாட்டி கத்துவெ..." என்று சொல்லிவிட்டு ஓடி மறைந்தாள்.

'மலுங்க மலுங்க' விழித்துக்கொண்டு இருந்த கோணாவை பார்த்து அனைவரும் ஒருசேர சிரித்தனர். அதன் கண்களில் சொருகி இருந்த அந்த தும்மைப் பூ அதன் கண்கள் சிமிட்ட சிமிட்ட பார்ப்பதற்கு கருத்த வானில் அப்பியிருக்கும் விண்மீன்போல் வேடிக்கையாக இருந்தது.

அனைவரும் தன் கோணாவைப் பார்த்து சிரித்தவுடன் அவளுக்கு கோபம் தலைக்கு ஏறியது.

'மடமட' என வந்த கோணாவை சரி செய்துவிட்டு அதை கூட்டிக்கொண்டு நடந்துபோனாள் ருக்கி.

அவள் நடக்கவும் எருமை அவளைத் தொடர்ந்துபோகவும் சரியாக இருந்தது. மந்தைக்கு அப்பால் இருந்து காளா இவற்றை பார்த்து ரசித்துக்கொண்டு இருந்தான்.

காட்டியும் பார்த்துக்கொண்டு இருந்தது. இருவரும் மக்கள் இருக்கும்போது வெளியே வருவது இல்லை.

ருக்கிக்கு காளாவும் கோணாவும் ஒன்றுபோலவே தெரிந்தார்கள்.

விதி தன் விளையாட்டை மிக சரியாக விளையாடிக் கொண்டிருந்தது, சுவாரசியம் குறையாமல்.

பெண் பார்த்த ஒரு மாதத்திற்குப் பிறகு, சந்துருவின் வீட்டில் இருந்து இருபது முதல் இருபத்தைந்து பேர் சொந்தபந்தம் எல்லாம் வந்தார்கள். பலகாரம் எல்லாம் செய்து அனைவருக்கும் சாப்பிடக் கொடுத்தார்கள். பிறகு, சந்துருவின் பெரியப்பா, பெரியம்மா தட்டு, புடவை, நகை, வெள்ளிமணி எல்லாம் வைத்தார்கள். சந்துருவின் பெரியம்மா பாமாவின் கழுத்தில் ஒரு பவுன் தங்கச் செயின் கட்டி உறுதிப்படுத்திக்கொண்டு போனாள். "இப்ப உங்க பொண்ணு பாமா எங்க வீட்டு மருமகள்" என்று சொன்னபிறகு பாமா அனைவரின் காலிலும் விழுந்து ஆசிர்வாதம் வாங்கினாள்.

பாமாவின் வீட்டுக்குப் பின்னால் ருக்கியும் மற்ற தோழிகளும் நின்று பேசிக்கொண்டிருந்தார்கள். பாமாவின் அம்மா ருக்கியிடம், "உன் வீட்டுக்குப்போய் உன் அம்மாவை கூட்டி வா, எனக்குத் துணையாக இருக்கட்டும்" என்றாள்.

'சரி' என்று சொல்லிவிட்டு வீட்டில் இருந்து பத்துப்படி இறங்கி நடக்கத்தொடங்கினாள். கொஞ்சதூரம் சென்றவுடன் யாரோ பின்னால் வருவதுபோல் தோன்றவே சற்று நின்று திரும்பினாள்.

திரும்பியதுதான் தாமதம். பின்னால் இருந்த அவன், அவள் இடுப்பைப் பிடித்து வளைத்து அவளை இறுக அணைத்து தன் முகத்தை அருகில் காட்டி, "என்னைத் தெரிகிறதா?" என்று கேட்டான்.

அந்தக் காந்தார குரல், இறுக்கிய அவனது கை, சூடான மூச்சுக்காற்று, அவன்மீது வந்த மணம், அவளை இதுவரை அனுபவித்திராத ஒரு உணர்வுக்குக் கூட்டிச்சென்றது. ஒரு நொடி பொழுதுதான். பின்னே ஆள்வரும் ஓசை கேட்டவுடன் அவன், "ஏய் ருக்கி நாளை ஓடைப்பக்கம் இரவு வந்துவிடு" என்று சொல்லிவிட்டு மாயாமாய் மறைந்தான்.

எதிரே வந்த ருக்கியின் அம்மா, "என்ன பண்ற நடுரோட்டில்?" என்று கேட்க, எதுவும் சொல்லாமல் இருந்த ருக்கியை உலுக்கி, "ருக்கி ருக்கி" என்று அவளது அம்மா கூப்பிடவும், "உங்களை பாமாவின் அம்மா கூட்டிவரச் சொன்னார்கள்" என்றாள்.

"அதுக்கு ஏன் இப்படி நடுரோட்டில் நிற்கிற? வா போலாம்" என்று கூப்பிட்டாள்.

"அம்மா, எனக்கு வீட்டுக்குப் போகணும்" என்று சொல்லி ஒரே ஓட்டமாக வீடு வந்து சேர்ந்தாள்.

திண்ணையில் இருந்த பாட்டி மாதி, "என்னடி நீ பாட்டுக்கு வந்துட்ட?" என்று கேட்டதற்கு பதில் ஏதும் சொல்லாமல் மேல் அறையில் சென்று படுத்துக்கொண்டாள். தன் இடுப்பை பலமுறை தொட்டுப்பார்த்துக்கொண்டாள். கண்ணுக்கு எட்டிய காட்சிவரை அவன் முகமே தெரிந்தது. கையில் இருந்த செண்பகப்பூ வதங்கிப்போய் இருந்தது. அதன் வாசம் மட்டும் குறையவில்லை.

பாமாவின் வீட்டில் சொந்தபந்தங்கள் சேர்ந்து அன்று இரவு பெரியபெரிய பாத்திரத்தில் சமையல் செய்து வீட்டிற்கு வந்த அனைவருக்கும் பசியாற்றிக் கொண்டிருந்தார்கள். பெண் அழைப்பதற்காக ஐந்துபேர் வந்திருந்தார்கள். சந்துருவின் பாட்டி,[1] தாத்தா,[2] பெரியம்மா, பெரியப்பா மற்றும் சந்துருவின் தம்பி என ஐந்துபேர் வந்திருந்தார்கள.

இரவு அவர்கள் சாப்பிட்டு பந்தி முடிந்தபிறகு, நல்லநேரம் பார்த்து இரவு பத்து மணிக்கு செரிப்புநகை (வெள்ளியால் ஆன நகை) அதோடு சேர்த்து வெள்ளி மோதிரத்தை பாமாவிற்கு பாட்டி போட்டுவிட்டாள். பாமா ஆரஞ்சு நிறத்தில் புடவை கட்டியிருந்தார், அதன்மேலே தன் பாரம்பரிய உடையான வெள்ளை நிறத்தில் புடவை கட்டியிருந்தார். அதன்மேலே தன் பாரம்பரிய உடையான வெள்ளை வேட்டி போர்த்திக்கொண்டு அழகாக இருந்தாள்.

சந்துருவின் தம்பி முறையான மகாலிங்கம் பத்தொன்பது வயதேயான மிகவும் பொறுப்பான பையன். ஆள் ஆறடி உயரத்தில் இருந்தான். அவன் பாமாவின் குடும்பக்கார வீட்டுக்கெல்லாம் போய் பெரியவர்களின் காலில் விழுந்து, "எங்க

---

[1] பாமாவிற்கு மாமியார் முறை
[2] பாமாவிற்கு மாமனார் முறை

அண்ணனுக்கு அண்ணியை[1] கூட்டிப்போக வந்திருக்கிறோம் உங்களுக்கு சம்மதமா?" என்று கேட்டு அனைவரிடமும் சம்மதம் வாங்கிக்கொண்டு பின்பு, பாமாவின் வீட்டுக்கு வந்து மீண்டும் சாப்பிட்டு உறங்கிப்போனான்.

அடுத்தநாள் காலை நான்கு மணிக்கு பாமாவை அழைத்துக் கொண்டு பெண்வீட்டார் அனைவரும் சந்துருவின் வீட்டிற்கு வந்து சேர்ந்தார்கள்.

சடங்குகள் எல்லாம் மிக சரியாக, முறை தவறாமல் நடந்து கொண்டிருந்தன.

ஊர் பெரியவர்களும், மணமகன் வீட்டாரும் பாமாவின் வீட்டாரை வரவேற்று அவர்களுக்கு மோர் கொடுத்து அவர்கள் எடுத்து வந்த சீர் பொருட்களை வாங்கி வைத்தனர்.

குடைகளை மடிக்கி ஓரத்தில் வைத்தனர். பாமா வீட்டிலிருந்து கொண்டுவந்த பலகாரங்களை அனைவருக்கும் கொடுத்தனர்.

மழை ஒரே சீராக பெய்து கொண்டிருந்தது.

சாமை, மண் பாண்டங்கள், கத்தி, வெண்கலத்தட்டு, இன்னும் பிற பாத்திரங்கள் கொண்டுவந்து வைத்தனர்.

ஆற்றில் இருந்து கொண்டுவந்த நீரினை பாமாவிற்கு ஊற்ற, அவள் அதை மூன்றுமுறை தொட்டு வணங்கி, அந்நீரினை உள்ளங்கையில் வாங்கி வாய் கொப்பளித்து விழுங்கினாள். கால்களைக் கழுவிக்கொண்டாள். அந்த நீரின் சாட்சியாக பாமா அந்த வீட்டின் சொந்தமானாள்.

பாமா வந்தவுடன் மூனு சொம்பில்[2] தண்ணீர் வைத்துக்கொண்டு இருந்த சந்துருவின் சித்தப்பா மனைவியும், பெரியப்பாவின் மருமகளும் பாமாவை தண்ணீர் நிறைந்த சொம்புடன் வீட்டுக்கு வலதுகால் வைத்து அழைத்து நேராக ஒகமனைக்கு கொண்டுபோய் வைத்துவிட்டு சாமி கும்பிட்டு வரசொன்னார்கள். அவ்வாறே செய்துவிட்டு எடபாயிலில் உள்ள விளக்கின் வெளிச்சத்தில் வந்து நின்றாள்.

பக்கத்தில் இருந்த ஒரு பையன் பாமாவிடம், "ஏன் ருக்கி வரவில்லை?" என்று அவள் காதில் கேட்டுப்போனான்.

1 பாமா

2 தொட்டுலு என்ற பாத்திரம்

அப்போதுதான் பாமா, ருக்கி இன்னும் வரவில்லை என்பதை உணர்ந்தாள்.

உடனே ருக்கியின் அம்மாவிடம் இதைப்பற்றிக் கேட்க, "ருக்கிக்கு மேலெல்லாம் சூடாகி காய்ச்சல் கண்டிருக்கிறாள்" என்று சொன்னார்.

இதைக் கேட்டுக்கொண்டிருந்த அவனது கால்கள் அங்கு நிற்கவில்லை. நேராக ருக்கியின் வீடு தேடி நடக்க ஆரம்பித்தது. தேயிலைத் தோட்டத்தின் வழியாக வேகமாக நடக்க, அவன் கெண்டைக்காலில் அதன் கொப்புகள் பட்டு கிழித்தது. இரத்தம் கசிந்துகொண்டு இருந்தது. அது அவனுக்கு உறைக்கவில்லை. அந்த தேயிலைச் செடிகளை வேரோடு வெறுத்தான்.

இதமனையில், பாமாவிற்கு மணிகட்டின பாட்டியும் மற்ற நான்கு பெண்கள் சேர்ந்து கங்குவாவில்[1] சாப்பாடு, தயிர், ஒரு வாழைப்பழம் பிசைந்து வைத்தார்கள். காலை ஒன்பது மணி ஆனதும் நல்ல பசியில் இருந்த பாமா நன்றாக சாப்பிட்டாள். "சாங்கியத்திற்கு சாப்பிடச்சொன்னால் இப்படியா சாப்பிடுவது?" என்று எல்லோரும் கேலி செய்தார்கள்.

அந்த ஐந்து பேரில் பாமாவின் மூத்தார் மனைவி தண்ணீர் ஊற்ற, பாமா தனது கையைக் கழுவிக்கொண்டு சாப்பிட்ட இடத்தை தண்ணீர் ஊற்றி சுத்தம் செய்தாள். அரக்கோலின் இசையும், புகுரியின் இசையும் 'ஹாவ் ஹாவ்' என்ற மங்கள முழக்கமும் மாப்பிள்ளையின் அறிவிப்பை பறைசாற்றியது.

சந்துருவை பெரியப்பாவின் வீட்டில் இருந்து அழைத்துவந்தார்கள். சரியாக காலை பத்து மணிக்கு வீட்டு வாசலில் போடப்பட்டிருந்த பந்தலில் அவர்களை அமரவைத்து மாலை மாற்ற சொன்னார்கள். அப்போதுதான் சந்துரு, பாமாவை முழுவதுமாகப் பார்த்தான்.

வெள்ளைவேட்டி, துண்டு, வெள்ளை மேலாடை, தலையில் வெள்ளை துணி. அதற்குமேல் இன்னொரு சிறிய துணி மட்டுமே கட்டிப்பார்த்திருந்த சந்துரு, பட்டு உடுத்தியிருந்த பாமாவைப் பார்த்து இமைக்காமல் நின்றான்.

கழுத்தில் சங்கிலி (படுகர் இனத்தவர் அணிவது), இடது முழங்கைக்கு மேலே வெள்ளி வளையல், வலது முழங்கைக்கு

---

1 வெண்கலதட்டில்

மேலே நாலு செம்பு வளையல், அதற்குக் கீழே வெள்ளி வளையல், வலது மோதிர விரலில் இரண்டு வெள்ளி மோதிரம் அணிந்திருக்கும் பாமா, இன்று ஏனோ தங்கத்தால் அனைத்து நகைகளையும் அணிந்திருந்தாள். இதுவும் சற்று வியப்பாக இருந்தது.

'நான் பார்த்து வளர்ந்த பாமாவா இவள்?' என்று நினைத்து வியந்து நின்றான். பிறகு லட்சுமி படம் போட்ட தங்கக் காசுடன் கூடிய மஞ்சள் கயிற்றை பாமாவின் கழுத்தில் கட்டினான்.

பாமாவின் தாய் தந்தைவழி பெரியவர்களுடன், சந்துருவின் ஊர் கவுடர்களும் கால்கழுவி வீட்டின் முன் அறையில் அமர்ந்தனர். சந்துரு அந்த பெரியவர்களை வணங்கி நின்றான்.

பால் பெருகட்டும், விளைச்சல் பெருகட்டும். குடும்பம் பெருகட்டும் அனைத்தும் நிறையட்டும் என்று வாழ்த்தினர்.

அவர்களுக்கு என்று எடுத்துவைத்த பாத்திரங்களில் மோரினைக் கொடுக்க, அதை வாங்கி அருந்தினர்.

மீண்டும் 'ஹாவ் ஹாவ்' என்ற மங்கள ஒலி முழங்க பாமாவும், சந்துருவும் அட்டி மக்களுடன் சந்துருவின் விளைநிலத்தை நோக்கி ஊர்வலமாகப் போய்க்கொண்டிருந்தனர்.

மேட்டில் மேய்ந்து கொண்டிருந்த எருமைகள் இவர்களது சலசலப்பை ஒருமுறை தலையைத் தூக்கிப்பார்த்து மீண்டும் தொடர்ந்து மேய்ந்தன. அவ்வப்போது மேலே ஒட்டியிருந்த மழைநீரை சிலிர்த்து உதறிவிட்டன.

பாமா, தான் கொண்டுவந்த குதிலி[1] களைக்கொத்தினால் மூன்றுமுறை கொத்தினாள். அட்டி மக்கள் மீண்டும் 'ஹாவ் ஹாவ்' என்று முழக்கம் செய்தனர்.

வீட்டுக்கு வந்த பாமா அந்த கொத்தைக் கழுவி அடிகோட்டில் வைத்துவிட்டு வந்தாள்.

அங்கேயிருந்த மடக்கெயினை எடுத்துக்கொண்டு தலையில் வைக்கும் மூங்கில் தெக்கை[2]யினையும் எடுத்துக்கொண்டு பாமவும் மற்றும் சந்துருவின் மாமன்முறை பெண்களும் ஆற்றில் நீர் எடுக்க மெல்ல நடந்துபோயினர்.

---

1 குதிலி – ஒரு வகை களைக்கொத்து

2 சும்மாடு

பாமா குனிந்து நீரினைத் தன் கரங்களால் தொட்டுத் தலையில் ஒற்றிக்கொண்டு மடக்கெயில் நீர் நிரப்பிக் கரையேறினாள்.

மழையால் தரை சற்று வழுக்கலாக இருந்ததால் காலை ஊன்றி நடந்து வந்தாள்.

வீட்டுக்கு வந்த பாமாவின் கையில் இருந்த நீர் பாத்திரத்தை வாங்கி வைத்தாள் சந்துருவின் தாய்.

பின்பு சந்துருவும் பாமாவும் வீட்டில் இருந்த பெரியவர்கள் பாதங்களைக் கழுவி அந்தப் பாத்திரத்தைக் கவிழ்த்து வைத்துவிட்டு அவர்கள் காலில் விழுந்து வணங்கி ஆசி பெற்றனர்.

அங்கிருந்து பக்கத்திலிருக்கும் பஜனை மாடத்திற்குக் கூட்டிப்போனார்கள். அங்கே மற்ற சடங்குகள் முடிந்தபிறகு அன்று இரவே கன்னி சாஸ்திரா என்ற சடங்கும் முடிந்தது.

திருமணம் நல்லபடியாக முடிந்தது. காலம் தன் பாட்டுக் போய்க்கொண்டிருந்தது,

கண்ணிகட்டும் முறை[1] இப்போது கல்யாணம் அன்றே நடக்கிறது.

பின்பு, அனைவரும் இரவு உணவு அருந்திவிட்டு படுக ஆட்டம் ஆடி இரவெல்லாம் குளிர்காய்ந்துகொண்டு இருந்தார்கள். பனி, தீயையும் மீறி கொட்டிக்கொண்டிருந்தது. தலைக்குப் பனியையும், காலுக்கு நெருப்பின் சூட்டையும் பெற்றவாறு ஆடிக்களைத்து பாதி இரவுக்குப் பிறகுதான் அவர்கள் தூங்கப்போனார்கள்.

---

1 கல்யாணம் செய்த பெண் கர்ப்பம் தரித்த ஏழாவது மாதத்தில் மிக முக்கியமான கல்யாணம் ஒப்பந்தம் நடைபெறும். இதை கண்ணிகட்டுதல் அல்லது கண்ணிஹேக்குது என்பதாகும். இது வழக்கமாக இரவில் நடைபெறும். இதில் கணவன், மனைவி இருவரும் இதமனையில் பாயில் உட்கார்ந்து மனைவியின் கழுத்தில் கணவன் கயிரை தலையிலிருந்து கீழ் போடவேண்டும். இதற்கு அவர் மனைவியின் அப்பாவிடம் (மாமனிடம்) அனுமதிகேட்டுப் போடவேண்டும். மனைவி தலைமுடியை கொண்டை கட்டியிருப்பாள். கொண்டையில் மஞ்சள் கயிறு பட்டால் கணவன் அபரதாமாக ரூ.3.00 மாமனுக்கு வழங்க வேண்டும்.

8

பலமணி நேரம் நடந்தபிறகு அவன் ருக்கியின் அட்டியை அடைந்திருந்தான். பெரும்பாலானவர்கள் பாமாவின் திருமணத்திற்குப் போய்விட்டதால் அட்டி வெறிச்சோடிக்கிடந்தது.

பகலில் வந்துபோன அவனுக்கு இரவு கொஞ்சம் அச்சத்தைக் கொடுத்தது. வழி கண்டுபிடிப்பது சற்றுக் கடினமாக இருந்தது. அந்த அட்டி மூன்று பக்கமும் மறைக்கப்பட்டு திறந்த பகுதி சரிவை நோக்கி இருந்தது. வீடுகள் பல வரிசைகளாக இருந்தது. ஒவ்வொரு வரிசைக்கும் ஒரே கூரைதான் என்பதால் கவனமாக அவன் போக வேண்டியிருந்தது. சிறு வயதில் பழக்கப்பட்ட தெருவாக இருந்தாலும் இருளும் ருக்கியின் நினைவும் ஒருவித படபடப்பைக் கொடுத்தது.

செங்கற்களாலும் சுண்ணாம்பாலும் செய்யப்பட்ட சுவர் ஆகையால், ஒரு வீட்டில் பேசினால் மற்ற வீட்டுக்கு நன்றாக கேட்கும். அனைத்து வீட்டின் வண்ணமும் வெள்ளைநிறம் என்பதாலும் ஒரே விதமான கதவு என்பதாலும் யாருக்கும் சற்று கடினம்தான் வீட்டை அடையாளம் காண்பது. ஒரு வழியாக பேரிக்காய் மரத்தையும் விக்கிப்பழ மரத்தையும் அடையாளம் வைத்து வீட்டை கண்டுபிடித்தான்.

பலமுறை அவன் அந்த விக்கிப்பழ மரத்தின்மேல் இருந்து அவளைப் பார்த்துக்கொண்டிருந்து இருக்கிறான். இவர்கள் காதலுக்கு இன்னும் பல மரங்கள் உதவ வேண்டும்.

எருமைகள் கட்டிவைத்திருக்கும் தோவின் முற்றத்தினை ஒரு பார்வைப் பார்த்துக்கொண்டான். குறைவெளிச்சத்தில் அந்த தோவில் இருந்த எருமைகளின் பார்வை அவனுக்குப் பழக்கமாகி இருந்தது.

பக்கத்தில் இருந்த ஹாகோட்டு என்று பிரித்திருந்த அறையையும், ஒரு பார்வைப் பார்த்துக்கொண்டான். அங்கே இருந்த திட்டில், பால் கரக்கும் பாத்திரங்கள் சுத்தம் செய்யப்பட்டு அடுக்கியிருந்தது. ஐந்து ஒணெகள் ஆகோட்டுப் பயன்பாட்டிற்காக அடுக்கிவைக்கப்பட்டிருந்தது.

யாராவது இருக்கிறார்களா என்று உறுதி செய்துகொண்டு வீட்டுப்பக்கம் நடந்து போனான்.

நகத்தை உள்ளே இழுத்துக்கொண்டு நடக்கும் பூனைப்போல, ஹெப்பாயில்[1] பாட்டி மாதி உட்கார்ந்தவாறே தூங்கிக்கொண்டு இருந்தாள்.

இதமனை[2], ஓகமனை[3], இம்பார[4] என்று ஒவ்வொரு அறையாகத் தேடிப்பார்த்தான். பாட்டியும் பூனையும் தவிர வேறு எதுவும் இல்லை.

'ஒருவேளை ருக்கி நாம் வரும்போது வேறு வழியாக பாமாவின் திருமணத்திற்குப் போய்விட்டாளா?' என்று நினைத்து நடுங்கிப்போனான்.

எதற்கும் அட்டலுக்குப்[5] போய்ப் பார்ப்போம் என்று மாடி ஏறிப்போனான். அங்கே ருக்கி கெண்டைக்கால் தெரிய சட்டைப் பாவடையுடன் குப்புறப் படுத்துக்கிடந்தாள். உள்ளுணர்வு எழும்ப திரும்பிப் பார்த்தாள்.

அவன் பக்கத்தில் நிற்க, அவனைக் கண்டவுடன் துள்ளி எழுந்து உடல் சிலிர்க்க, மெதுவாக அவனைத் தொட்டுப்பார்த்தாள். அவன் உடம்பு கொதித்துக்கொண்டு இருந்தது. அவனை நெருங்கி அவனருகில் சென்று உண்மையா கனவா என்று மீண்டும் தொட்டுப்பார்த்தாள். அவள் இதயம் துடித்து வாய்வழியே வந்து விழுந்துவிடும்போல் இருந்தது.

அவன் முகத்தில் இருந்த காயத்தழும்பு அவளைக் கைப்பிடித்துக் காதலுக்கு அழைத்துச்சென்றது.

அவன், அவள் தலைமுடியை கோதி மிரண்டு இருந்த அவள் கண்களில் முத்தம் பதித்தான். இறுக்கிக் கட்டிப்பிடித்து

---

1 திண்ணையில்

2 முன்அறை

3 உள்அறை

4 பின்கட்டு

5 மாடிக்கு

அவள் காதருகில் சென்று, “நாளை மாலை மறக்காமல் கட்டாயம் ஓடைக்குப் பக்கத்திலிருக்கும் செண்பகமரத்துக்கு அடியில் வந்துவிடு” என்று சொல்லி நெற்றியில் முத்தமிட்டு இறங்கிப்போனான்.

‘பாட்டி என்று நான் ஏன் சத்தம் போடவில்லை? அவனை நான் ஏன் தள்ளிவிடவில்லை? நான் ஏன் அவன் அணைப்பில் சொக்கி நின்றேன்? பொத்தென்று படுக்கையில் விழுந்தாள். வந்த வழியே அவன் திரும்பிப்போனான்.

பாட்டி மாதி உட்கார்ந்துகொண்டு, ‘ஹிரியோடய்யா என் பேத்தியையும் காளாவையும் நீதான் காப்பாத்த வேண்டும். எத்தையம்மா எங்கள் குடும்பத்தைக் காப்பாத்து தாயே’ என்று வேண்டிக்கொண்டாள்.

பாட்டி மாதி எழுந்துவந்து மந்தக்கல்லில் (வீட்டுக்கும் வாசப்படிக்கும் கீழே இருக்கும் ஒரு அமைப்பு) உட்கார்ந்துகொண்டாள். கேரியை (வீட்டுக்கு முன்னால் சாணம் போட்டு மெழுகி இருக்கும் வாசல் போன்ற அமைப்பு) பார்த்துக்கொண்டே இருந்தாள். அவள் முகத்தில் வயது முதிர்ந்து தோல் சுருங்கி முகத்தில் ரேகை போன்று ஓடிக்கொண்டிருந்தது. அதில் அவளது கவலைகளும் நினைவுகளும் நிறைந்திருந்தது.

பாமாவின் கல்யாணத்திற்கு சென்றுவிட்டு களைப்புடன் குண்டியம்மாளும் மாதனும் வந்து சேர்ந்தார்கள். வந்தவர்கள் பாட்டி மாதியிடம், “போய்ப் படுங்கள் ஏன் இவ்வளவு நேரம் துங்காமல் இருக்குறீங்க?” என்று கேட்டுவிட்டு பதில் எதுவும் எதிர்பாராமல் வேலைகளை முடித்துவிட்டு போய்ப் படுத்துக்கொண்டார்கள்.

“பெண்கூட்டிப் போன சடங்கு நல்லபடியாக முடிந்ததா?” என பாட்டி கேட்க, குண்டியம்மா, “அத ஏன் கேக்குறீங்க, இந்த ஆம்பளைங்க எல்லாம் ஒன்னுசேந்து நெல்லிக்கால செஞ்ச கள்ள குடிச்சிட்டுத் தேயிலப் போடுற பேச்ச எடுத்து அதுல இதோ இங்க பாருங்க உங்க பையன் மேல்சட்டையும் வேட்டியும் கிழிஞ்சதுதான் லாபம்.”

அந்த இரவில் பாமா, சந்துரு, ருக்கி, பாட்டி மாதி, காளா அவர்களைத் தவிர இராக்குருவியும் விழித்துக்கொண்டிருந்தது. செண்பகப்பூக்கூட காலம் தவறி பூத்து மணம் வீசிக்கொண்டிருந்தது.

காலையில் எழுந்து ருக்கி எதிலும் நாட்டம் இல்லாமல் இருந்தது, குண்டியம்மாளுக்கு பாமாவின் பிரிவால் என்று தோன்றியது. அதனால், 'சரி இருக்கட்டும்' என்று எந்த வேலையும் சொல்லாமல், தானே எல்லா வேலையும் செய்துகொண்டிருந்தாள்.

திண்ணையில் உட்கார்ந்துகொண்டு ருக்கி, 'நான் ஏன் அவனை அனுமதித்தேன், இவ்வளவு தூரம்? அவனின் தீண்டல் ஏன் சுகமாக இருந்தது? அவன் ஏன் எதுவும் சொல்லாமல் போனான்? அவனை ஓடைக்குச் சென்று பார்ப்பதா? வேண்டாமா?' என்ற சிந்தனையில் இருந்தாள்.

'தனக்குள் இவ்வளவு சூடு இருக்கிறதா? இவ்வளவு குளிரும் எனக்கு ஏன் தெரியவில்லை? அவனின் அந்த ஒரு தீண்டல், அவனின் அந்த ஒரு முத்தம்தான் இவ்வளவுக்கும் காரணமா? காளா நீ எப்படி வந்தாய்? நான் நிச்சயம் உன்னை மீண்டும் இழக்க மாட்டேன்.'

பாமாவின் அம்மா வந்து ருக்கியைப் பார்த்துவிட்டு, "கவலைப்படாதே! நாம் போய் பாமாவை அடிக்கடிப் பார்த்துவிட்டு வரலாம்" என்று சொல்லி கையில் இருந்த இலந்தைப்பழத்தை தன் தம்பி மாவன்னாலாவில் இருந்து கொண்டுவந்ததாக சொல்லிக் கொடுத்துவிட்டு, துப்புதிட்டும் சூடாக காப்பியும் கொடுத்துக் குடிக்க சொன்னாள. பழத்தை மடியில் வைத்துக்கொண்டு காப்பியை வாங்கிக் குடித்தாள்.

தன் அண்ணன் சிரங்கி கவுண்டர் மனைவி கெப்பி வந்தபிறகு, அனைவரின் கவனமும் கெப்பியின் மீது திரும்பி இருந்தது. அவளின் சுறுசுறுப்பு அவளின் மரியாதையான பேச்சு, வீட்டு வேலை செய்வது, தோட்ட வேலை செய்வது, கன்றுகுட்டிகளை கவனிக்கும் முறை, அவளின் அழகு, இதைப்பற்றிப் பேசிக்கொண்டும் அவளைப் புகழ்ந்துகொண்டும் இருந்தார்கள். ருக்கிக்கு அது கொஞ்சம் எரிச்சலை உண்டுபண்ணியிருந்தாலும் அவளை யாரும் கண்டுகொள்ளாமல் இருந்தது அவளுக்குத் தேவையாக இருந்தது. சௌகரியமாகவும் இருந்தது. ஆனால், பாட்டி ருக்கியை கவனித்துக்கொண்டுதான் இருந்தாள்.

காலமாற்றத்தை ஏற்காத அவளை, காலம் மட்டும் ஏற்றுக்கொள்ளுமா என்ன?

அவளை, அவளின் நினைவகளோடு விட்டுவிட்டு காலம் தன் பயணத்தைத் தொடர்ந்துகொண்டுதான் இருந்தது.

அவள் மட்டும் லேசுபட்டவள் இல்லை, காலத்தைத் தன்பால் ஈர்க்கத் தெரிந்தவள்; வரலாறு என்ற பெயரில்.

காலம் அனைவருக்கும் ஏதோ ஒரு வகையில் உதவிக்கொண்டுதான் இருக்கிறது. காலத்தைக் கணக்கிட யாரால் முடியம்? காலம் என்பது அவரவர் வாழ்க்கையில் நடக்கும் நினைவகளுக்கு உட்பட்டது. அவர்வளின் நினைவு அவர்களின் காலம். அவர்களின் நினைவில் இருப்பவை: கேட்டவை, பார்த்தவை. கதைகள் மூலம் கேட்டவை, பாட்டியின் பேய்க்கதைகள், தேவதை கதைகள்.

காலத்திற்குத் தொடக்கமும் இல்லை முடிவும் இல்லை.

நிலா ஒளியில் அவர்கள் சில மணிநேரம் உட்கார்ந்து இருந்துவிட்டு அனைவரும் ஒன்றாக ஆடிப்பாடி மகிழ்ந்தனர். ஆடிய களைப்பில் கலைந்துசென்று உறங்கிப்போயினர்.

ருக்கியின் காதில் அட்டிப்பையன் ஒருவன் நாளை மேய்ச்சல் நிலத்திற்கு காளா வரச்சொன்னதாக சொல்லிப்போனான்.

காலையில் எழுந்து கோயி ஜாமத்தில் ‘கடகட’ என்று சோலைக்கு ஓடிப்போனாள். கெம்பன், “என்ன ருக்கி? இவ்வளவு படபடனு இருக்குற?” என்று கேட்டான்.

“ஒன்னும் இல்லை கெம்பா, எனக்குக் கொஞ்சம் விறகு சேர்த்துக் கொடு.”

“சரி, நீ போய் அந்தக் கொடிய அறுத்து வா, நான் அதுக்குள்ள வெறகு வெட்டி வரன்”

சற்றுநேரத்தில் ஒரு தலை சுமை விறகு சேர்த்துவிட்டான். அவளிடம் இருந்த கொடியை வாங்கி கயிறு சேர்த்துக் கட்டிக்கொடுத்தான். அவனிடம் இருந்து வாங்கி, மேலும் ஒரு கயிறு போட்டு அவசரம் அவசரமாக விறகுக் கட்டி வைத்துவிட்டு அங்கிருந்து பக்கத்திலிருக்கும் வனத்திற்குள் ஓட்டமும் நடையுமாக சென்றாள்.

அங்கும் இங்கும் அலைந்து திறிந்தாள். மீண்டும் அங்கிருந்த மாடுகள் மேயும் மந்தைவெளிக்கு வந்து, அங்கிருந்த

செண்பகமரத்துக்குச் சென்று வழக்கமாக உட்காரும் இடத்தில் உட்கார்ந்துகொண்டாள். அவன் வரும் வழி பார்த்து காத்திருந்தாள். சற்றுநேரத்தில், அவன் வருவது நிழல்போல் தெரிந்தது. அவனை நோக்கி ஓடிப்போனாள். அருகே சென்றவுடன், “உன்னிடம் இனி பேச மாட்டேன்” என்று பொய் கோபத்தில் திரும்பிக்கொண்டாள். திரும்பியவளை அப்படியே இழுத்துப் பின்னால் இருந்து கட்டிக்கொண்டான். அவனின் பிடியில் இருந்து விலக முடியாமல் திமிரிக்கொண்டு இருந்தாள். அவன், அவள் பின்னங்கழுத்தில் முத்தமிடவே சப்பத நாடிகளும் துடிக்க அவன் பிடிக்குள் அடிங்கிப்போனாள். சற்றுநேரம் அசையாமல் கட்டிக்கொண்டு இருந்தனர். அவள் தோளில் இருந்த வெள்ளி சங்கிலியும் சேர்த்து இனித்தது காளாவுக்கு.

ஏதும் செய்யாமல் இருப்பதுகூட சுகம்தான் காதலில். அவளைவிட்டு விலகி அவள் முகத்தைப் பார்த்து, “எங்கே இப்போ சொல் பார்ப்போம். என்னுடன் பேசமாட்டேன் என்று.”

அவள் வெட்கித் தலைகுனிந்து நின்றாள். அவள் கைகோர்த்து, “வா இங்கே ஆட்கள் அதிகமா வருவார்கள். அந்தி சாயும் நேரம். சோலைப்பக்கமாக சென்று உன்னை அட்டியில் விட்டுச் செல்கிறேன்” என்று கூட்டிப்போனான்.

“காளா இவ்வளவு நாள் நீ எங்கே இருந்த? உன்ன ஒரு அட்டி விடாமல் எல்லா இடத்திலும் தேடிப்பார்த்தார்கள். நீ மறைந்து போய்விட்டதாக நினைத்தார்கள். நானும், இனி நீ வரவே மாட்டன்னு நினைத்தேன்” என்றாள்.

“கல்லட்டியில் குறிஞ்சிமலர் பறிக்கும்போது திடீரென்று நீ ஏன் மலையில் இருந்து கீழே ஒரு நிமிடம் உற்றுப்பார்த்தாய்?” எனக் கேட்டான்.

“என்னை யாரோ பார்ப்பதுபோல் இருந்தது”

“அது நான்தான்” என்றான்.

“எனக்குத் தெரியும்” என்றாள்.

“அவ்வளவு தொலைவு தெரிய வாய்ப்பில்லை” என்றான்.

“இல்லை, நான் உணர்ந்தேன்” என்றாள். அவன் கட்டி அணைத்து உச்சி முகர்ந்தான். அவள் தலைநிமிர்ந்து தன் உதடு

பதித்தாள். கொண்டலாத்தி பறவையின் சத்தத்தில் இருவரும் பிரிந்து நடக்கத்தொடங்கினர்.

அட்டிப் பக்கம் வந்தவுடன் அவளைப் போகுமாறு பணித்தான். அவள், அவன் தோள்சாய்ந்து தன்னை வந்து பெண் கூட்டிப்போகுமாறு சொன்னாள்.

"உனக்குத் தெரியாதா என் பிரச்னை? இன்னும் கொஞ்சகாலம் பொறு. நீயே என்னை ஏற்றுக்கொள்வாயோ இல்லையோ? என்று பயந்து இருந்தேன். அந்த எத்தையம்மன் ஆசியினால்தான் நீ எனக்குக் கிடைத்தாய். சரி நீ போ, பிறகு பேசுவோம்" என்று அனுப்பிவைத்தான்.

அவள், 'என்ன இது முதல் சந்திப்புப்போல் இல்லையே? இருவரும் பலநாள் காதலர்கள் போல் நடந்துகொள்கிறோம். எப்படி இது சாத்தியம்? எதற்கு என்னை வரச்சொன்னான்? நான் எப்படி வந்தேன்? எப்படி இவ்வளவு நேரம் ஒரு நொடியாய் சுருங்கிப்போனது? இது உண்மைதானா? இது என்ன பறவைகளும் விலங்குகளும் காதல் கொள்வதுபோல் ஒருசில நிமிடங்களில் நான் அவன் வசமாகிப் போனேன். இருவரும் ஒருவரையொருவர் நினைத்துக்கொண்டு கனவில் வாழ்ந்து வந்ததுனாலா?' என நினைத்துக்கொண்டே அட்டிக்குச் சென்றாள்.

9

அவனை நினைத்துக்கொண்டே மெல்ல நடந்து அட்டி வந்து சேர்ந்தாள். விறகுக்கட்டை சுவற்றில் சாய்த்து நிற்க வைத்தாள். பாட்டி மாதி, வெள்ள வெங்காயத்தை சருகு நீக்கி சுத்தம் செய்துகொண்டிருந்தாள். பாட்டியுடன் சேர்ந்து உட்கார்ந்துகொண்டாள். மெல்ல பாட்டியிடம், “பாட்டி என் அம்மா குண்டியம்மாளின் தம்பி அரசிங்க கவுடர், ஆலி அம்மாளின் மகன் காளா எல்லோரும் எங்கே இருக்காங்க பாட்டி?” என்று எதுவும் தெரியாததுபோல் கேட்டாள். இவ்வளவு நாள் இல்லாமல் இப்போது ஏன் கேட்கிறாள் என்று பாட்டி மாதிக்கு தெரியாதா, அதுவும் அவளுக்குத் தெரிந்த கதையை அவள் கேட்பது ஒன்றும் ஆச்சரியமாக இல்லை.

“அது ஒரு பெரிய கதை. இப்போ காளா. இருந்தால் உனக்கும் அவனுக்கும் கல்யாணம் ஆகி இருக்கும். ம்ம்ம்... என்ன செய்றது எல்லாம் விதி. உனக்கு அப்போ வயசு ஆறு இல்ல ஏழு இருக்கும். காளாவுக்கு பன்னண்டு வயசு இருக்கும். எல்லாம் நேத்து நடந்ததுபோல இருக்கு. நீ, நான் உங்க அப்பா அம்மா எல்லாம் அவங்க அட்டிக்குப் போயிருந்தோம். முதல் விதையை உங்க அத்தைதான் விதைச்சா. அவள் குரல் இன்னும் என் காதில கேட்டுக்கிட்டே இருக்கு.

‘அக்கிலு திந்து	=	பறவைகள் உண்டு
கக்கெ திந்து	=	காகம் உண்டு
கோயி திந்து	=	கோழி உண்டு
அந்தி திந்து	=	பன்றி உண்டு
காடு ஐதி திந்து	=	காட்டில் வாழும் அகிறனைகள் உண்டு

எல்லாம் திந்து	=	எல்லாம் உண்டு
மீதி அட்டலே	=	மீதம் இருந்தால்
எனக தா	=	எனக்குத் தா
எங்க ஹீரியோரே’	=	எங்கள் முன்னோர்களே

என்று உரக்க பிராத்தனை செய்து உங்க அத்த விதை விதச்சது நேற்று நடந்தது போலவே இருக்கு.

‘அரத்து பந்தமக அந்நவ கொடு; பெரத்து பந்தமக பெக்கெய கொடு - பசியுடன் வருபவருக்கு உணவளி; குளிருடன் வருபவருக்கு போர்வையளி.’

அதுபோல பசியோட வந்தவருக்கு ஒரு நாளும் சாப்பாடு போடாம அனுப்பமாட்டா உங்க அத்தை. பாவம் இப்போ எங்க இருக்கானோ காளா... அவங்க அப்பாவும் அம்மாவும் இடித்தாக்கி காட்டுலேயே இறந்துட்டாங்க. அதுக்கூட சாபம்னு எல்லோரும் பேசிகிட்டாங்க. அவங் இரண்டுப்பேரும் மதம் மாறுறதா பேசினதாலயும், அதனால எத்தையம்மன் இடியா மாறி அவங்களைக் கூப்பிட்டுக்கிட்டான்னும் பேசிக்கிட்டாங்க. அப்புறம் உங்க அம்மாதான் காளாவை கூட்டிவந்து நம்ம வீட்டுல வச்சிக்கிட்டிருந்தா. உங்க தாத்தாவும் உங்க அப்பனும் எதாவது சொல்லிகிட்டே இருந்தாங்க. அது உங்க அம்மாவுக்குப் பிடிக்கல. தாய் தகப்பன் இல்லாத பிள்ளய திட்டுறாங்க. எப்பவும் வாட்டமா இருப்பா. அது உங்க அப்பனுக்கு எரிச்சலா இருந்தது, அது அவங்க இரண்டு பேருக்கும் சண்டைவர காரணமா இருந்துச்சு.

இதையெல்லாம் பார்த்துக்கிட்டு இருந்த காளா, ஒருநாள் யாருக்கும் சொல்லாம போயிட்டான். உங்க அம்மா அழுதுபுரண்டு திண்ணையில் கிடையா கிடந்தா... எங்கு தேடியும் காளா கிடைக்கவே இல்ல... அவன் மதம் மாறிட்டான்னு யாரோ உங்க அப்பாகிட்ட சொல்ல, அவன் வெள்ளைக்கார துரைக்கூட போயிட்டான்னு இன்னும் யாரோ சொல்ல, இப்போ கொஞ்ச வருசமா காளா அட்டி அட்டியா போய் தேயிலை வியாபாரம் செய்றதா உங்க அப்பனுக்குச் சொல்ல, இன்னும் தலைக்குக் கோபம் ஏறி காளாவைத் தேடுறத நிறுத்திட்டான். ஆனால், காளாவைப் பார்த்ததாக அப்போ அப்போ யாராவது சொல்லுவாங்க.

உண்மையில் தேயிலைப் போடுவதை எதிர்த்து இரவில் காளாவும் அவன் கூட்டாளிகளும் தேயிலை நாத்துகள எல்லாம் நாசப் படுத்துறாங்கன்னு ஐயாவும் கெம்பனும் சொன்னாங்க. என்னவோ? எனக்குத் தெரியாது.

குண்டியம்மா எங்க அண்ணனுக்கு ஒரு ஆண் வாரிசு இல்லாம பண்ணிட்டியேனு, இனி உனக்குப் பிள்ளை பெத்து தரமாட்டேன் சொல்லிட்டா. உங்க அப்பன் அவ கண்ட கனவாலதான் தனக்கு இன்னொரு பிள்ளை தராமா இருக்குறதா நினைச்சிக்கிட்டு இருக்கான். ஒவ்வொரு எத்தை பண்டிகைபோதும் உங்க அம்மா அவனைத் தேடிக்கிட்டே இருப்பா. உங்க அப்பன் சொல்லுவான் 'காளா... இருந்தும் நம்ம வீட்டக் கெடுத்தான் போயியும் வீட்டக் கெடுத்தான்'னு இன்னும் கோபமா இருக்கான். என்ன செய்ய... எல்லாம் சரியாகி காளா படுகனா வரணும். எல்லோரும் சொல்ற மாதிரி அவன் இல்லாம, எதாவது அட்டியில வளர்ந்து படுகனா வந்து நிற்கணும். ம்ம்ம் எங்க நடக்கப்போவுது, உங்க அம்மா ஆசைய அந்த எத்தையம்மன்தான் நிறைவேற்றி வைக்கணும். காளா வந்துட்டான்னா எனக்கும் உன்னைப்பற்றின கவலைத் தீரும்" ருக்கியின் தலையை நீவிக்கொடுத்தாள்.

ருக்கி உடனே காளாவைப்பற்றி பாட்டியிடம் சொல்ல நினைத்தாள். காளா யாரிடமும் சொல்லவேண்டாம் என்று எச்சரிக்கை செய்தது நினைவுக்கு வந்தது. ஆக இனி அப்பா மட்டும்தான் சரி சொல்லவேண்டும். சிறுவயதில் இருந்து காளாவைப் பற்றி இருவரும் சொல்லிவந்தாலும் பெண்கூட்டிப்போக அம்மா துணை இருப்பாள் என்ற நம்பிக்கை கொஞ்சம் குறைவாக இருந்தது. காரணம் அம்மாவிற்கு அப்பா மீது இருந்த பாசமும் பயமும். ஆனந்தத்தில் ஓடிச்சென்று குண்டியம்மாளை கட்டிக்கொண்டாள். குண்டியம்மாளுக்கு ஒன்றும் புரியவில்லை. தன் மகளுக்கு மண்டையில் ஏதோ அடிபட்டுவிட்டாதாக நினைத்தாள்.

"ஏய் ருக்கி நல்லாதான் இருக்கியா? நான் உன் பாட்டி இல்லை... அம்மா" என்றாள்.

"எல்லாம் எனக்குத் தெரியும்" என்று கன்னத்தில் முத்தம் வைத்துவிட்டு மாடியில் போய் படுத்துக்கொண்டாள், நிம்மதியாக உறங்கினாள்.

காலையில் எழுந்துவந்து அம்மாவுடன் சென்று அடிமனை சுத்தம் செய்வது, வீட்டை சுத்தம் செய்வது, ஓடைக்குப்போய் நீர் கொண்டுவருவது, கொத்து எடுத்துக்கொண்டு குண்டியம்மாளுடன் கிழங்குக் காட்டிற்கும், பார்லி தோட்டத்திற்கும் சென்று வந்து, குளித்துவிட்டு, பிறகு அந்திசாயும் வேலையில் பாமாவை பார்த்துவருவதாக சொல்லிப்போனாள்.

அவளின் இந்த மாற்றத்தை குண்டியம்மாள் கவனிக்காமல் இல்லை. அவள் போனபிறகு பாட்டி மாதியிடம், தான் காட்டுப்பக்கம் போவதாக சொல்லிவிட்டு ருக்கியை பின்தொடர்ந்து போனாள். பாட்டிக்குத் தூக்கிவாரிப்போட்டது.

ருக்கியின் காதல் பற்றித் தெரியும். காளாவை முழுவதுமாக நம்பி இருந்தாள். இருந்தாலும் காளாவைப் பற்றி மாதனிடம் மெதுவாக சொல்லி சம்மதம் வாங்கிவிடலாம் என்று எண்ணிக்கொண்டு இருந்த பாட்டி மாதிக்கு, ஏதோ விபரீதம் நடக்கப்போவதாக உணர்ந்தாள். மகனை அழைத்து, தானும் காட்டுப்பக்கம் போய்வருவதாக சொல்லிப்போனாள்.

ருக்கி சோலையைத் தாண்டி மந்தைகள் இருக்கும் புல்மேட்டிற்கு போய் தன் பாட்டி சொன்னதையும் தன் அம்மா, உன்னை இன்னும் ஒவ்வொரு எத்தைப் பண்டிகையின்போதும் தேடிக்கொண்டு இருக்கிறாள் என்பதையும் சொல்லவேண்டும் என்று அவனை எதிர்ப்பார்த்துக் காத்துக்கொண்டிருந்தாள்.

சிறுவயதிலிருந்து காளாவைப் பற்றி அனைவரும் சொன்னது ஏன் என் மனதில் ஒரு சம்பவமாகப் பதியாமல் என் வாழ்க்கையாகப் பதியவேண்டும். எனக்குப் பல நேரங்களில் அவன் முகம் மறைந்துபோயிருந்தது. அவன் கண்ணில் இருக்கும் தழும்பு மட்டுமே எனக்கு ஞாபகம் இருந்தது. அதனுடனே அவனது அந்தப் பார்வை மட்டும் என்னால் எந்தச் சுழ்நிலையிலும் மறக்க முடியாமல் போனது.

பாட்டி மாதியும் குண்டியம்மாளும் ஒருவர்பின் ஒருவராக மறைந்து பார்த்துக்கொண்டு இருந்தார்கள். சூரியன் மறைந்தும் அவன் வரவில்லை. ருக்கி எழுந்து செண்பகப்பூவை பறித்துக்கொண்டு கொஞ்சம் தலையில் வைத்துக்கொண்டு மீதியை மடியில் கட்டிக்கொண்டு அட்டியை நோக்கி நடக்கத் தொடங்கினாள். இருவருக்கும் ஏமாற்றமாய் இருந்தது.

பாட்டி மாதி மட்டும் பெருமூச்சுவிட்டு எத்தைக்கு நன்றி சொல்லிக்கொண்டாள்.

ருக்கி வீட்டுக்கு வரும் முன், திண்ணையில் பாட்டி மாதியும் தரையில் குண்டியம்மாளும் வியர்த்துப்போய் நிலைகொள்ளாமல் உட்கார்ந்திருந்தனர். மூன்று பேரும் தனித்தனியாக வந்ததும், ஒருவருக்கொருவர் பேசிக்கொள்ளாமல் இருந்ததும், ருக்கி ஒரு வார்த்தைக்கூட பேசாமல் இருந்ததும், வீட்டில் அனைவரும் கலகலப்பு இல்லாமல் இருப்பதும், மாதனுக்கு என்னவோ போல் இருந்தது. அவனுக்கு மனது சஞ்சலமாக இருந்தது. அனைவரும் சற்றுநேரம் அமைதியாக இருந்துவிட்டு நெய்விட்டு சாமைக்களி சாப்பிட்டுவிட்டு போய் படுத்துக்கொண்டனர்.

இரவு குண்டியம்மாளை மாதன் அழைத்தான். தன்னுடன் அவள் படுக்க வரமறுக்கவே உறுதி செய்துகொண்டான், என்னவோ நடக்கிறது என்று. 'இந்த மூன்று பெண்களும் நம்மை பாடாய்ப்படுத்துகிறார்கள். முதலில் ருக்கிக்கு திருமணம் செய்யவேண்டும். அந்த அட்டியில் கேட்டார்களே? நாளை அவர்களை வந்து பார்க்க சொல்லவேண்டும்' என்று நினைத்துக்கொண்டு தூங்கிப்போனான்.

அடுத்தநாள் எப்போதும்போல் போனது. மத்தியான நேரத்தில் மாதன், ருக்கிக்கு சீக்கிரமே திருமணம் செய்யலாம் என சொல்லிவிட்டு ஐயாவைப் பார்த்துவிட்டு வருவதாக கூறிவிட்டுச் சென்றான்.

இரவு நெருங்கநெருங்க மயங்கி விழுந்துவிடுவதுபோல் இருந்தது ருக்கிக்கு. ஒரேநாளில் தன் உடல் காற்றைப்போல் மாறியதாக உணர்ந்தாள். யார் பேசுவதும் அவள் காதில் விழவே இல்லை. அப்படியே உட்கார்ந்திருந்தாள். இரவு நெருங்கிக்கொண்டு வந்தது. இரவு நெருங்கநெருங்க உடலில் உள்ள அனைத்து நரம்புகளும் வெடித்துவிடுவதுபோல் இருந்தது அவளுக்கு. சீக்கிரமே இரவு உணவை முடித்துக்கொண்டு படுக்க போனாள்.

அப்போது ருக்கியிடம் யாரும் அறியாவண்ணம் தகவலை சொல்லிப்போனான் அட்டிப்பையன் காளா சொன்னதாக.

அன்று என்னவோ இரவு நீண்டுகொண்டே போனது. யாரும் தூங்கின பாடு இல்லை. புரண்டுபுரண்டு படுத்துக்கொண்டு

இருந்தாள். பாட்டி, ருக்கி படும் வேதனைக்கண்டு தன் பருவகாலத்தில் யாரும் உதவவில்லை உதவியிருந்தால் தானும் தனது மனதுக்குப் பிடித்தவருடன் வாழ்ந்திருக்கலாம் என்று நினைத்தாள். தன்னைப்போல் தன் பேத்தியும் துன்பப்பட வேண்டாம் என்று நினைத்தாள்.

"ஏய் ருக்கி வா காட்டுப்பக்கம் போய் வரலாம்" என்று கூப்பிட்டாள் பாட்டி. ருக்கி உடனே சிலிர்ப்புடன் எழுந்து வந்து, "வா போவோம்" என்றாள்.

குண்டியம்மாள், "இப்படி பாட்டியும் பேத்தியும் எங்கே கிளம்பிட்டிங்க? நேரம் கெட்ட வேளையில, வயசு வந்த பொண்ணக் கூட்டிக்கிட்டு... ருக்கியை கூட்டிப்போக வேண்டாம். நான் வருகிறேன்" என்றாள்.

லாந்தரை எடுத்துக்கொண்டு வாசல் வரை வந்துவிட்டாள். வந்தவளை, மாதன், "பால் பாத்திரம் உருண்டு கீழே விழுந்துவிட்டது. வந்து சுத்தம் செய்" என்று கூப்பிட்டான். போன வேகத்தில் திரும்பிவிட்டாள் குண்டியம்மாள் வேறு வழியில்லாமல்.

லாந்தர் வெளிச்சத்தில் பாட்டியும் பேத்தியும் தெருவை அளந்துகொண்டே போனார்கள். சற்று நேரத்தில் பாட்டி, "நான் இங்கே இந்த விக்கிமரத்தின் அடியில் இருக்கிறேன். நீ சற்று தள்ளிப்போ" என்று சொன்னாள். எல்லாம் புரிந்தவளாக தனது பாட்டியை இறுக்கிக் கட்டிக்கொண்டாள். பாட்டியின் மீது வீசிய அந்த வெண்ணை வாசனை ருக்கிக்கு இன்று சுகமாய் இருந்தது.

லாந்தரை பாட்டி மாதியிடம் கொடுத்துவிட்டு, நிலா வெளிச்சத்தில் ஓடையை நோக்கி நடந்து அவனைப் பார்க்க ஓட்டமும் நடையுமாக போய்க்கொண்டிருந்தாள். அவனைப்பற்றி முழுமையாக எதுவும் தெரியாததாலும், பாட்டி தன்னை ஊக்கப்படுத்துவதாலும், தனக்கும் ஏதோ ஒன்று உள்ளே இருந்து சொல்லிக்கொண்டு இருப்பதாலும், இன்று எப்படியும் அவனைப் பார்த்துவிட வேண்டும் என்றும் இந்தமுறை உடல் உரசிக்கொள்ளாமல் விழி மூடாமல் அவன் முகம் பார்த்துப் பேச வேண்டும் என்று உறுதியாக இருந்தாள். அவனைப்பற்றி தெரிந்துகொள்ள துடித்தாள். ஒரு வழியாக ஓடையை அடைந்தாள்.

ஓடைக்குப் பக்கத்தில் இருந்த செண்பகமரத்தைத்தேடி அதன் அடியில் நின்றுகொண்டாள். அங்கே இருந்து பார்த்தால் ஒரு பெரிய பாறைத் தெரியும். அந்தப் பாறையின்மீது எப்போதும் ஏற ஆசைப்படும் ருக்கியை யாரும் ஏற அனுமதித்தது இல்லை. காரணம் அந்தப் பாறையின் முடிவில் ஒரு பெரிய பள்ளம் இருப்பதாகவும், அதில் விழுந்தால் உடம்பைக்கூட எடுக்க முடியாது எனவும் சொல்லியிருந்தார்கள். அந்தப் பாறையின்மீது வெள்ளை வேட்டிக் கட்டிக்கொண்டு ஒரு உருவம் இருப்பது தெரிந்தது. சலசலத்து ஓடிக்கொண்டிருந்த ஓடையின் சத்தம் கேட்டுக்கொண்டிருந்தது.

அவன் பாறையிலிருந்து எழுந்து மெல்ல இறங்கி அவளை நோக்கி நடந்து வந்தான். அவன் அருகில் வரவர ஓடையின் சத்தம் மறைந்து, அவளது இதய துடிப்பின் சத்தம் அவள் காதுகளுக்குச் சத்தமாகக் கேட்டது. ஏறி இறங்கும் தனது மார்பை அழுத்திப் பிடித்துக்கொண்டாள். அவனிடம் மனதுக்கு நெருக்கமான ஒரு வாசனை வந்தது. இன்னும் சற்று நெருங்கி வந்தவனிடம் பெயரும் ஊரும் கேட்க நினைத்தாள், அவன் அவளை பேசவிடாமல் இறுகத் தழுவிக் கட்டிக்கொண்டான்.

நெற்றியில் முத்தம் இட்டு, அவள் கண்கள் பார்த்து கன்னத்தில் முத்தம் இட்டு, மெல்ல மெல்ல உதட்டில் முத்தம் இட்டான். அவள் கண்கள் திறக்காமல் அப்படியே கைகளை இறுக மூடி நின்றாள்.

அவளைவிட்டு விலகிய அவன், தன் கையில் இருந்த செண்பக மாலையை அவள் கழுத்தில் போட்டான். அந்த வாசனையில் கிரங்கிப்போய் நின்றாள். அவன் யார் என்பதை புரிந்துகொண்டாள். இருப்பினும், "நின் எசுறு ஏன்னு?¹".

அவளின் குரல் அவனைத் தொட்டுக்கொண்டு நின்றது. அவனை நிலைகுழையச் செய்தது. விழாமல் இருக்க அவளை மீண்டும் இறுகக் கட்டிக்கொண்டான்.

"என் பெயர் என்ன என்று தெரியவேண்டுமா? நான் யார் என்று தெரியவேண்டுமா?" என்று கேட்டுக்கொண்டே அவளின் காதை தன் இரண்டு விரலால் மெல்ல தேய்த்துவிட்டான்.

"என்னை யார் என்று தெரியாமலா என்னைத்தேடி வந்தாய்? நான் யாரென்று தெரியாமலா நான் கொடுத்த

---

1 உன் பெயர் என்ன என்று கேட்டாள்

முத்தத்தைப் பெற்றுக்கொண்டாய்? என்னை தெரியாமல் இருந்திருந்திருந்தால் உன் வீட்டிலோ அட்டியிலோ நீ ஏன் புகார் கொடுக்கவில்லை? நான் சொல்லும் இடத்திற்கெல்லாம் ஏன் தவறாமல் வந்தாய்? சொல் சொல்... நான் யாரென்று தெரியாமல்தான் உன் வீட்டுக்கு நான் வந்துசென்ற பிறகும் புகார் கொடுக்காமல் இருந்தாயா? நான் யாரென்று தெரியாமல்தான் விறகு எடுப்பதாகச் சொல்லி என்னைப் பார்க்க வந்தாயா?" என்றான்.

ருக்கி கண்களில் காதலும் மிரட்சியுமாய் அவனை ஒரு பார்வைப் பார்த்துவிட்டு அவனைத் தள்ளிவிட்டுவிட்டு வெட்கச் சிரிப்புடன் ஓடினாள். அவன் சத்தமாக, "நாளை மாலை சோலைக்கு வா சொல்கிறேன்" என்றான். ருக்கி பதில் ஏதும் சொல்லாமல் ஓடி மறைந்தாள்.

ஒரு வழியாக பாட்டியும் பேத்தியும் வீடு வந்து சேர்ந்தார்கள். குண்டியம்மாள் வீட்டை சுத்தம் செய்திருந்தாள். இருப்பினும் வீட்டில் நுழையும்போது பால்வாடை அதிகமாக இருந்தது. பாட்டியை விட்டுவிட்டு தனது மேல் அறைக்கு சென்று, செண்பக மாலையை மடியில் இருந்து எடுத்து ஒவ்வொன்றாகப் பிரித்து தன் துணிகளை வைக்கும் அலமாரியில் வைத்துவிட்டு படுக்கையில் வந்து படுத்தாள் ருக்கி.

சட்டென்று குளிரை உணர்ந்தாள். கம்பளியை முகம் மறைக்க மூடினாள். மலரை மறைத்து வைத்தாலும் மலரின் வாசனையை மறைக்க முடியுமா? வாசனை அவளது அறையை கடந்து படி வழியே! பால் வாசனையையும் மீறி போய்க்கொண்டிருந்தது.

அவ்வளவு அழகான செண்பகமலரின் வாசனை, முன் அறையில் படுத்திருந்த பாட்டி மாதிக்கு சுட்ட ஈரலின் வாசனையை ஞாபகப்படுத்தியது.

அந்த செண்பகமலரிலும் சுட்ட ஈரலிலும் ஒத்து இருந்தது காதல் வாசனை மட்டுமல்ல அந்த மலையில் தோன்றிய மழையின் வாசனையும்தான். வெளியில் 'தடதட'வென மழை பெய்து கொண்டிருந்தது.

10

செண்பகமலரின் வாசனையிலும் சுட்ட ஈரலின் வாசனையை உணர்ந்தாள் பாட்டி மாதி.

தன் பருவத்தில் உணர்ந்த மிக ரகசியமான வாசனை. கால மாற்றத்தில் 'சுட்டகெ பண்டிகை' சடங்காகிப் போனது. சட்டத்தால் அது சடங்காகிப்போனது. விவசாயம், எருமை வளர்ப்பு, இவற்றுடன் வேட்டைத்தொழிலையும் செய்துவந்த தன்குலம், புதிதாக வந்த சட்டத்தினால் வேட்டைத்தொழிலை கொஞ்சம் கொஞ்சமாக மறந்துபோனது. இயற்கையாக கொண்டுவந்து உண்ட உணவுகள் காலத்தால் தடை செய்யப்பட்டுப்போனதை நினைத்துக்கொண்டு இருந்தாள் பாட்டி மாதி. தங்கள் தொழிலில் கிடைக்கின்ற சிறந்தவற்றை படைப்பதைக் காட்டும் வகையிலேயே, ஆண்டின் அறுவடையின் முதல் தானியம், பசு, எறுமையின் முதலிற்றுப்பால் ஆகியவற்றை இன்றளவும் தெய்வ வழிபாட்டில் படைப்பதைப்போல் வேட்டையில கிடைத்த சிறந்த உணவான ஈரல் படையல் நடந்துவருவதை எண்ணி ஏதோ சடங்குகளாவது இருக்கிறதே. இன்னும் எத்தனை தலைமுறை இது தாக்குப்பிடிக்குமோ என்று எண்ணி, மீண்டும் தன் மூச்சைப் பலமாக இழுத்துவிட்டுக்கொண்டாள்.

தற்போது ஈரலின் வாசம் இன்னும் வேகமாக அடித்தது. அவளுக்கு வாசனையை உணர முடியும் என்றால்? வாசனை என்பது பொருளைச் சார்ந்ததா? இல்லை நம் மனதை சார்ந்ததா?

தன்கையை தலைக்கு கொடுத்து ஒருக்களித்து படுத்துக்கொண்டு நினைவுகளை அசைபோட்டுக் கொண்டிருந்தாள் பாட்டி. 'பலெ எத்தீண்டு ஒப்பது'[1] சடங்கில் காட்டில் வேட்டையாடி பிடித்துவந்த மானின் ஈரலைச் சுட்டுப் படைப்பது வழக்கம்.

1 வலை கொண்டு வேட்டைக்கு செல்லுதல் - தெவ்வப்ப பண்டிகையில் நடக்கும் சடங்கு

அன்று, பாட்டி மாதியின் அட்டியில் அதற்கான வலையை இறக்கிவைத்து காட்டில் இருந்து கிடைக்கப்பெற்ற காட்டுக்கொடி, கயிறு மற்றும் அதனைப் பிணைக்க மரத்துப்பட்டை, மரத்தின் நார் இவற்றை வைத்து வலை பின்னிக் கொண்டிருந்தார்கள். பண்டிகைக்காலம் என்பதால் மற்ற அட்டியில் இருந்து பெண் எடுத்தவர்கள் பெண் கொடுத்தவர்கள் எல்லாரும் வந்து ஊரே மிக சுறுசுறுப்பாக இருந்தது. மாலை நெருங்கநெருங்க நெருப்பைமூட்டி மக்கள் சுற்றி உட்கார்ந்துகொண்டு காய்ச்சிய பாலைக் குடித்துக்கொண்டும், தங்கள் பின்னிய வலையைப்பற்றி பேசிக்கொண்டும் நாளை அவர்கள் மேற்கொள்ளும் பயணம் பற்றியும் பேசிக்கொண்டிருந்தார்கள்.

மாதியின் அப்பா செவனா கவுடர் தாய் சினிக் அம்மா இருவரும் வீட்டின் அருகிலிருக்கும் தவச தானியங்களை காயவைக்கும் இடத்தில் நெருப்பை மூட்டி பேரகணியில் இருந்து வந்திருந்த சோகி கவுடர், செவனா கவுடர் ஆகியோருடன் உட்கார்ந்து பழங்கதை பேசிக் கொண்டிருந்தார்கள்.

அதாவது, அவர் காலத்து கதை. அப்போது பாட்டியின் மாதி அப்பாவின் வயது ஒன்பது அல்லது பத்து இருக்கும். போசா கவுடர், செவனா கவுடர் இருவரும் மன்றாடி மன்றாடி தாங்களும் வேட்டைக்கு வருவதாகக் கேட்டு ஒருவழியாக செவனா கவுடரின் தந்தையுடன் வலையைத் தூக்கவும், நெருப்புப் பற்றவைக்க சிறிது உலர்ந்த விறகுகளைத் தூக்கவும், சிறிய மண்சட்டியில் நெருப்பு கங்கை பாதுகாக்கவும், உணவுப் பண்டங்களை எடுத்துக்கொள்ளவும் உதவியாக இருக்க கூட்டிப்போனார்கள். பண்டிகைக்கு இரண்டுநாள் முன்பாகவே சோலையைத் தாண்டி அடர்ந்த வனப்பகுதிக்குப் போய்விட்டார்கள்.

போசா கவுடரும், செவனா கவுடரும் மிகமிக ஆர்வமாக எங்கே சென்று கொண்டிருக்கிறார்கள்? எப்போது வேட்டை ஆரம்பிப்பார்கள்? என்று ஆர்வமாகப் பரபரத்துக்கொண்டு இருந்தார்கள். போனவர்களோ எதைப்பற்றியும் கவலைப்படாமல் ஒரு பெரிய மரத்தின் அடியை சுத்தம் செய்து உறங்கிவிட்டு, பிறகு இரண்டு ஆர்வக்கோளாராறுகளையும் மூங்கிலால் செய்யப்பட்ட 'ஏனே' என்னும் பாத்திரத்தை எடுத்துக்கொண்டு போய் நீர்நிரப்பிக் கொண்டுவரச் சொன்னார்கள்.

வேட்டைக்குழுவினர் நெருப்பை மூட்டி அதில் கொண்டுவந்த கிழங்குகளைச் சுடத்தொடங்கினார்கள். நேரம் உச்சிப்பொழுதை நெருங்கிக்கொண்டிருந்தது. எப்படியும் அட்டியில் இருந்து ஆறுமணி நேரத்திற்குமேல் பயணம் செய்திருப்பார்கள். அவ்வளவு தொலைவு வந்து கிழங்கை சுட்டு, பாலாடைக் கட்டிகள் மற்றும் பழங்கள் உண்டபின் சற்றுநேரம் பேசிவிட்டு மீண்டும் மரநிழலில் படுத்து உறங்கிப்போனார்கள்.

இவர்களை நெருப்பைப் பாதுகாக்கச் சொல்லிவிட்டதால் இருவரும் உணவை உண்டு முடித்தப்பிறகு தேவையான நெருப்பு கங்குகளைச் சேகரித்து சட்டியில் வைத்துவிட்டு மரத்தின்மேல் ஏறி உட்கார்ந்துகொண்டார்கள்.

அவர்களது பார்வைக்கு அந்த காடு வசமாகி இருந்தது. மரத்தின் மீது அமர்ந்துகொண்டு காட்டை சுற்றியும் நோட்டம் விட்டுக்கொண்டிருந்த இரண்டுபேருக்கும் தொலைவில் மரங்களைத்தவிர ஒரு ஓடையும் தெரிந்தது. அந்த புல்வெளியில் சிறியசிறிய கரும்புள்ளிகளாய் ஒரு கூட்டம் நகர்ந்துகொண்டிருந்தது. இருவரும் உற்று கவனித்துக்கொண்டு இருந்தார்கள்.

அந்தக் கூட்டம், இவர்கள் இருக்கும் திசையை நோக்கி மெல்ல நகர்ந்துகொண்டு வந்தது. சற்றுநேரத்துக்கு எல்லாம் அந்தப் புள்ளிகள் கொஞ்சம்கொஞ்சமாக பெரியதாகிக் கொண்டுவந்தது. வேறு சிறிய புள்ளிகள் கூட்டம், அதன் உடனே வந்துகொண்டு இருந்தது. இவர்கள் இருந்த காட்டை நோக்கி அருகில் வந்தபோது உற்று கவனித்ததில் அந்தப் பெரிய புள்ளிகள் மான் கூட்டம் என்றும், சிறிய புள்ளிகள் குரங்கு கூட்டம் என்றும் தெரிந்தது.

'அப்பா, மாமா, ஐயா' என்று கத்திக்கொண்டு இருவரும் மரத்தில் இருந்து தொப்பென்று குதித்து வேல்கம்பை எடுத்துக்கொண்டு, 'சீக்கிரம்... சீக்கிரம்...' என கத்த ஆரம்பித்தார்கள். படுத்துக்கொண்டிருந்த அனைவரும் புலிதான் வந்துவிட்டதுபோல என்று அரண்டு எழுந்து, "எல்லோரும் மரத்தில் ஏறுங்கள்... ஏறுங்கள்..." என்று கத்திக்கொண்டே அனைவரும் மரத்தில் ஏறி வேல்கம்பை கீழ்நோக்கி புலியைக் குத்துவதற்கு வசதியாக வைத்துக்கொண்டனர்.

அனைவரும் மரத்தில் இருக்க, இவர்கள் இருவர் மட்டும் கீழே இருந்தார்கள். "மேல வா, மேல வா" என்று அனைவரும்

கத்த, எதுவும் புரியாமல் மரத்தில் இரண்டுபேரும் ஏறினார்கள். சற்றுநேரம் காட்டில் பேரமைதி நிலவியது. ஆபத்து எதுவும் இல்லை என்று உணர்ந்தபிறகு அனைவரும் கீழே இறங்கிவந்தனர்.

“யார் கத்தியது?”

“புலியை யார், எங்கே பார்த்தீர்கள்?” என்று கேட்கவே, இருவரும் “புலியா? நாங்க தூரத்தில இருந்த மானத்தானே பார்த்துக் கத்தினோம். வாங்க வேட்டைக்குப் போகலாம்” என்று கூப்பிட்டார்கள். ‘படார்’ என்று இருவர் முதுகிலும் அடி வைத்தான் மாதப்பன், “நல்ல தூக்கத்தைக் கெடுத்துவிட்டான்” என்று.

ஐயா மரம் ஏறிப் பார்த்துவிட்டு, “அந்தக் கூட்டம்வர மாலைப்பொழுது ஆகிவிடும்” என்று சொன்னார். இருவரும் முதுகை தேய்த்துக்கொண்டு மாதப்பனைப் பார்த்துக்கொண்டே மரத்தின் மீது ஏறிக்கொண்டார்கள்.

அந்திப்பொழுது சாயசாய மான் கூட்டம் இவர்கள் பக்கம் திரும்பிக்கொண்டு வந்தது. அனைவரும் வேட்டைக்குத் தயாரானார்கள். ஈட்டி, வலை வைத்துக்கொண்டு வெவ்வேறு திசைக்குப் பிரிந்துபோனார்கள்.

ஒருவன் மட்டும், அவைகள் பிரிந்து போகாதவாறு மெல்லிய ஒலி எழுப்பி இவர்கள் பக்கம் ஓட்டிக்கொண்டு வந்தான். ஏழுபேர் கொண்ட குழு, வலையைத் தூக்கிக்கொண்டு இரு மரத்துக்கு இடையில் இழுத்துப் பிடித்து, ‘ப’ வடிவில் கட்டிக்கொண்டனர். மற்றவர்கள் மான் கூட்டத்தைத் துரத்திக்கொண்டு, வலை இருக்கும் திசையை நோக்கி வந்தார்கள். மான் கூட்டம் பதட்டமாகி இவர்கள் வலையை நோக்கி வந்தது. மேலே இருந்த இருவரும் சத்தம் தரவே வேகமாக துரத்த ஆரம்பித்தார்கள். மிரண்ட மான் கூட்டம் வேகமாக சிதறி ஓடியது. வலைப்பக்கம் வந்த கூட்டத்தில் இரண்டு மான் சிக்கியது. வேல் மற்றும் ஈட்டியில் அடிப்பட்டு ஒரு மான் விழுந்தது. மான் சிக்கியதில் அனைவரும் ‘ஓஓஓ’ என்று ஒலியெழுப்பிக் கத்திக்கொண்டு இருந்தார்கள்.

இவர்கள் இருவரும் மேலே இருந்து குதித்து வந்து மானைத் தொட்டுப்பார்த்தார்கள். ஐயா வந்து வலையில் இருந்த மானை விட்டுவிடும்படி சொன்னார். இவர்கள், ஏன் இவ்வளவு பாடுபட்டு பிடித்த வேட்டையை விடச்சொல்கிறார் என்று பார்த்துக்கொண்டு இருந்தார்கள்.

மாதப்பன் சொன்னான், "ஒன்று பெண் மான். இன்னொன்று குட்டி மான்" என்றும் வலையை அவிழ்த்ததும் இரண்டு மான்களும் தப்பியோடின. ஈட்டியில் அடிபட்ட மானை பார்த்தார்கள். அட்டிக்கு போதுமானதாக இருந்தது.

பெருமையுடன் மானை மூங்கில் கம்புகளில் கட்டி மாறிமாறி தோளில் சுமந்துகொண்டு அட்டிக்கு வந்து சேர்ந்தார்கள். அதன் கொம்பினை குழந்தைகளுக்குத் தொட்டில் கட்ட தனக்கு வேண்டும் என்று மாதி வீட்டுப் பெரிய ஆம்பளை சொல்லிப்போனார்.

'அரிகட்டி[1]' தெய்வ வழிபாடு முடிந்தபின் தாங்கள் பிடித்துவந்த மானின் ஈரலை நெருப்பில் சுட்டு வாட்டி படையல் வைத்தார்கள். அட்டி கொண்டாடிய பண்டிகை, இன்று வெறும் சடங்காகிப்போனது. வேட்டையாடிப் பிடித்த விலங்குக்கு மாற்றாக இன்று ஆட்டின் ஈரலைச் சுட்டுப் படைக்கிறார்கள் என்று சோகிக்கவுடரும், செவனாகவுடரும் வருத்தப்பட்டுக் கூறினார்கள்.

இதேபோல் பாட்டி மாதி பருவப்பெண்ணாக இருந்தபோது அரிகட்டி வழிபாடு முடிந்து, தன் சோட்டு பெண்களோடு வந்து கொண்டிருக்கும்போது ஒரு சீட்டி சத்தம் கேட்கவே மெதுவாக பின்தங்கி அவன் வருகைக்காக காத்திருந்தாள். அனைவரும் போகவே அவன் மெல்ல தன்னை வெளிப்படுத்திக்கொண்டான். பாட்டி மாதி, "மாலை சோலைக்கு வருகிறேன். அந்த ஊசி நாவல் மரத்துக்கு அடியில் காத்திரு" என்று சொன்னாள். அவன் சுற்றி பார்த்துவிட்டு ஆள் நடமாட்டம் இல்லை என்பதை உறுதி செய்துகொண்டு மாதியிடம் சுட்ட ஈரலின் ஒரு பகுதியைக் கொடுத்துவிட்டு அழுத்தி முத்தம் பதித்துவிட்டுப் போனான். அவன் முத்தத்திலும் ஈரல் வாசம் அடித்தது மாதிக்கு.

தொன்னூறு வயதில், பாட்டி மாதிக்கு எரிந்த நெருப்பில் கருகிய அந்த ஈரலின் வாசம் மணத்துக் கிடந்தது. இருட்டில் அந்த கருப்புநிற முத்தம் அவளுக்கு வெளிச்சத்தையும் மனதுக்கு ஒருவித இனிப்பு சுகத்தையும் கொடுத்தது. முத்த நினைப்பில் உறங்கிப்போனாள்.

பாட்டி மாதிக்கு சுட்ட ஈரலின் வாசமும், குண்டியம்மாவிற்கு பால்வாசமும், ருக்கிக்கு செண்பகமலரின் வாசமும் ஒரே வாசனைதான்.

---

1 அரி கட்டுவது - வாற்கோதுமைக்கு கதிர்கட்டினை இறைவனுக்குப் படைப்பது

சுபானந்த் | 83

11

அடுத்த நாள் காலை எப்போதும் போல் விடிந்தது. அவரவர் வேலையைப் பார்க்க, மந்தையை ஓட்டிக்கொண்டு மேச்சல் நிலத்துக்குப் போனார்கள். ருக்கிக்கு மந்தைக்குப் போக வேண்டும் போல் இருந்தது. பாட்டியை நச்சரித்துப் பாட்டியுடன் மந்தைக்குப் போனாள். பாட்டி ஒரு மேட்டில் இருக்க, ருக்கி அங்கிருந்த செண்பகமரத்தில் ஏறி உட்கார்ந்து கொண்டாள். மனது நிறைந்திருந்தது.

அந்த காட்டில் திரியும் காட்டு எருமைக்குத் தன் துணையைப் பார்ப்பதற்கு மிகவும் ஆவலாக இருந்தது. அடிக்கடி அட்டிப்பக்கம் வந்து செல்வது அதற்கு வாடிக்கையாக இருந்தது. மனிதர்களைப் போல் பெரிய அறிவு, ஞாபக சக்தி ஒன்றும் இல்லை என்றாலும் தனது குட்டி தனது இணை என்பதை அது மறந்து போகவில்லை.

கோணா[1], எந்த பதவியும் இல்லாமலே ருக்கி அதை கோணா என்றுதான் அழைத்து வந்தாள். அவளுக்கு முன்னமெ தெரியும்போல அதுதான் மந்தைக்கு ராசா என்று. நன்றாக வளர்ந்து இருந்தது. அதற்கு நிச்சயம் ஒரு வயது இருக்கும்.

அதன் தாய் மீண்டும் இணை சேர தயாராகி இருந்தாள். அதன் வாசம் காடு முழுவதும் பரவி இருந்தது.

மந்தையில் ஒருவித பதற்றம் தொற்றிக்கொண்டது.

செண்பகமரத்தில் உட்கார்ந்திருந்த ருக்கி நடக்கும் காட்சிக்கு ஒரு சாட்சியாக இருந்தாள்.

---

1 ஆண் எருமை; எருமைக் கூட்டத்தின் தலைவன்

மந்தையில் இதுபோன்ற விளையாட்டு நடப்பது அவ்வப்போது இருக்கும். ஆர்வமாக திரும்பி வசதியாக பொந்தின் பக்கத்தில் கால்களை தொங்கபோட்டுக்கொண்டு மடியில் இருந்த பொறித்த கீரை விதையை எடுத்து கொஞ்சம் கொஞ்சமாக வாயில் போட்டுக்கொண்டு பார்த்துக்கொண்டு இருந்தாள்.

பாட்டி மாதியும், கெம்பனும், மற்ற எருமைக் கூட்டத்தைப் பாதுகாப்பவர்களும் ஒரு மேட்டில் அமர்ந்திருந்தார்கள். அந்தப் பச்சைப்பசேல் புல்வெளியில் அவர்கள் வெள்ளை நிறத்தில் உடுத்தியிருந்தது மிகவும் எடுப்பாகத் தெரிந்தது.

அங்கே இங்கே என்று எருமைகள் கருப்பு நிறத்தில் நிற்பது, பாசி படர்ந்த பச்சை பாறையில் நீர் அட்டைகள் ஒட்டி இருப்பதுபோல் தோன்றியது ருக்கியின் கண்களுக்கு. ஏதோ அருவருப்பை அடைந்தவள்போல் தன் கை கால்களைத் துடைத்துக் கொண்டாள். தன்னைச் சுற்றி ஏதாவது ஊருகிறதா என்று ஒருமுறைப் பார்த்துக்கொண்டாள்.

காட்டில் இருந்து கேட்கும் தூரத்தில் காட்டியின் சத்தம் கேட்டது. அது எப்பொதும் எருமை கத்தும் சத்தம்போல் இல்லாமல் வேறுவிதமாகக் கேட்டது.

மந்தையில் இருந்த அனைத்து எருமைகளும் ஒரு நிமிடம் ஒன்று சேர்ந்தார்போல் மேய்வதை நிறுத்திவிட்டு தலையைத் தூக்கிப் பார்த்தன. மந்தையில் பதட்டம் அதிகமானது. கோணாவின் தாயும், அதன் ஒத்த வயதுடைய மற்ற பெண் எருமையும் எந்த பதட்டமும் இல்லாமல் மேய்ந்து கொண்டு இருந்தன.

மந்தையில் இருந்த வலிமை வாய்ந்த ஆண் எருமை பெண் எருமை இணைசேர தயாராகி இருப்பதை உணர்ந்துகொண்டு மேல் உதட்டை மனிதர்கள் சிரிப்பதைபோல் பல் இல்லாத தனது மேல் வரிசையைக் காட்டிக்கொண்டு மணம் (வாசம்) வரும் திசையை நோக்கித் தேடிக்கொண்டு போனது. மந்தையில் மற்ற எருமைகள் நிலைமையை உணர்ந்துகொண்டு விலகி தன் வேலையைப் பார்த்துக்கொண்டிருந்தன.

அடுத்த தலைமுறைக்குத் தயாராகிக்கொண்டு இருந்த சில காளைகள் மட்டும் நடக்கவிருப்பதைக் கவனித்துக்கொண்டு இருந்தன.

மழை மீண்டும் தூற ஆரம்பித்து, மெதுவாக பொழியத் தொடங்கியது. அடுத்து சன்னமாக எண்ணை பிசுக்கில்லாத பெண்ணின் தலைமயிர் காற்றில் ஆடுவதுபோல் மெல்லமெல்ல பொழியத் தொடங்கியது.

ருக்கி அடிக்கிளையில் மரத்துடன் ஒட்டி உட்கார்ந்து கொண்டாள். பாட்டி மாதியும், கெம்பனும் மற்றவர்களும் அங்கே இருந்த பெரிய மரத்தினடியில் தீயை மூட்டி சுற்றி உட்கார்ந்து கொண்டார்கள். துணியில் கட்டி வைத்திருந்த காட்டுக் கிழங்கையும், உருளைக்கிழங்கையும் நெருப்பில் போட்டு கைகளை நெருப்பில் காட்டிக்கொண்டு இருந்தார்கள்.

குளிர் கொஞ்சம் அவர்களைவிட்டுத் தள்ளிப்போய் ருக்கியைத் தொட பார்த்தது.

அவளோ, ‘யாரும் அற்ற இந்த வேளையில் இந்த காளா என் பக்கத்தில் இருந்திருந்தால் எப்படி இருக்கும்?’ என்று எண்ணி காதல் சூட்டில் தவித்துக்கொண்டு இருந்தாள். அவளிடம் ஏமாற்றம் அடைந்த அந்தக் குளிர் சரி அந்த எருமைகளையாவது தழுவிக்கொள்ளளாம் என்று எண்ணி அந்த மந்தைப் பக்கம் சென்றது.

அங்கே நிலைமையோ வேறுவிதமாக இருந்தது. கொட்டும் மழையிலும் மந்தையில் அணல் காற்று வீசிக்கொண்டு இருந்தது. மந்தையில் பெரும் கலவரம் நடப்பதற்கான அறிகுறிகள் தென்பட்டன.

யாரும் குளிரை கண்டுகொள்வதுபோல் தெரியவில்லை. அந்தக் குளிர் என்ன செய்வது என்று தெரியாமல் தவித்து, என்னைத் தழுவிக்கொள்ள ஆள் இல்லையா என்று ஏங்கி நின்றது.

சரி நாமும் என்னதான் நடக்கிறது என்று பார்ப்போம். நமக்கும் காலம் வரும்வரை பொறுத்திருந்து அவர்களை அணைத்துக்கொள்வோம் என்று காத்திருந்தது குளிர்.

மந்தையில் இருந்த கோணாவின் தாய்க்கு காட்டில் இருந்து வரும் காட்டியின் குரல் கிளர்ச்சியை மூட்டியது. இணைசேர முழுவதுமாக தயாராகி இருந்தது.

கூட்டத்தில் இருந்த அந்த ஆண் எருமை கோணாவின் தாயை நோக்கி வந்தது. அதை அடையும் முன்பெ இன்னொரு

பெண் எருமை பக்கத்தில் இருக்கவே அதனுடன் முதலில் சேர அதை துரத்திச் சென்றது. சிறிது நேரத்திலேயே எந்த எதிர்ப்பும் இல்லாமல் பெண் எருமை இசைந்து நின்றது. சடாரென்று பின்புறத்தில் இருந்து ஐநூறு கிலோ எடையுடன் எருமை ஏறியவுடன் இளம் பெண் எருமை நிலைதடுமாறி புல்லில் இருந்த ஈரத்தன்மையாலும் முற்றிலும் பழக்கம் இல்லாத முதல்முறை என்பதாலும் அவ்வளவு பாரம் சட்டென்று தன்மீது ஏறியதாலும் நிலைதடுமாறி கீழே விழுந்தது.

ஆண் எருமை அலட்சியத்துடன் அதை கடந்துபோனது. இளம் பெண் எருமை விழுந்ததால் வெட்கப்பட்டு எழுந்து நின்றது. மந்தை முழுவதும் தன்னைப் பார்ப்பதுபோல் அதற்குத் தோன்றியது. வெட்கத்தாள் செய்வதறியாமல் அவமான சிரிப்பு சிரித்தது.

அப்படியே அதையே அந்த அவமானத்தையே நினைத்துக்கொண்டு அனைவரும் தன்னைப்பற்றியேதான் நினைப்பார்கள் என்று நினைத்து நினைத்து வேதனைப் படுவதற்கு அது ஒன்றும் முட்டாள் மனிதன் இல்லை. அது புத்திசாலி எருமை.

அடுத்த நிமிடமே அது தன் மந்தையில் கலந்துகொண்டு தன்வேலையைப் பார்க்கச் சென்றது.

அந்தக் காளை, கோணாவின் தாயையை நோக்கி தன் கொம்புகளில் பல செடி கொடிகளைச் சுற்றிக்கொண்டு கம்பீரமாக போய்க்கொண்டு இருந்தது.

இந்தப் பக்கம் காட்டை ஒட்டி காட்டியின் குரல் மிக அருகாமையில் கேட்டுக்கொண்டு இருந்தது.

கோணாவின் தாயிடம் அந்தக் காளை நெருங்கிக்கொண்டு வந்தது. மந்தையில் இருந்த எருமைகள் அங்கும் இங்கும் ஓடத்தொடங்கின.

புதரில் இருந்து உருண்டு திரண்ட வெண்ணை தடவிய ஆயிரம் கிலோ எடை கொண்ட கருத்தப் பாறை போன்ற வலுவலுப்பாக மினுமினுப்பாக இறுகிய தோலுடன் ஆறு அடி உயரத்தில் அடிமரத்துப் பட்டைகளை உரித்து உரித்து நல்ல பளபளப்பாக இருந்த ரெண்டு அடி நீளம் உள்ள கொம்புடன் மூன்றடி நீளம் உள்ள தன் வாலை இந்தப் பக்கமும் அந்தப் பக்கமும் ஆட்டிக்கொண்டு. நெற்றியில் நீர் பூசிய தலையுடன்

அட்டியின் ஐயாவைப்போல், காலில் துரைமார்கள் அணியும் வெண்ணிற கால் உறையை அணிந்துகொண்டு உலகத்திற்கே ராசாவைப்போல் மிகவும் கம்பீரமாக காட்டிலிருந்து வெளியே வந்து, அந்த பாறையின்மீது நின்று மீண்டும் ஒருமுறை தன் அழைப்பை விடுத்தது.

கூட்டத்தில் இருந்த கோணாவின் தாய் அதன் கம்பீரத்தில் மயங்கி மீண்டும் அதன் கருவை சுமக்க ஏதுவாக வந்து கொண்டிருந்தது.

மந்தையின் காளை முந்திக்கொண்டு காட்டியிடம் சண்டைபோட தயாராகி நின்றது. தன் முன்னங்காலை தரையில் ஓங்கி அடித்து சண்டைக்கு அழைத்தது. தலையை இந்தப் பக்கமும் அந்தப் பக்கமும் மிக ஆக்ரோசமாக அசைத்தது.

எந்தச் சலனமும் இல்லாமல் காட்டி கோணாவின் தாய் எருமையைப் பார்த்துக்கொண்டு இருந்தது.

மாலை நேரம், நல்ல மேய்ச்சல் நேரம் என்பதால் அது மேயட்டும் என்றும் மழை என்பதாலும், பாட்டி மாதியும் கெம்பனும் மற்றவர்களும் எந்தக் கவலையும் இல்லாமல் குளிர் காய்ந்து கொண்டிருந்தார்கள்.

ருக்கிக்கு என்ன செய்வது என்று தெரியவில்லை. கீழே இறங்கி போனால் காட்டு எருமை என்ன செய்யும் என்று தெரியாது. கத்திக் கூப்பிட்டாலும் மழையில் சத்தம் கேட்பது மிகவும் சிரமம்.

எதுவும் செய்யாமல் வேடிக்கைப் பார்த்துக்கொண்டு இருந்தாள்.

அவளோடு சேர்ந்து குளிரும் ஒரு ஓரமாக காத்துக்கொண்டிருந்தது.

மெதுவாக காட்டி இறங்கி மந்தையை நோக்கி வந்தது. தன் முன்னங்காலை தரையில் உதைத்துக் கால்களை அகட்டி தலையை ஆட்டி தயார் என்பதுபோல் நின்றது.

இரண்டும் வேகமாக நிலம் அதிர தொடர் இடிபோன்று 'தடதட படபட' என ஓடிவந்து 'படார்' என முட்டிக்கொண்டது. முட்டியவுடன் காட்டி அப்படியே நின்றது. மந்தை எருமை நிலை தடுமாறி பின்னோக்கி வழுக்கிச் சென்றது. இதை வேண்டாம் என்று ஒதுக்கிய பெண் எருமை, அதைப் பார்த்து ஏளனப் பார்வை வீசியது.

மீண்டும் பின்னோக்கிச் சென்று அதே வேகத்தில் வந்து காட்டியை முட்டியது. எந்த பிரயத்தனமும் செய்யாமல் தன்நிலையில் நின்று அப்படியே வந்த எருமையை வலதுபக்கமாக தலையை வைத்து இழுத்துத் தள்ளியதில் முட்டி மடங்கி கீழே விழுந்தது மந்தை எருமை.

காட்டி திரும்பி கோணாவின் தாய் எருமையைப் பார்த்து, ஒருமுறை மீண்டும் குரல் எழுப்பியது.

காத்திருந்ததுபோல் பின்னால் புதர் வழியாக காட்டியுடன் சென்றது கோணாவின் தாய்.

செண்பகமரத்தின் மீதிருந்து ருக்கி அவை இரண்டும் இணைசேர்வதைப் பார்த்துக்கொண்டு இருந்தாள்.

நிச்சயமாக ஒருநாள் காளாவும் இதுபோன்று அட்டியில் இருந்து என்னைக் கூட்டிச் செல்வான். எல்லோர் முன்னிலையிலும் கம்பீரமாக, பொறுமையாக, வீரமாக, எந்த எதிர்ப்பும் இல்லாமல் உரிமையுடன் கூட்டிச் செல்வான் என கனவில் மிதக்கத் தொடங்கினாள்.

மந்தையில் இயல்புநிலை அடையத் தொடங்கியது.

மந்தை எருமை சேரும் சகதியுமாக எழுந்து நடக்கத் தொடங்கியது. வேறு பெண் எருமையிடம் நெருங்க நெருங்க அதன்மீது இருந்த சேருடன் சேர்ந்து, தற்போது நடந்த அவமானமும் கரைந்துபோனது. மீண்டும் வந்த அந்த எருமை, வாலை நகர்த்தி உரசி, அதை அழைத்தது. இரண்டும் எந்தச் சலனமும் இல்லாமல் இணை சேர்ந்தன.

ருக்கி மரத்திலிருந்து குதித்து அவர்களை அழைத்தாள். மழை அடங்கத்தொடங்கியது. மந்தை அட்டி நோக்கி நடக்கத்தொடங்கியது. இருளும் அவர்களுடன் சேர்ந்துகொண்டு அட்டியை நோக்கி நடைபோட்டது.

குளிர் இப்போது நன்றாக அவர்களை அணைத்துக் கொண்டது.

மெல்லமெல்ல அந்த இருட்டில் மந்தையில் நடந்த அந்தக் காட்சி மறைந்துகொண்டது.

ருக்கி எந்த விதமும் காட்டியைக் காட்டிக் கொடுக்கவில்லை. கோணாவின் தாய் அட்டி வந்து சேரும் என்று அவளுக்குத் தெரியும்.

12

கிருத்திவிக மாதம்[1] நல்ல பனிக்காலம். குளிர் தன்மேல் தோலைத் துளைத்து உடலில் இருக்கும் எலும்பை ஊசியால் குத்துவதுபோல் உணர்ந்தாள் ருக்கி. காற்று பட்டுபட்டு அவளின் உதடு வெடித்து பீச்சஷ் பழம்போல் சிவந்திருந்தது. வெடித்த இடத்தில் வெண்ணெய் பூசி இருந்தாள். காலில் ஏற்பட்ட பிளவுகளிலும் வெண்ணெய் பூசி வைத்தாள். நாசியில் சம்பந்தமே இல்லாமல் செண்பகமலரின் வாசம் அடித்தது. செண்பகமலர் பக்கத்தில் இல்லாதபோதும் அந்த வாசனை வருவது நினைவுகளின் தூண்டல்தான்.

காளா வரச்சொல்லி அட்டிப்பையன் சில அடையாளங்களை ருக்கியிடம் சொல்லிப்போனான். எப்போதும் வரும் இடம் இல்லாமல் வேறு மரத்தைச் அடையாளம் காட்டி அங்கே வரச் சொன்னான்.

ருக்கி, பாட்டி மாதியம்மாளைத் தேடினாள். பாட்டிக்கு பேத்தியின் மனது அறியாதா என்ன? பாட்டியே ருக்கியிடம், “வா மலைக்கு அந்தப்பக்கம் இருக்கும் மந்தைவெளிவரை (மேய்ச்சல் நிலம்) போய் வரலாம்” என்று கூப்பிட்டாள்.

குண்டியம்மாள் உடனே பாட்டியிடம், “வீட்டில் எதாவது வேலை சொன்னால் முட்டி தேய்ந்துவிட்டது என்பது, ஆனால், இப்போ மந்தைக்கு போய்வர மட்டும் முட்டியில வலிமை வந்துடுச்சோ? ரெண்டுபேரும் மந்தயே கதின்னு கெடக்குறிங்க என்ன?” என்று கத்திக்கொண்டு இருந்தாள்.

1 கார்த்திகை மாதம்

“குத்திக்காட்டுவதற்கும் குறைசொல்வதற்கும் எங்கு இருந்துதான் வருவாளோ? நான் மாமியாரா? இல்லை இவளா?” பாட்டி பதில் சொல்லிக்கொண்டே துண்டுமுண்டுவை சரிசெய்துகொண்டு கீரையில் செய்த பொரியை மடியில் கட்டிக்கொண்டு காரமடையில் இருந்து வாங்கிவந்த வெல்லத்தை கையில் எடுத்துக்கொண்டு ருக்கியுடன் மந்தையை நோக்கி நடந்துபோனாள்.

காளாவை நினைத்தவுடன் பாட்டி மாதிக்கு, ‘கோ சாவு’ அவனுக்கு ஏற்படுவதாக மனதில் சுருக்கென்று தோன்றியது. ‘என்ன இது இப்படி மனசுக்கு வருதே?’ என்று தன்னையும் அறியாமல் துப்பிக்கொண்டே வந்தாள்.

கண்களுக்குத் தெரியும் தொலைவுவரை இருக்கும் இந்த அழகான புல்வெளி, அதில் மேயும் நமது மந்தை, இதையெல்லாம் அழித்துவிட்டுத் தேயிலைப் பயிரிடுவதை நினைக்கும் நம் அட்டி மக்களை என்ன செய்வது? புல்வெளியை அழித்துவிட்டால், நம் மந்தை எங்கே போகும்? எத்தையம்மா என் அட்டியையும் என் மக்களையும் காப்பாற்று.

கோணா தன் கழுத்தைச் சிலுப்பிக்கொண்டு மேய்ந்துகொண்டு வந்தது. மந்தைப்பக்கம் வந்தாலும் நிறைய எருமைகளை ஒன்றாகப் பார்த்ததாலும் ‘உப்பட்டோ அப்ப[1]’ பண்டிகையும், ‘ஹம்மாட்டி[2]’ பயணமும் அவளது நினைவுகளைத் தூண்டியது. பாட்டி மாதியின் முகத்தில் இருக்கும் மடிப்புகளில்தான் எவ்வளவு நினைவுகள் மறைந்து கொண்டிருக்கிறது. ஹம்மாட்டி பயணத்தின்போது அவனைப் பிரிந்ததும் அட்டிக்குத் திரும்பி வந்தபோது அவனுக்குத் திருமணம் நடந்ததும் நினைவுக்குவந்து பாட்டி மாதிக்கு இப்போதும் வலித்தது.

‘[3]பேசெகெயோ மாச கண்டு திந்த மனு
கிருனோக உப்பக் கண்டு திந்த மனு ஐணா.’

என்று பாட்டி சத்தமாகச் சொன்னாள். ருக்கி, “என்ன?” என்று கேட்டாள்.

---

1 கால்நடைகளுக்கு உப்புநீர் கொடுத்துக் கொண்டாடும் பண்டிகை

2 குளிர்காலத்தில் எருமை மந்தைகளைப் பாதுகாக்க ஊட்டியில் இருந்து மசினகுடி, மாவனல்லா பகுதிக்கு ஓட்டிப்போய் அங்கே இருந்துவிட்டு குளிர்காலம் முடிந்தவுடன் திரும்பவும் அட்டிக்கு வந்து சேர்வார்கள்

3 வெயில்காலம் வரமிளகு கிடைத்து உண்டவனும் மழைக்காலம் உப்புக் கிடைத்து உண்டவனும் கெட்டிக்காரன்

“ஒன்றும் இல்லை என் அப்பா சொன்ன பழமொழி” என்றாள்.

அவர்கள் நின்ற இடம் பெரிய புல்வெளியாக இருந்தது. ருக்கி செண்பகமரத்தைத் தேடிக்கொண்டே வந்தாள். பார்த்த மரங்கள் எல்லாம் அவன் சொன்ன அடையாளத்தில் இல்லை. வெள்ளை நிறத்தில் இருந்த செண்பகமலரின் வாசனை அந்த இடத்தை நிரப்பியிருந்தது. ஆனால், அது அவன் சொன்ன மரம் இல்லை.

குட்டையாக ஒரு மரம் இருந்தது. மலர்கள் நிறைந்து இருந்தது. வாசனை எதுவும் வீசவில்லை. ஆக இதுவும் அவன் சொன்ன மரம் இல்லை. தேடித்தேடி அழுத்துப்போனாள். அந்த பழைய மரமே அவளுக்குப் போதுமானதாக இருந்தது.

கொஞ்சநேர தேடலுக்குப்பிறகு செம்மஞ்சள் நிறத்தில் செண்பகமலர்கள் மலர்ந்து இருக்கும் ஒரு பெரிய மரத்தைக் கண்டுபிடித்தாள். அவன் சொன்ன அடையாளங்கள் அனைத்தும் ஒத்துப்போனது. அந்த மலரின் நிறமே அவன் நெஞ்சத்தில் வீசிய வாசனையைச் சொன்னது. அவளின் இதயத்துடிப்பை வேகப்படுத்தியது. கால்கள் வேகம் எடுத்து அந்த மரத்தை நோக்கி எட்டுவைத்தது. பாட்டி, மடியில் இருந்த கீரை விதை பொறியைத் தின்றவாறே புல்மேட்டில் அமர்ந்துகொண்டாள்.

‘உப்பு ஹட்டோது’[1] என்ற சடங்கினை மெல்ல அசைப்போட ஆரம்பித்தாள். மந்தையின் ஞாபகம் அவளைப் பழைய நினைவுக்குக் கூட்டிப்போனது.

துண்டுமுண்டுவை இறுக்கிக் கட்டிய பின்பும் புடைத்து நிற்கும் தன் இளமையை மறைக்க பெறும் பாடுபட்டாள் பாட்டி மாதி. பதின் பருவத்து மங்கை மாதி. அதனாலேயே அவளது தாய், மாதியை பாதி நேரம் எங்கும் வெளியே அனுப்புவது இல்லை. “வெண்ணெய் வெயிலில் பட்டால் கரைந்துவிடும்” என்பாள். மாதியின் தோழி, “ஆமாம். என் மாதி வெண்ணெய்தான்” என்பாள்.

அவள் அம்மா, “உங்களுடன் சோலைக்கு அனுப்ப முடியாது” என்பாள். தாய்க்குத் தெரியாமல் பலநேரம் ஓடிப்போயிவிடுவாள் மாதி. சொன்ன சொல்லைக் கேட்கும் வயதா?

---

1 உப்பு ஊற்றுதல்

அன்றும் அப்படித்தான், தொட்ட மனையில் உள்ள நில உரலில் உப்பு, காய்ந்த பட்டாணி, பயிறு போட்டு நக்குசு ஆரேயால்[1] பொடி ஆக்கி அதை எடுத்து உப்புக்கூடையில் போட்டு அதோடு எருமைக்கு புல் அறுக்கும் கத்தி, சிறிய செப்புக்கத்தி, குடுக்கை (மண்சட்டி), எடுத்துக்கொண்டு வெறும் வயிறுடன் அனைவரும் சென்றனர்.

யாருக்கும் தெரியாமல் மறைந்துமறைந்து மாதியும் அவர்களுக்குப் பின்னால் சென்று ஒரு மேட்டிற்கு பின்னால் குப்புறப்படுத்துக்கொண்டு தலையை மட்டும் எட்டிஎட்டிப் பார்த்துக்கொண்டிருந்தாள்.

வீட்டில் இருந்த மூத்தவர் உட்பட ஊர்த்தலைவர்களும் சென்றனர். வேட்டி மட்டும் கட்டியிருந்த அவனைப் பார்க்கும்போது மாதிக்கு அவன் ஒரு 'கோணா' போல் தோன்றியது.

முதல் காதல், விதி பார்த்து, உறவுமுறைப் பார்த்து, அட்டிப் பார்த்து வருவது இல்லை. காதல் என்பது ஆதியுணர்வு. ஆண் பெண் சம்பந்தப்பட்டது. காதல், அவளை அவன் வசப்படுத்தியது. அவனைத் தவிர மற்ற எதுவும் அவள் கண்களுக்குத் தெரியவில்லை. அவன் அழைத்தால் அவனுடன் சோலைக்குச் செல்லும் மனநிலையில் இருந்தாள். அவனது திரண்ட தோளின் கருமை நிறத்தில், தன் பெண்மையை உணர்ந்துகொண்டாள். முதல்முதலாக ஒரு ஆணைப்பார்த்து வெட்கப்பட்டாள். காதல் யாரைத்தான் விட்டது?

அப்படியே திரும்பி வானம் பார்த்துப் படுத்துக்கொண்டாள். வானம் முழுவதும் அவன் முகம்.

பார்க்கும் இடமெல்லாம் வானம் இருப்பதுபோல் நீயும் என் பார்வைப் பதியும் இடமெல்லாம் வேண்டும். மெல்ல எழுந்து மடிமீது தலைபுதைத்து உட்கார்ந்தாள்.

ஒரு ஆண்குரல் அவள் காதில் கேட்டது. "நீ இப்படியே தலையைக் குனிந்து உட்கார்ந்திருந்தால் நான் வானமாக இருந்தாலும் உனக்கு எப்படித் தெரிவேன்?"

யார் குரல் என்று சுற்றும்முற்றும் திரும்பிப் பார்த்தாள். யாரும் இல்லை. சிரித்துக்கொண்டாள்.

---

1 இரும்பால் செய்த உலக்கை

வீட்டின் மூத்தவர் மூன்று உப்புக்குழிகளைத் தோண்டிவைத்து தன் கையில் அணிந்திருந்த முத்தரா, உங்கரா என்ற வெள்ளி கையணியைக் கழற்றி எருமையின் சாணத்தைத் தொட்டுவைத்து அதன்மேல் தும்பை மலரை வைத்து தன் மூதாதையர்களைக் கும்பிட்டு அழைத்தார்.

வலதுபுறத்தில் இருந்த கூடையில் இருந்து உப்பினை ஒரு பிடி எடுத்து அடுத்தடுத்த கூடைக்கு, கூடை மாற்றிமாற்றி கடைசிக் கூடையில் இருந்து ஒரு பிடி உப்பினை எடுத்துக்கொண்டார். அனைவரும் அப்படியே செய்தனர். அவன் கரத்தில் இருந்த உப்பு மட்டும் அவளுக்கு மின்னும் வெண்ணிற கண்ணாடி கற்களாகத் தெரிந்தது.

ஊர்க்கவுண்டர்கள் தம் மூதாதையருக்கும் குலதெய்வத்திற்கும் அவற்றை அர்ப்பணித்துப் பிறகு தொடர்ந்து கையிலுள்ள உப்பினை ஆற்றில் இட, மற்றவர்களும் அவ்வாறே ஆற்றில் விட்டனர். பிறகு சட்டியில் தண்ணீர் கொண்டுவந்து உப்புக்குழியில் ஊற்றித் திரும்பவும் உப்புக்குழியில் உப்பினை இட்டனர். பின்னர் அனைவரும் கும்பிட்டு நிற்க, கோணாவை கூட்டிவருமாறு ஊர்த்தலைவர்கள் சொல்ல அவன் திரும்பி, மாதி இருந்த இடத்தை நோக்கி நடந்தான்.

மேட்டிற்கு அப்பால் மறைந்திருந்த மாதி, குப்புற தரையில் கவிழ்ந்து படுத்தவாறே தலையை மட்டும் உயர்த்திப் பார்த்தாள். கண்கொட்டாமல் பார்த்துக்கொண்டே இருந்தாள். சட்டென்று அவளை, அவன் பார்த்தான். கோணாவை மறந்த அவன், அவளையே பார்த்துக்கொண்டு இருந்தான். அவள் கண்கள் உருட்டிஉருட்டி மிரண்டுபோய் அவனையே பார்த்துக்கொண்டு இருந்தன.

தரையில் அழுத்திப் பதிந்திருந்த அவளது இளமையை கண்டு விக்கித்து நின்றான். அவன் அசையாது நிற்பதைக் கண்டு அனைவரும் அவனைக் கூவி அழைத்தனர். சட்டென்று பதட்டத்துடன் திரும்பிய அவனது வேட்டி கோணா எருமையின் கொம்பில் பட்டு நழுவி விழுந்தது. அவனது மேனியின் தரிசனம் முழுவதுமாக மாதிக்குக் கிடைத்தது. வாயடைத்து நின்றாள். அவன் கால் வியர்த்திருந்தது. கால் முடியில் தொங்கிக்கொண்டிருந்த வியர்வைத் துளிகள் பார்ப்பதற்கு கோரைப் புல்லில் தொங்கும் பனிபோல் இருந்தது. என்ன

செய்வதென்று தெரியாமல் அவன் வேட்டியை கட்டிக்கொண்டு எருமையைப் பிடித்துக்கொண்டு அங்கே போனான். விக்கித்திருந்த அவனைப் பார்த்து அனைவரும் அவனுக்கு அருள் நிறைந்த பக்தி என்று பேசிக்கொண்டனர்.

கோணாவை உப்புநீர் குடிக்கவைத்தப் பிறகு, சிறிதுநீரை எடுத்து அதன் முகத்தில் தேய்த்துக் கும்பிட்டு நின்றனர்.

பிறகு 'தவிட்டே, உப்பே' என்ற இரண்டு செடியையும் வந்தவர்கள் பகிர்ந்துகொடுக்க அவரவர் அவரவர்களின் மந்தைகளை 'ஹாவ் ஹாவ்' என்று சத்தம் செய்துகொண்டே ஓட்டிச் சென்றனர்.

அவன் மட்டும் திரும்பித்திரும்பிப் மாதி மறைந்திருக்கும் மேட்டைப் பார்த்துக்கொண்டே வந்தான். வீட்டின் வாசலில் இருந்த மாதியின் வீட்டுப் பெரிய பாட்டி, "பண்டகோ எல்லாவு ஒள்ளங்க உப்பு நீரு குடத்தவா" என்று கேட்க..

"ஆ எல்லா சிங்கரா எல்லாவு ஒள்ளங்கே குடத்தோ" என்று பதில் சொன்னார்கள்.

இதேபோன்று மூன்றுமுறை கேட்க சடங்கு முடிந்தது.

மாதியின் தாய், 'தவெட்ட, உப்பெ, பெள்ள முள்ளி' என்ற செடிகளை எடுத்து நச்சுப் புல்லினால் வேயப்பட்டிருந்த கூரையில் திணித்துவிட்டு, பின்பு 'தோ' என்று அழைக்கப்படும் தொழுவத்தின் கல்லிடுக்கிலும் சொருகி வைத்தாள்.

பின்பு வந்தவர்களுக்கும், அட்டியில் பக்கத்து வீட்டில் இருப்பவர்களுக்கும் 'ஒரெக்கூ' என்ற படையல் உணவைத் தயார் செய்து எருமைகளுக்கு முதலில் படைத்த பிறகு, சாமையைப் பக்குவப்படுத்தி மோர், தயிர் அவற்றிலிருந்து எடுத்துவைத்துத் தண்ணீர்விட்டு சாமைக்களி செய்து, சடங்கு செய்து எடுத்துவந்த உப்புக்கூடையில் இருந்த கொஞ்சம் உப்பைச் சேர்த்து 'மேரெதைகை' என்ற ஒருவகைத் தட்டில் உணவு படைத்த பிறகு, வெண்கலத்தட்டில் சாமைக்களியும் வெண்ணெயும் சேர்த்து அனைவரும் உணவை உண்டனர்.

பின்பு, உரலில் இருந்த உப்புநீரை, தொழுவத்தின் உள்ளே சென்று அனைத்து இடத்திலும் தெளித்துவிட்டு தொழுவத்தின் எருக்குழியில் ஒரு கூடை சாணத்தை எடுத்துச்சென்று வீட்டின் விளைநிலத்தில் கொட்டிவிட்டு வந்தனர்.

கைகளை சுத்தமாக கழுவிக்கொண்டு வந்த மாதியின் அம்மா, எருமைப்பாலில் செய்த பலகாரத்தை அனைவருக்கும் கொடுத்தாள். அவனுக்கும் பாலில் செய்த பண்டத்தை கொடுத்தாள். அதை வாங்கிக்கொண்டு அதனுடன் சேர்த்து அவளையும் தின்றுமுடித்தான் கண்களால்.

மாதியின் தாய், வெங்கல சொம்பை 'பட்' என்று போடவே அது 'நங்' என்று சத்தத்துடன் விழுந்தது. அந்தச் சத்ததில் இருவரும் கண்களைப் பிரித்துக்கொண்டு வேறுபக்கம் திரும்பினார்கள்.

மாதி எருமைகளைப் பார்த்துக்கொண்டே நின்றாள்.

பல்போன தனது பொக்கை வாயைத் துடைத்துக்கொண்டு சிரித்தவாறே ருக்கியை எருமைகளுக்கு மத்தியில் தேடினாள்.

கண்களுக்கு எட்டும் தூரத்தில் இருந்த ருக்கியை தன் கண்பார்வையில் காவல் வைத்துவிட்டு, பக்கத்தில் இருக்கும் அர்ச்சுனன், பீமனிடம் பேசிக்கொண்டு இருந்தாள் பாட்டி.

மனது மட்டும் அவளது முதல் காதலை அசைப்போட்டுக் கொண்டிருந்தது. எவ்வளவு யோசித்தும் அவனின் பெயர் நினைவுக்கு வரவில்லை. 'அது காதலா?' என்று இப்போது மனதில் கேள்வி கேட்டுக்கொண்டு இருந்தாள். காதலாக இருந்தால் அவனைத் தேடாமலா இருந்து இருப்பேன்? கண்பார்வை மங்கிக்கொண்டு வந்தபோதும் அவனின் முகம் பளபளத்துக்கிடந்தது. பாட்டி மாதியின் நினைவில், அப்படியே ருக்கியைப் பார்த்துக்கொண்டிருந்தாள். காளாவிற்கும் ருக்கிக்கும் திருமணம் நடக்கவேண்டும் என்று எத்தையம்மனை அடிக்கடி வேண்டிக்கொண்டாள்.

எப்படியோ ஒரு வழியாக அவன் வந்து சேர்ந்தான். "பரவாயில்லையே இவ்வளவு செண்பகமரங்கள் இருந்தும் நான் சொன்ன மரத்தை அடையாளம் கண்டுபிடித்து வந்துவிட்டாயே!" என்றான்.

"இதில் என்ன ஆச்சரியம், மந்தையில் இருக்கும் புல்மேடு என்று சொன்ன பிறகு எனக்கு அடையாளம் தெரியாதா என்ன? கூடையில் இருக்கும் ஒரு கிழங்கை கண்டுபிடிப்பது சிரமமா என்ன?" என்றாள்.

‘காளா... காளா... என்றுதான் அவனை நினைத்து ஏங்கிக்கொண்டு இருந்தாள். என்ன ஆனாலும் இனி அவனைவிட்டுப் போகக்கூடாது. காளாதான் என் வாழ்க்கை’ என்று மனதில் நினைத்துக்கொண்டாள்.

“அப்புறம், நான் இங்குவந்த காரணம் உன்னைக் பார்ப்பதற்கு இல்லை. என் அனுமதி இல்லாமல் என்னைத் தழுவிய இந்தக் கைகளை உடைப்பதற்கும், மேலும் என் வீட்டில் உன்னைப்பற்றி புகார் கூறவேண்டும்” என்றாள் ருக்கி.

“காளா என்ற உன் பெயரைத் தவிர, எதுவும் எனக்குத் தெரியாது. எந்த விவரமும் தெரியாமல் என்ன சொல்வது உன்னைப்பற்றி? எனக்குத் தெரிந்தது எல்லாம், செண்பகமலரின் வாசமும், என் நெஞ்சை குத்திக் கிழிக்கும் உனது பார்வையும், இறுக்கி அணைத்த உனது கரமும், உனது உதட்டின் ரேகையும், என் முகத்தில் குத்திய உனது முரட்டு மீசையும், கரடி போன்ற ரோமம் படிந்த உனது கால்களும்தான். அதைத்தவிர வேறு எந்த அடையாளமும் தெரியாது” என்றாள்.

“இதை வைத்து நான் எப்படி புகார் சொல்வது? அதனால்தான் வந்தேன்” என்றாள்.

“ம்ம்ம்... சரி, நா போகணும் சீக்கிரம் எனக்கு விலாசம், எந்த அட்டியில் இருக்கீங்க? சொல்லுங்க. இப்போ என்ன செஞ்சிகிட்டு இருக்கீங்க? எங்கே தங்கி இருக்கீங்க? பாட்டி மாதி எனக்காகக் காத்துக்கிட்டு இருக்கிறார். ம்... சொல்லுங்கள் எந்த சீமை?” என்றாள்.

‘சடார்’ என்று அவளை இழுத்து மரத்திற்குப் பின்னால் போய் மரத்தோடு அவளைச் சேர்த்து நிறுத்தினான். கடும் புயலிலும் அசையாது நிற்கும் மரத்தின் அடித்தண்டு போன்று உறைந்து நின்றாள் மரத்தோடு மரமாக. முண்டாசைக் கழற்றி தன் தலையை ஒரு கையால் கோதிவிட்டபடி இடுப்பில் இருந்த செண்பகமாலையை எடுத்து அவளுக்குச் சூட்டினான். அந்த வாசனை இருவரையும் மயக்கியது. அவன் கண்ணோரத்தில் இருந்த தழும்பு வார்த்தைகளின்றி அவளிடம் பல கதைகள் சொல்லியது.

மரத்தில் இருந்த பறக்கும் அணில் அவர்களைப் பார்த்துக்கொண்டு இருந்தது. ‘புசுபுசு’ என்றிருந்த தனது ஒருமுழ

வாலை ஆட்டிக்கொண்டு அவர்கள் என்ன செய்கிறார்கள் என்று பார்த்துக்கொண்டிருந்தது. அவன் அவள்மீது அட்டைபோன்று ஒட்டிக்கொண்டு இருந்தான். அவளின் காது ஓரத்தில் வந்து, "நான்தான் காளா. அன்று சொன்னேன் மறந்துவிட்டாயா? நீ கூட என்னைத் தெரியும் என்றாயே? மீண்டும் என்ன அதே கேள்வி? அதைத்தவிர வேறு எதுவும் கேட்காதே காலம் வரும்போது சொல்கிறேன்"

மீண்டும் ஒருமுறை அவளுக்குப் பூமி காலில் இருந்து நழுவியதால், அவனை இறுகக் கட்டிக்கொண்டாள். சில அங்குல இடைவெளியில் அவனது கண்களை ஒருமுறை உற்றுப்பார்த்தாள். பலமுறை மீண்டும் பார்க்க நினைத்தும், இமைகள் திறக்க மறுத்தன. அவனது உதட்டுச் சூடும் உதடு வெடித்த அவளின் இரத்தச்சூடும் அவளை ஒரு கொதிநிலைக்குக் கொண்டுசென்றது.

சில நிமிடங்களுக்குப் பிறகு உதட்டைவிட்டு விலகி அவள் முகத்தைப் பார்த்தான். அவள் கன்னம் இரண்டும் அந்தியில் மங்கும் கதிரவன் போன்று எந்தச் சலனமும் இன்றி இரத்த சிவப்பில் இருந்தது.

"ஆட்கள் வரும் நேரம், நீ அட்டிக்குப் போ. நாளை காலை இதே இடத்துக்கு வந்துவிடு. நான் உன்னை ஒரு இடத்துக்குக் கூட்டிப்போகிறேன். திரும்ப வந்து மாலை விட்டுவிடுகிறேன். அத்தையிடம் சோலைக்குப் போவதாகச் சொல்லி வந்துவிடு" என்று சொல்லி பதில் எதுவும் எதிர்பாராமல் புறப்பட்டுப் போனான். கீழே இருந்த தனது முண்டாசை எடுத்துக் கட்டிக்கொண்டு போனான். அவள் உயிரையும் சேர்த்து.

'ஹாவ்... ஹாவ்' என்று எருமைகளை விலக்கிவிட்டு நடந்து மறைந்தான். "ஏய் ருக்கி மரப்பொந்தில் ஒன்று வைத்திருக்கிறேன் எடுத்துப்போ" என்ற குரல் மட்டும் சத்தமாகக் கேட்டது. 'மடமட' வென்று நடந்து முடிந்தது அந்த சந்திப்பு.

அவள், 'என்ன இவன் வரச்சொல்கிறான். நாம் வீட்டில் இல்லாத பொய்யைச் சொல்லி வந்து பார்த்தால் கட்டிப்பிடித்து முத்தம் கொடுத்து, அடுத்து எங்கு வருவது என்று சொல்லி செல்கிறான். என்ன நினைக்கிறான் இந்த காளா? எடுத்தவுடன் கட்டியணைத்து முத்தம்' என நினைத்துக்கொண்டே செல்கிறாள்.

ஆனாலும், இந்தச் சந்திப்பு வாசனை நிறைந்ததாகவே இருக்கிறது.

'என்ன இவன் பல வருடம் காத்திருப்பவளைப் பார்ப்பது போலவா பார்க்கிறான். தினமும் சந்தித்துப் பிரியும் காதலர்கள்போல் நடந்துகொள்கிறான். மனதால் நாங்கள் இருவரும் பிரியவில்லையே' என்று தனக்குத்தானே கேள்விகேட்டு பதில் சொல்லிக்கொண்டாள்.

மரத்தைச் சுற்றிவந்து அந்தப் பொந்தைக் கண்டுபிடித்துக் கைகளால் துலாவி எடுத்தாள். அதற்குள் ஒரு கல் இருந்தது. அதை எடுத்துப் பார்த்தாள். அதில், அவள் முகம் பளிச்சென்று தெரிந்தது. சற்றே இறக்கி கழுத்தைப் பார்த்தாள் செரப்பணிகெ பளபளத்துக் கிடந்தது. அவன் போகும்போது, 'பொந்தில் ஒரு பரிசு வைத்திருக்கிறேன் என்று சொன்னது இதுதானா?' என்று ஆச்சரியப்பட்டுப் போனாள். மீண்டும் அந்தக் கல்லில் தன் முகத்தைப் பார்த்தாள். உதடு வெடித்து இரத்தம் கசிந்து கொண்டிருந்தது. நாக்கால் அதை துடைத்துக்கொண்டு தத்தி தத்தி குதித்துக்குதித்துப் பாட்டியிடம் வந்து சேர்ந்தாள்.

இருவரும் தத்தம் காதலை நினைத்து நமட்டுச் சிரிப்புச் சிரித்துக்கொண்டு வெட்கப்பட்டுக்கொண்டு சற்றுத்தொலைவுவரை எதுவும் பேசிக்கொள்ளாமல் வந்தனர். அடிக்கடி இருவரும் அமைதியாகிவிடுவது தற்போது வாடிக்கையாக இருந்தது.

பின்பு சற்றுநேரம் கன்றுகுட்டியுடன் விளையாடிக்கொண்டு இருந்தாள்.

காலையில் இருந்து இருவரும் துள்ளி குதித்து குசலாட்டம் போட்டுக்கொண்டு இருந்தனர். சிறிது நேரத்தில் கன்றுகுட்டி தன் தாயின் மடி கண்டு ஓடியது.

மிகவும் ஆசையாக நுனிபுல்லை பனித்துளியுடன் சேர்த்து மேய்ந்துகொண்டு இருந்தது. கோணாவின் தாய் மந்தைவிட்டு பிரிந்து காட்டுக்குச் சென்று காட்டியுடன் கூடி ஈன்ற குட்டியின் தோளின் பளபளப்பை பார்த்துப் பெருமிதத்துடன் அதை நாவால் நக்கியது. அந்தக் கன்றுகுட்டியின் வாசம் காட்டியின் நினைவைத் தோண்டியது. புல் மேய்வதை நிறுத்திவிட்டு காட்டுப்பாதையைப் பார்த்துக்கொண்டு இருந்தது.

மேல் பல் இல்லாத எருமைகள் எப்படி இப்படிக் கடினமான தண்டு, காம்பு, மட்டை, பட்டை எல்லாவற்றையும் மென்று தின்று வாழ்கின்றன. எப்படி இவ்வளவு புல்லையும் கடித்து அசைபோட்டு சாப்பிடுகிறது. ஏன் இதற்குமேல் பல் இல்லை. ஆனாலும் எப்படி கத்திவைத்து நறுக்கியதுபோல் இவ்வளவு அழகாக சாப்பிடுகிறது. மீண்டும் ஒரு தடவை மாட்டின் வாயில் கைவைத்துப் பார்த்து உறுதி செய்துகொண்டாள். உண்மையில் எருமைக்கு மேல் பல் கிடையாது.

தன் மடியை முட்டிமுட்டி பால் குடித்துக்கொண்டிருந்த குட்டியைப் பார்ப்பதும் புல் மேய்வதும் பின்பு திரும்பித்திரும்பி அந்த வானத்தைப் பார்ப்பதும் மீண்டும் தலைகுனிந்து மேய்வதுமாக இருந்தது.

மழை நின்ற பின்பு சிறிய துளி துளித்துக் கொண்டிருந்தது. அந்த ஈரத்துடன் புல்லை தின்பது கோணாவின் தாய்க்குப் பிடித்தமான ஒன்று.

அப்படியே நடந்து போனாள். அவள் பாதம் நடக்க நடக்க ஒரு பள்ளத்தை உருவாக்கிக்கொண்டே போனது. அந்த பள்ளத்தில் அவளே விழப்போகிறாள் என்பது, பாவம் அவளுக்கே அப்போது தெரியாது.

அந்தக் குளிர், ருக்கியின் பாதங்களை முல்லாக குத்தியது.

மந்தையின் தலைமை எருமை மந்தயை கவனித்துக்கொண்டு இருந்தது. மந்தை தன் வேலையை மிகச்சரியாக செய்துகொண்டு இருந்தது.

மெல்ல வழியில் இருக்கும் உண்ணிப்பூ செடிகளைக் குச்சியை வைத்து அடித்துக்கொண்டே வீடு வந்து சேர்ந்தாள்.

வீட்டிற்கு வந்தவுடன் மேலே சென்று சம்பங்கி பூமாலையை மடியிலிருந்து எடுத்து, எங்கெங்கோ ஒளித்துவைத்துப் பார்த்தாள். என்ன செய்தும் அதன் வாசனையை மறைக்க முடியவில்லை. வேறு வழியில்லாமல் அறையைப் பூட்டிக்கொண்டு அந்த கண்ணாடிக் கல்லுடன் கீழே வந்தாள். அந்தக் கல்லை வாங்கிப்பார்த்த மாதன், "அடடே உனக்கு இந்தக் கல் எப்படிக் கிடைத்தது? இது ஒரு அதிசய கல் ஆயிற்றே?" எனக் கேட்டான்.

இது பளிங்குக் கல். நாகரீகத்தின் வளர்ச்சியில் கண்ணாடிக்குப் பெரும் பங்கு உண்டு.

மாதன் சொன்னான், "ருக்கி நீ ஒரு அதிஷ்டக்காரி. இந்தக் கல் பற்றி நான் நிறையக் கேள்விப்பட்டிருக்கிறேன். நமது முன்னோர்கள் இதை வைத்துத்தான் முகம் பார்த்தார்களாம். இதை, இந்த முட்டை வடிவில் வெட்டி எடுப்பது மிகவும் கடினம். எப்படியும் இந்தக் கல்லு பல தலைமுறைக்கு முந்தையதாக இருக்கும்" என்று கூறியதை வியந்துவியந்துப் பார்த்துக் கொண்டிருந்தாள்.

ருக்கி எந்த மாற்றத்தையும் தன் முகத்தில் காட்டிக்கொள்ளவில்லை. தான் வழியில் கண்டு எடுத்தாக மட்டும் சொன்னாள். மாதன் அதை எடுத்து அனைவரிடமும் காட்டிவிட்டு பத்திரமாகக் கொண்டுபோய் இடைபாயிழு தாண்டி வைத்துவிட்டு வந்தான். ருக்கி, தனக்கு முதல்முதலாகக் கிடைத்தப் பரிசு. இப்படி அப்பாவிடம் போய்விட்டதே என்று வருந்தினாலும், சரி பத்திரமாக இருக்கிறதே என்று அமைதியானாள். மாதனுக்கு வீட்டில் ஒரு சொத்து சேர்த்து வைத்துவிட்டதுபோல் ஒரு மனநிறைவுடன் படுக்கச் சென்றான்.

தனக்குப் பிடித்ததை தனக்குச் சொந்தமானதை எந்தக் கேள்வியும் கேட்காமல் தன்னிடமிருந்து பறித்துக்கொண்டு போனது அவளுக்குக் கொஞ்சம் வருத்தமாக இருந்தது.

இதை கவனித்துக் கொண்டிருந்த பாட்டி மாதிக்கு மாதனின் குணம் வெளிப்பட்டது.

13

அடுத்தநாள் காலை, தான் சோலைக்குச் செல்வதாகச் சொல்லி கையில், நாரில் திரித்த கயிறுடன் அறுவடை செய்யும் அறுவாளை எடுத்துக்கொண்டு. ஒரே ஓட்டமாக ஓடிவிட்டாள் ருக்கி. கெம்பன் கூப்பிட்டும் காது கேட்காததுபோல் ஓடிப்போனாள். பாட்டியின் துணையின்றியும் தோழிகளின் துணையின்றியும் தனியே போகும் மகளைக் கண்டு பின்தொடர்ந்து போக நினைத்த மாதனை, குண்டியம்மாள், "எங்கே பின்னாடியே போறிங்க? பொம்பள பிள்ளைக்கு ஆயிரம் இருக்கும். அவ வந்துடுவா, போய் உங்க வேலயப் பாருங்க" என்று அதட்டினாள். பாதி மனத்துடன் பார்லி பயிரைக் கண்டுவர தோட்டத்திற்குச் சென்றான் மாதன்.

சோலைக்குச் சென்ற ருக்கி நான்கு திசையிலும் காளாவைத் தேடிக்கொண்டிருந்தாள். அவனைத் தேடிக்களைத்து, 'சரி, அவன் வரும்வரை பழங்களைச் சேகரிப்போம்' என்று பழங்களைத் தேடி சேகரிக்கத் தொடங்கினாள். நாவல்பழம், தவிட்டுப்பழம், பிக்கிப்பழம், தாட் பூட் பழம், வால் குரட்டைப் பழம், முள்ளுபழம் எனத் தேடித்தேடிப் பலவகையானப் பழங்களைச் சேகரித்து மடியில் கட்டிக்கொண்டு வந்து அடர்ந்து படர்ந்து விரிந்திருந்த பெரிய விக்கிப்பழ மரத்தடியில், சருகுகளைச் சுத்தம் செய்து மடியில் இருந்த பழங்களைக் கொட்டி புல்தரைமீது வகைவகையாகப் பழங்களைப் பிரித்துவைத்துக் கொண்டிருந்தாள்.

பின்னால் வருவது, காளா என்று தெரிந்தவுடன் படக்கென்று எழுந்து அவன் கண்களைப் பொத்தி கீழே உட்காரவைத்தாள். காளா "நாம ஒரு விளையாட்டு விளையாடலாமா?" என்றாள். அவன் மௌனமாக இருக்கவே, முகம் வாடிப்போனாள்.

காளா மனம் மாறியவனாக, "சரி சீக்கிரம். நாம் நிறைய தூரம் போகவேண்டும். திரும்பி இருட்டுவதற்குள் வரவேண்டும். என்ன விளையாட்டு?" என்றான்.

காளாவின் குதிரை ஏதும் செய்யாமல் அவர்களைப் பார்த்தவாறு வந்து நின்றது.

"நான் உன் வாயில் போடும் பழங்களின் பெயரைச் சொல்ல வேண்டும்" என்றாள்.

"இது என்ன விளையாட்டு, காடெல்லாம் சுற்றித் திரிந்த எனக்கு இந்தப் பழங்களின் ருசியும் பெயரும் தெரியாதா? நேரத்தை வீண் அடிக்காதே, வா போகலாம்" என்று எழுந்தான். அவள் வர மறுக்கவே, "சரி சிறுபிள்ளையாய் இருந்தபோது விளையாடியது இப்போதுமா? உனக்கு நமது சிறுவயது ஞாபகமெல்லாம் இருக்குதா? எப்படி நீ என்னை ஏற்றுக்கொண்டாய்? என் அத்தை உனக்கு என்னைப் பற்றி சொல்லிச்சொல்லி வளர்த்திருப்பாங்க. அதான், நீ என்னிடம் இப்படி வந்து ஒட்டிக்கொண்டாய். நமக்குத் திருமணம் நடந்திருந்தால் நம் பிள்ளைகள் இந்த விளையாட்டை விளையாடி இருப்பார்கள். சரி வா" என்றான்.

அவள் ஒவ்வொரு பழமாக அவன் வாயில்போட அவனோ பழங்களின் பெயரை சொல்லிக்கொண்டு வந்தான்.

கடைசியாக அவள், அவன் வாயில் ஒரேயொரு பழத்தைப் போட்டாள். அவன் அதை சாப்பிட நினைக்கும் முன், அதை விழுங்கிவிட்டான். "ருக்கி நான் விழுங்கிவிட்டேன். எங்கே இன்னொன்று கொடு" என்றான்.

"அதெல்லாம் முடியாது, நீங்கள் தோற்றுப் போய்விட்டீர்கள்" என்றாள்.

"இல்லை, நான் அதை சுவைப்பதற்குள் விழுங்கிவிட்டேன். அது மிகவும் சிறியதாக குண்டுமணி அளவுதான் இருந்தது."

"சரி இன்னும் ஒன்று தருகிறேன்" என்று ஒன்றை மட்டும் அவன் வாயில் போட்டாள்.

காளா, "இது என்னாட சோதனையாகப் போச்சு, ருக்கி மீண்டும் ஒரு பழம் தருகிறாயா?"

ருக்கி சத்தமாக சிரித்துக்கொண்டே, "என்னவோ சொன்னீங்க காட்டு ராசா, அது இதுன்னு?" என்று கேட்டாள்.

"கொஞ்சம் நிறைய பழம் கொடு. மிகவும் சிறியதாக இருப்பதால் என்னால் சுவையை உணரமுடியவில்லை?"

"சரி" என்று சொல்லிவிட்டு கொஞ்சம் நிறைய பழங்களை அவன் வாயில் போட்டுவிட்டு, "இப்போது சொல்லுங்கள்?" என்றாள்.

"ருக்கி இவ்வளவு சிறிய பழம் என்ன..? எனக்கு சுவை பிடிபட்டது மாதிரியும் இருக்கு. ஆனால், சரியாகத் தெரியவில்லை. இன்னும் கொஞ்சம் வாயில் போட்டுவிட்டு அதன் அடையாளம் எதாவது சொல்லேன்."

"சரி. ஆனால், நீங்கள் தோற்றது தோற்றதுதான். பழம் கருப்பு நிறத்தில் இருக்கும்" என்றாள் ருக்கி.

"ம்க்கும்... சரி வா போகலாம் ருக்கி, நான் தோற்றுவிட்டேன்."

"அப்படியென்றால் என்னை நீங்கள் முதுகில் ஏற்றிக்கொண்டு அட்டி வீதியில் வலம்வர வேண்டும். சரியா?"

"ஏது என்னை உயிரோடு கொல்ல திட்டமா? சரி இன்னும் எதாவது ஒரு அடையாளம் கொடு."

"அதன் பூ மஞ்சள், வெள்ளை, இளம்சிவப்பு, சிவப்பு என இன்னும் பல வண்ணங்களில் இருக்கும். கொத்துக்கொத்தாக பூக்கும். அதை வைத்து நாம் பந்து செய்வோம். அதன் பழங்களை உண்டு குரங்கின் வாயெல்லாம் கருப்பாக இருக்கும். கொண்டலாத்தி பறவை இதை விரும்பி சாப்பிடும். பெரிய புதர்புதராக இந்தச் செடி வளரும்... போதுமா இன்னும் சொல்லவா..?"

காளா கண்களை திறந்து அவளை வளைத்து மடியில் கிடத்தி முத்தம் கொடுத்து, "அது உன்னிப்பழம்" என்றான்.

அவனைத் தள்ளிவிட்டு ஓடினாள்.

"சொந்தம் என்றாலும் நம்மால் தொட முடியாமல் போய்விடுகிறது இல்லையா?" என்றான்.

அவள், அவனைத் திரும்பிப்பார்த்து, "நமக்குச் சொந்தம் என்றால் யார் என்ன சொல்வார்கள்? நாமே எடுத்துக்கொள்ள வேண்டியதுதான்" என்றாள்.

அவன் சிரித்துக்கொண்டே அவளை மீண்டும் இழுத்து முத்தமிட்டு கழுத்தில் கையை வைத்து மெல்ல கீழே நகர்த்தினான். அவள், "காளா" என்று சொல்லி வெடுக்கென்று எழுந்தாள். அவள் கழுத்தில் கிடந்த செரப்பணிகையை ஒவ்வொரு வளையமாக நகர்த்தி நகர்த்தி எண்ணிக்கொண்டிருந்தாள்.

"இப்போது நான் சொன்னது சரியா?" என்று சிரித்தான்.

அவள் நாணத்துடன் அவனைவிட்டு விலகி, "வா போகலாம்" என்றாள்.

அட்டியின் அருகில் வரவே தன் தலையில் இருந்த விறகு சுமையை இறக்கி அவள் தலைக்கு மாற்றினான். அவள் மௌனமாக இருந்தாள்.

அவன், "ருக்கி" என்றான். அவள் "ம்ம்ம்" என்றாள். மீண்டும், "ருக்கி" என்றான். அவள் மீண்டும், "ம்ம்ம்" என்றாள். அந்தக் குரல் அவனை என்னவோ செய்தது.

விறகு சுமையை கீழே மரத்தில் சாய்த்து வைத்துவிட்டு அதற்குமேல் பொறுமை இழந்தவனாக தன் மார்போடு இறுக்கி அவள் இதழில் முத்தமிடத் தொடங்கினான். எந்த எதிர்ப்பும் இல்லாமல் அவள் இணங்கி நின்றாள்.

அவன், அவளின் கன்னம் தொட்டு, அவள் முகம் பார்த்து, "நேரம் ஆகிவிட்டது. போய் வா" என்றான். அவளுக்குத் தீயை மூட்டிவிட்டு 'போய் வா' என்றால் எப்படி?

விறகைவிட அவளது மனது பாரமாக இருந்தது. 'இப்படி நாடோடிபோல் ஆகிவிட்டானே? அவனை அட்டிக்குக் கூப்பிட முடியவில்லையே?' என்று ஏங்கினாள்.

'அடடே! அடுத்து எப்போ எங்கே சந்திப்பது என்று கேட்காமல் விட்டுவிட்டோமே?' என்று வருந்தினாள். 'நமக்குத்தான் செண்பகமரம் இருக்கிறதே. அது சொல்லும்' என்று நினைவுகளை அசைப்போட்டவாறே வீடு வந்து சேர்ந்தாள்.

கவாத்து செய்து அடுக்கி வைத்திருந்த காய்ந்த தேயிலைச் செடிகளுக்குப் பக்கத்தில், தான் கொண்டுவந்திருந்த விறகுக் கட்டை வைத்துவிட்டு, பாட்டி மாதியின் பக்கத்தில் வந்து அமர்ந்துகொண்டாள். மடியில் வைத்திருந்த முள்ளுபழத்தை எடுத்து பாட்டிக்குக் கொடுத்தாள்.

"இது என்ன?" என்றாள் பாட்டி.

"பாட்டி பறிக்கும்போது சரியாகத்தான் இருந்தது. இப்போதுதான் இப்படி ஆகிவிட்டது" என்றாள் ருக்கி. காளாவின் அணைப்பில் அவள் தனங்கள் மட்டுமல்ல அந்தப் பழமும் படாதபாடு பட்டிருந்தது.

"பாட்டி, அம்மாவும் அப்பாவும் எங்கே? அவர்கள் வந்து கேட்டால் நான் நடுப்பகலுக்கு முன்பாகவே வந்துவிட்டதாக சொல்லு பாட்டி" என்றாள்.

"நான் ஏன் சொல்லவேண்டும்? நான் சொல்மாட்டேன்" என்றாள் பாட்டி. கன்னத்தில் முத்தம் வைத்துவிட்டு, "நீ சொல்லுவ, எனக்குத் தெரியும்" என்றவாறு குளிக்கப்போனாள், பாட்டி தன்னைக் காப்பாற்றுவாள் என்ற நம்பிக்கையில்.

அன்றைய மாலைப்பொழுது நன்றாகக் கழிந்தது. மாதனும், குண்டியம்மாளும் வருவதற்குள் சாமைக்களியும் கீரையும் சமைத்து அடுப்பில் இருக்கட்டும் என்று வைத்துவிட்டு வந்து திண்ணையில் அமர்ந்துகொண்டாள் ருக்கி.

மாதனுக்கு செயல் ஆச்சரியத்தைக் கொடுத்தாலும். சந்தோசமாக இருந்தது. கொதிக்க கொதிக்க சுடுதண்ணீர் வைத்திருந்தாள். குளித்து முடித்து அனைவரும் ஒன்றாக உணவு அருந்தினார்கள்.

நெருப்பு எடுத்து சாம்பிராணி போட்டான். அந்தத் தெருவே மணத்துக் கிடந்தது. அந்த சாம்பிராணி அவனே காட்டில் இருந்து எடுத்து வந்தது.

பிறகு வீட்டுத்திண்ணையில் வந்து அமர்ந்துகொண்டார்கள். கெம்பனும் வந்து அவர்களுடன் சேர்ந்துகொண்டான். "ருக்கி நீ எங்க போன?" என்று கேட்டான்.

"அவ எங்கேடா போனா? கிறுக்கு கெம்பா" என்று பாட்டி மாதி கெம்பனைத் தள்ளிவிட்டாள். அவன் 'பொத்' என்று விழுந்தான்.

கடைசி வீட்டின் பக்கத்தில் நெருப்பை மூட்டியிருந்தார்கள். நிலா வெளிச்சமும், உண்ட களைப்பும், இதமான குளிரும் அவர்களுக்கு ஒருவிதமான போதையை உண்டுபண்ணியது. அவர்களின் அமைதியைக் குலைத்தவாறு போரியம்மாளின்

பேத்தி, “பாட்டி நிலாவுக்கு வயசு என்ன?” என்று கேட்டாள். பாட்டி மாதி, “அதுக்கு ஒரு ஐநூறு வயசு இருக்கும். ஏன்னா எங்க பாட்டி சின்ன வயசுல இருக்கும்போதே அவங்க பாட்டி நிலாவைப் பத்தி பாடி இருக்காங்க” என்றாள்.

மாதன் சொன்னான், “இல்லை இல்லை. அது இந்த உலகம் இருக்குறதில இருந்து இருக்குது. அது நம்ம உலகம் மாதிரிதான். நம்மள மாதிரி அங்கேயும் மனிதர்கள் இருக்காங்க, அதனால அதுக்கு வயசு ஐயாயிரம், பத்தாயிரத்துக்கும் மேல இருக்கும்” என்றான்.

அந்தக் குழந்தை சத்தமாக சிரித்துக்கொண்டே, “நிலாவுக்கு வயசு ஒன்னும் அவ்வளவு இல்ல, உங்களுக்கு ஒன்னும் தெரியல, அதுக்கு வயசு பதினஞ்சு நாளுதான். பதினஞ்சு நாள் இருக்கும் அப்புறம் பதினஞ்சு நாள்ல செத்துப்போயிடும். திரும்பவும் பிறந்து பதினஞ்சு நாள் வளரும் திரும்பவும் செத்துப்போயிடும். அந்த இருட்டா இருக்குற நாளில்தான் அது யாருக்கும் தெரியாம வானத்துல விதையை போட்டுட்டு போயிடும். அந்த விதையில இருந்து திரும்பவும் நிலா முளைக்கும்” என்றாள்.

எல்லாருக்கும் என்ன சொல்வது என்று தெரியவில்லை. எல்லோரும் பக்கத்திலிருக்கும் ஊர்த்தலைவரை ஒன்றாக திரும்பிப் பார்க்க, அவர், “இங்கே என்ன பார்வை? நேரம் அயிடுச்சு போய் நெருப்பை அமர்த்திவிட்டு படுங்கள்” என்றார். குழந்தை மட்டும் சிரித்துக்கொண்டே இருந்தது.

படுக்கையை சரிசெய்துவிட்டு விட்டத்தில் இருக்கும் ஓட்டை எண்ணிக்கொண்டிருந்தாள் ருக்கி. காளாவைப் பிரிந்து இன்னும் 5மணி நேரம்கூட ஆகவில்லை அவனை அடுத்து எப்படி எங்கே பார்ப்பது? என்று அவள் மனம் சிந்தித்துக்கொண்டிருந்தது. ஆந்தை ‘ம்... ம்...’ என்று ஏதோ சொல்லிக்கொண்டிருந்தது.

‘எனக்கும் அந்த சோலைக்கிளி போன்று பறக்க முடிந்தால், இப்போது யாருக்கும் தெரியாமல் பறந்துபோய் அவனைப் பார்த்துவிட்டு வந்துவிடுவேன்’ என்று நினைத்துக்கொண்டாள்.

மீண்டும் அவன் பேசியது எல்லாம் அசைப்போட்டுக் கொண்டிருந்தாள். அவன் சொன்னது எல்லாம் உண்மையா? எப்படி திடீரென்று அந்தப் பெரிய நீர்நிலை மறைந்துபோயிருக்கும்? எப்படி அவ்வளவு பெரிய ஏரியை

உருவாக்கியிருப்பார்கள்? அதன்மீது ஒரு தொங்கும் பாலம் கட்டப்போவதாக சொன்னானே? அப்படி முடியுமா? கரையில் இருந்த வெளிநாட்டு மரங்கள் எல்லாம் எவ்வளவு அழகு? கடல் கடந்துவந்த மரங்கள். கடல், அது எப்படி இருக்கும்?

அவன் கொடுத்த முத்தங்கள், அவனின் பிடி, 'ம்ம்ம்...' என்று பெருமூச்சுவிட்டாள். அதன் வெப்பம் எங்கோ இருக்கும் காளாவை சுட்டது.

ருக்கியின் மனது என்னவோ நினைத்துக்கொண்டிருந்தது. 'எல்லாம் சரியாக இருக்கிற மாதிரியும் இல்லாதது போலவும். அட்டி அமைதியாக இருப்பதுபோல் இருக்கு. ஆனால், இந்தத் தேயிலைப் பிரச்னை உள்ளுக்குள் புகைந்து கொண்டே இருக்கு. அம்மாவும் பாட்டியும் காளாவைத் திருமணம் செய்துகொள்ள சொல்கிறார்கள். ஆனால், இந்த அப்பா, ஐயா, கெம்பன் இவர்கள் காளாவைப் பற்றி சொன்னாலே கொந்தளித்து விடுகிறார்கள். இந்தப் பிரச்னையெல்லாம் வெடித்தால்தான் ஒரு தீர்வு வரும்' என காதல் எண்ணம் மாறி மனது கவலை கொள்ளத்தொடங்கியது.

14

அடுத்தநாள் கோயி சாமம் கடந்தும் ருக்கி கீழே வரவேயில்லை. குண்டியம்மாள், மேலே சென்று ருக்கியை எழுப்பிப் பார்த்தாள். உடம்பு கொதித்தது. ‘காய்ச்சல் கண்டு இருக்கிறதே? இவளுக்கு என்ன இப்படி அடிக்கடி வருகிறது? பாமாவை பார்த்தால் சரியாகிவிடுவாள்’ என்று சொல்லிக்கொண்டே கீழேவந்து அடுப்பில், அவரை வேகவைத்துவிட்டு அதில் கொஞ்சம் கிழங்கைப் போட்டு மூடி, மிளகு, வெந்தயம், மல்லி, கடுகு, சீரகம், பொட்டுக்கடலை, பட்டை, கிராம்பு, அரிசி, பருப்பு என எல்லாவற்றையும் சேர்த்து வறுத்து மசால் அரைத்து அதனுடன் சேர்த்து வேகவைத்துக் கொதிக்கவைத்து அடுப்பை அணைத்து அதன் சூட்டிலேயே வைத்துவிட்டு சாமைக்களியையும் தயார் செய்து, கொஞ்சம் அரிசி சாதமும் சமைத்து வைத்தாள்.

யார் எழுப்பியும் வரமால் படுத்திருந்த ருக்கி, வாசனையில் எழுந்து வந்தாள். நேரே ஓடைக்குப்போய் ஓடைக்கரையில் வெயிலில் கொஞ்சநேரம் படுத்துக்கிடந்தாள். உடம்பு சூடேறிய பிறகு, ஆடைகளை கலைந்து ஓடையில் முங்கி எழுந்தாள். அந்த குளிர்ந்த நீர் அவளுக்கு இதமாக இருந்தது.

குளித்துவந்து பாட்டி மாதியுடன் உட்கார்ந்துகொண்டாள். அவரைக் குழம்புடன் கொஞ்சம் நெய்விட்டு வயிறு முட்ட சாப்பிட்டு முடித்தாள்.

“உனக்கு உடம்பு சரியில்லை, எங்கேயும் என் பெண்ணை கூட்டிக்கொண்டு சுத்தவேண்டாம் என்று உன் அம்மா சட்டம்

போட்டுவிட்டு போனாள். நீ இவ்வளவு சாப்பிடுகிறாய்?" என்று சிரித்துக்கொண்டாள் பாட்டி.

எதுவும் பதில் சொல்லாமல், மரத்திற்கு அடியில்போய் முகத்தை மட்டும் நிழலில் வைத்துக்கொண்டு உடல் முழுவதும் வெயில் படும்படி படுத்துக்கொண்டாள். 'என்ன இது' என்று அழுத்துக்கொண்டாள். முழுவதும் நிழலில் இருந்தால் குளிர்கிறது, முழுவதும் வெயிலில் இருந்தால் வேர்த்துக்கொட்டுகிறது, அப்படியே பாதி உடம்பை நிழலிலும் பாதி உடம்பை வெயிலிலும் வைத்துப் படுத்துக்கொண்டு யோசித்துக்கொண்டிருந்தாள் அடுத்து என்ன செய்வது என்று.

"பாட்டி உன்ன பெண்கூட்டிப் போனதப் பத்திச் சொல்லன்" என்றாள்.

"என்ன சொல்றது..." என யோசித்துவிட்டு தொடங்கினாள், "நான் விளையாடிட்டு இருந்தன், எங்க அப்பா கூப்ட்டாங்க. விளையாடுறத நிறுத்திட்டு வந்தன். வீட்டுல அத்த மாமா எல்லாம் வந்திருந்தாங்க. வெள்ளி மோதிரத்தோட கட்டிய உங்கார மணிய என் கழுத்துல கட்டிட்டு உங்க தாத்தாக்கு உரிம ஆக்கிட்டாங்க. இந்த சடங்கு எல்லாம் இப்பதான் தெரியுது. எனக்கு நடக்கும்போது பெரிசா ஞாபகம் இல்ல. இந்த அட்டிக்கு வந்த கொஞ்சநாள்ல உங்க பெரியப்பா வயித்துல வந்துட்டான். அப்பறம் ஏழு மாசத்துல 'கன்னி ஆக்கோது' சடங்கு செய்தாங்க அடுத்தடுத்து குழந்தைங்க. என் இளம எல்லாம் குழந்த பெறதுலேயே முடிஞ்சுபோச்சு" என முடித்தாள்.

பாமா, மாசமாக இருப்பதால் அம்மாவின் வீட்டுக்கு வந்திருந்தாள். ருக்கியின் அம்மா பாமாவிடம், "என்னடி கல்யாணம் ஆனதில் இருந்து வேறு எந்த வேலையும் செய்யல போல? ஒரே வேலையாதான் இருந்தீங்களா நீயும் சந்துருவும்? போன வேகத்தில் வயிறு வாங்கி வந்துட்டியே? பரவாயில்லை சாமர்த்திய காரிதான் போ" என்றாள்.

"சரி வா, பெத்திட்டு பாயாசம் செய்து தருகிறேன். சடங்கு சம்பிரதாயம் பார்த்து உன் அம்மா செய்து தருவாள். நான் கொஞ்சம் எனது சந்தோசத்திற்காக செய்து தருகிறேன். நீ போய் ருக்கியை கூட்டிவா அவள் அங்கு வெயில் காய்ந்துகொண்டு இருக்கிறாள்" என்றாள்.

குண்டியம்மாள் கோதுமை, பால், சர்க்கரை எடுத்துவைத்துவிட்டு கசகச வருத்து, அதை பொடி செய்து பாயாசம் செய்து வைத்துவிட்டு, தோட்டத்தில் ஆள்வந்து கூப்பிடவே அவர்களுக்கு டீ வைத்து எடுத்துக்கொண்டு, கொஞ்சம் பாட்டி மாதிக்கும் கொடுத்தாள்.

"என்ன நம்ம வீட்டுக்கும் டீ வந்துவிட்டதா?" என்ற பாட்டியிடம், "அது பாமா அவங்க அட்டியில இருந்து கொண்டு வந்து குடுத்தது. நீங்களும், உங்க மகனும் இப்படியே இருந்தீங்கனா நம்ம அட்டியில் நம்மை விட்டுவிட்டு மத்தவங்க எல்லாம் தேயிலை பயிரை வச்சிடுவாங்க. எல்லாம் மாறிட்டு வருது நாமும் மாறுறதுதான் நல்லது. சரி நான் போயிட்டு வரேன்" என்று பாமா கொண்டுவந்த துப்புதிட்டையும் எடுத்துக்கொண்டு பாட்டி மாதியிடம் சொல்லிவிட்டுப் போனாள்.

ருக்கி, பாமாவை பார்த்தவுடன் ஓடிவந்து கட்டிக்கொண்டாள். மெருகுடன் காணப்பட்ட பாமாவைப் பார்த்து, "உன் அழகு கூடிக்கொண்டே போகிறது" என்று கண்ணத்தில் கிள்ளினாள். "வா வீட்டுக்குப் போகலாம்" என்று சொல்லி கூட்டி வந்தாள்.

பாட்டி, வீட்டின் உள்ளே இருந்து பாயசத்தை ஊற்றிக்கொண்டு வந்தாள். மூன்று பேரும் சுடச்சுட சாப்பிட்டார்கள்.

பாமா, கணவர் வீட்டுப் பெருமைகளைப் பேசிக்கொண்டு இருந்தாள். தேயிலைக் கொளுந்து எடுப்பது பற்றி, அதன் விலை பற்றி, நல்ல வருமானம் பற்றி... அது ருக்கிக்கு சலிப்பை ஏற்படுத்தியது. அவள் பேசிய எந்த வார்த்தையும் ருக்கியின் காதில் விழவே இல்லை. ஆனால்,

அட்டிப்பக்கம் இருந்த அந்தக் கூட்டுமலைப் பகுதியில் இருந்து எச்சரிக்கைப் புகை வந்ததாகவும் பல அட்டியில் இருந்த காளாவின் வயதை ஒத்தவர்கள் அங்கு சென்று துரைமார்களின் கனவுத்திட்டத்தை 'மலை முழுவதும் தேயிலைப் பயிர் போடும் கனவை' கலைப்பதற்காக கூட்டம் போடுவதாகவும் துரைமார்களுக்கு தகவல் போனதாகவும் அவர்கள் வருவதற்குள் கூட்டம் கலைந்ததாகவும் அதன் பிறகு காளாவைப் பிடித்து தருபவருக்கு சர்க்கார் சகாயம் செய்ய காத்திருப்பதாகவும் எல்லா அட்டிக்கும் தகவல் சொல்லிவிட்டதாகவும் பாமா ருக்கியின்

கவனத்தை எதிர்பாராமல் சொல்லிக்கொண்டிருந்தாள். இதை கவனித்த ருக்கியின் முகம் கனத்த இருண்ட கருமேகம் போல் ஆனது.

தானாகப் பேசிமுடித்த பாமா, "நான் வீட்டுக்குப் போயிட்டு அப்புறம் வறேன்" என்று சொல்லிப்போனாள்.

பாட்டி மாதியை, சைகை சொல்லி கூப்பிட்டுப் போனாள், "என்ன பாட்டி ருக்கி ஒன்னும் சரியில்லையே... நான் இங்கேதான் இரண்டு நாள் இருக்கப்போகிறேன். வந்து பார்த்துக்கொள்கிறேன்" என்று சொல்லிவிட்டுப்போனாள்.

இரண்டுநாள் எப்படி போனதென்று தெரியவில்லை. என்ன சாப்பிட்டாள் என்ன செய்தாள் என்று எதுவும் நினைவு இல்லை. மூன்றாவதுநாள் நடுசாமத்தில் எழுந்து, கீழே வந்தாள்.

கதவைத் திறக்கப் போனவளிடம் பாட்டி, "ருக்கி இன்னும் விடிய நேரம் இருக்கிறது. கோயி சாமத்தில் எழுப்பிவிடுகிறேன். போய் படு" என்றாள்.

"இல்லை, எனக்கு வீட்டுக்குப் பின்னால் குதிரை சத்தம் கேட்கிறது" என்றாள்.

"ஒன்னும் இல்லை போய் படு" என்று பாட்டி அதட்டியவுடன் மீண்டும் போய் படுத்துக்கொண்டாள். இந்த ஆதவன் இன்னும் ஏன் வரவில்லை, எங்கே போகிறது, என்ன செய்துகொண்டு இருக்கிறது? எங்கேதான் போய் தொலைத்ததோ? என்று அழுத்துக்கொண்டு அப்படியே தூங்கிப் போனாள்.

பாட்டி மாதி வந்து எழுப்பியபோது உச்சிப்பொழுதாகி இருந்தது. "நடுசாமத்தில் ஆந்தை மாதிரி முழிக்க வேண்டியது. பகலில் எருமை மாதிரி படுத்துக்கிடக்க வேண்டியது. போ... போய் குளிச்சிட்டு வா" என்றாள்.

மெல்ல எழுந்து ஓடைக்குப் போனாள். நேரம் தப்பி எழுந்தாள்தான் உலகத்திலுள்ள அனைத்து தத்துவமும் வரும் சாமியார்போல், 'இது... என்ன இது? எதற்குப் பிறந்தோம்? என்ன செய்து கொண்டிருக்கிறோம்? எதற்குக் குளிக்கவேண்டும்? எதற்கு சாப்பிட வேண்டும்? எதற்கு துணி உடுத்த வேண்டும்? என்ன வாழ்க்கை இது? கடைசியில் எல்லோரும் பூமிக்குள்தான் போகப்போறோம். அதுவரை, என்ன இந்த வாழ்க்கை, சாப்பிடுவது, உறங்குவது, குழந்தைப் பெற்றுக்கொள்வது,

உழைப்பது, மீண்டும் அந்த குழந்தைக்கு இந்த வாழ்க்கையைப் பழக்கப்படுத்துவது, அந்தக் குழந்தையும் இதையே செய்வது, அடஅட என்ன ஒன்றும் புரியவில்லை.'

அப்பபடியே, தண்ணீரில் கழுத்துவரை உட்கார்ந்திருந்தாள். 'பொத்' என்று ஒரு கல் தன் பக்கத்தில் வந்து விழுந்தது. யாரும் பக்கத்தில் இல்லை. மீண்டும் இன்னொரு கல் வந்து விழுந்தது. மரத்தை அண்ணாந்து பார்த்தாள், மரத்தில் இருந்து விக்கிப்பழம் விழுந்திருந்தது சிறிய கொப்புடன். சிரித்துக்கொண்டே 'ச்சே, காளா மரத்தின்மீது உட்கார்ந்திருந்தால் எப்படி இருக்கும்?' என்று நினைத்துக்கொண்டாள். 'இவ்வளவு நேரம் மனது சாமியார்போல் யோசித்தது. இப்போது காதலுக்கு ஏங்குகிறதே என்னவோ போ' என்று எழுந்து கரைக்கு வந்து துண்டுமுண்டு மாற்றி வீடுவந்து சேர்ந்தாள்.

சிறிதுநேரம் கழித்து பாட்டியிடம் சொல்லிவிட்டு மந்தை மேயும் புல்வெளிக்குப் போனாள்.

மெதுவாக நடந்துவந்து செண்பகமரத்தின் அடியில் உட்கார்ந்துகொண்டாள். அவளுக்கு, அவன் அங்கேவந்து போனதுபோல் உணர்வு ஏற்பட்டது. அப்படியே மெல்ல எழுந்து மரப்பொந்து இருக்கும் இடத்தைப் பார்த்து மரத்தைச் சுற்றிவந்தாள். அந்த பொந்துமீது இரண்டு செண்பகமாலை இருந்தது. ஒனறு, சற்று வாடியிருந்தது. மற்றொன்று இன்றுதான் வைத்ததுபோல் புதியதாக இருந்தது. புதியதை எடுத்து மாலையாக போட்டுக்கொண்டாள். அதன் ஈரத்தன்மை ஏனோ அவளுக்கு வெப்பத்தைக் கொடுத்தது. அதன் வாசம் அவளை என்னவோ செய்தது. அவன் தனக்காக நேற்றும் வந்து போயிருக்கிறான் என்பதை நினைத்து மனம் சந்தோசத்திலும் கண்கள் வேதனையிலும், உடல் ஏக்கத்திலும் மொத்தத்தில் ஏமாற்றமாய் இருந்தது. 'ம்ம்ம்...' பெருமூச்சுவிட்டுக்கொண்டே மரத்தின் பொந்தில் கையைவிட்டுப் பார்த்தாள். கையில் மிருதுவாக எதுவோ பட்டது. என்னவென்று எடுத்தாள். மனதை மயக்கும் பல வண்ண நிறத்தில் பறவைகளின் இறகுகளால் கீரிடம் செய்து வைத்திருந்தான்.

'இவன் மட்டும் நிசமான காளா அரசனாக இருந்தால், நிச்சயம் நமக்கு வைர கீரிடம் செய்து கொடுத்திருப்பான். ஆனால், எனக்கு அது தேவையில்லை நான் வனமகள். இந்த

காட்டுக்கு நான்தான் ராணி, எனக்கு இந்த செண்பகமாலையும் இந்த கீரிடமும்தான் பொருத்தம்' என்று சூடிக்கொண்டு முகத்தை ஒரு படி உயர்த்தி வைத்துக்கொண்டு நிமிர்ந்து நின்றாள்.

பக்கத்தில் இருந்த எருமையை 'தோ தோ' என்று அழைத்தாள். அது மேய்வதை நிறுத்திவிட்டு குரல் வந்த திசையை நோக்கிப் பார்த்தது. அவள் தன் பலவண்ண கிரீட தலையை ஆட்டி 'மா' என்று கத்தினாள். அது மிரண்டு தலை தெறிக்க ஓடியதைப் பார்த்து வெடித்து சிரித்து அடங்கினாள்.

அவளின் உயரமும், அவளின் பரந்த மார்பும், நீண்ட கூந்தலும், இருகிப்போன கால்களும், அந்த கீரிடமும் அவளை ஒரு ராணியாகவே காட்டியது. மரத்தில் இருந்த கொண்டலாத்தி அவளைப்பார்த்து, தனது கொண்டையை ஒருமுறை சிலுப்பிக்கொண்டது. அவளும் அதற்குப் போட்டியாக சிலிப்பிக்கொண்டாள். சத்தமாக சிரித்துக்கொண்டாள். விருட்டென்று அந்தப் பறவை பறந்துபோனது. அது, அவளைப் பார்த்து பொறாமைக் கொண்டு பறந்துபோனதாக உணர்ந்தாள்.

மீண்டும் வந்து அவன் வரும் பாதையைப் பார்த்து ஏக்கத்துடன் உட்கார்ந்துகொண்டாள். தனது தலையில் இருந்த கீரிடத்தை எடுத்து மடியில் வைத்துக்கொண்டு பார்த்தாள். அதில் என்னென்ன பறவைகளின் இறகுகள் இருக்கிறது என்று. பார்த்து, அதன் பெயர்களை சொல்லத் தொடங்கினாள்.

குப்புசிபறவை, அக்கிலு எம்மக்கிலு, மொராகுத்தி, காக்கா, கோயி, வாத்து, ஆலா, வாலாட்டி, வெள்ளைக்குருவி, மலைசிட்டு, சோலைகிளி, புறா, மரகதப்புறா, கரும்பருந்து, ஆந்தை, தேன்சிட்டு, ஆட்காட்டி, இருவாச்சி, பூஞ்சிட்டு, மலைசிட்டான், புதர் சிட்டு, மஞ்சள் சிட்டு, தூக்கனாங் குருவி, குக்குருவான், சிலம்பன், சில்லை, கொண்டலாத்தி, தவிட்டுக் குருவி, இராப்பாடி இன்னும் பெயர் தெரியாத பறவைகளின் இறகுகள். அதன் முத்தாய்ப்பாக அவள் விரும்பிய மசினகுடியில் இருந்து கொண்டுவந்த மயிலின் தோகையில் இருந்து எடுத்த கண்போன்ற அந்த நீலநிறத்தின் இறகை, மேலே அழகாக சிகரம்போல் வைத்திருந்தாள். தனது மடியில் வனத்தில் உள்ள அனைத்துப் பறவைகளும் உறங்குவதாக பாவித்து அதை தடவிக்கொடுத்துக் கொண்டிருந்தாள். அப்படியே மரத்தில் சாய்ந்துகொண்டு, 'அவன் மரத்தின்மீது

இருந்து குதித்துவந்தால் எப்படி இருக்கும்?' என்று கற்பனை செய்துகொண்டிருந்தாள். கொஞ்சகாளாமாக கற்பனை செய்வதைத் தொழிலாகக் கொண்டிருந்தாள். குளிர் அதிகமாக இருந்தது. மந்தைகளில் இருந்த எருமைகளை அட்டிக்கு ஓட்டிக்கொண்டுபோய் இருந்தார்கள்.

கெம்பன் ருக்கியைப் பார்த்து, "ஏய் ருக்கி வா போகலாம். கூதல் அதிகமாக இருக்கிறது" என்றான். ஓரத்தில் ஊர்த்தலைவர் கையில் குடையுடன் எங்கோ போய்விட்டு வந்துகொண்டிருந்தார். அவர், அவள் கையில் வைத்திருப்பதைப் பார்த்துக்கொண்டே சென்றார். எதுவும் கேட்கவில்லை. கெம்பன் மட்டும், "இது என்ன? இது உனக்கு எப்படி கிடைத்தது?" என்று கேள்வி கேட்டான்.

"அது எல்லாம் உனக்கு சொல்லமுடியாது. போடா" என்ற ருக்கி அதை மடியில் மறைத்து வைத்துக்கெண்டு அவர்களுடன் நடந்து வீட்டுக்குப்போனாள்.

கெம்பன் முகம் இறுகிப்போனது. இவ்வளவு இறகுகள் இவளுக்கு எப்படிக் கிடைத்தது. அப்படியென்றால் அவனை சந்தித்துவிட்டாளா?

தனது கன்றுகுட்டி எங்கே என்று தேடினாள். கூட்டத்தில் அது தென்படவில்லை. அதைத்தேடும் மனதும் அவளுக்கில்லை. அவளது அன்பு முழுவதும் இப்போது காளாவுக்கு மட்டுமே சொந்தமாகி போயிருந்தது.

வீட்டுக்குச் செல்லும் மந்தைகளைப் பார்த்து அவள் கண்களில் நீர் ததும்பி இருந்தது, பல வருடங்களாக அட்டிக்கு வராமல் இருக்கும் காளாவை நினைத்து. எப்படியாவது வீட்டில் யாரும் இல்லாதபோது அவனைக் கூட்டிவந்து பல உணவுகளை அவனுக்குத் தின்ன கொடுக்கவேண்டும். அவனைக் கட்டிக்கொண்டு அவனுக்கு ஒரு குடும்பம் கொடுக்கவேண்டும் என்று நினைத்துக்கொண்டே நடந்தாள். வீட்டுக்குச் சென்றவுடன் முதலில் கீரிடத்தை மறைத்து வைத்தாள்.

வீட்டிற்கு வந்த மாதன், "என்ன குண்டியம்மாள் எப்போதும் செண்பகப்பூவின் மணம் வீட்டில் வீசிக்கொண்டே இருக்கிறது. பால் மணமும் வெண்ணெய் மணமும் குறைந்துவிட்டது" என்றான்.

"அது ஒன்றும் இல்லை, பாமா அவங்க அட்டியில் இருந்து கொண்டுவந்து கொடுத்த தேயிலை வாசனைதான் அது" என்ற பாட்டி மாதியை குண்டியம்மாள் பார்த்து முறைத்தாள்.

"எதாவது சொல்லி மாட்டிவிட்டுக்கிட்டு இருப்பதே வேலையா போச்சு, ஏற்கெனவே உங்க பையனுக்கு என்ன கொற சொல்லத் தெரியாது. இதுல இது வேற."

பாட்டி மாதி கொடுத்த வெல்லம் போட்ட காப்பியை சுடச்சுட குடித்து முடித்தாள். ருக்கி, அவனைப் பார்க்காததாலும், உணவு சரியாக எடுத்துக்கொள்ளாததாலும், இளைத்திருந்தாள். உடலும் மனமும் ஒருசேர சோர்ந்துபோய் உட்கார்ந்திருந்தாள். மீண்டும் பாட்டி மாதி காப்பியும் தின்ன துப்புத்திட்டும் கொடுத்தாள். மறுப்பு ஏதும் சொல்லாமல் வாங்கி சாப்பிட்டு முடித்தாள்.

ஊர்த்தலைவரும் கெம்பனும் மற்ற பெரிய குடும்பக்காரர் வரவும், பேச்சு கலைகட்டியது. ருக்கி பயந்துபோனாள். 'எதாவது தனது தந்தையிடம் சொல்லிவிட்டால்? என்ன சொல்வது?' யாரிடமும் எதுவும் சொல்லாமல் அமைதியாக சென்று படுத்துக்கொண்டாள்.

தனக்குத் துணையாக இருக்கும் அந்த செண்பகமரத்தை நினைத்துக்கொண்டாள். 'அந்த மரம், எதுவும் பேசாது. கேட்டாலும் பதில் சொல்லாது. எனது உணர்வை புரிந்துகொள்ளாது. தான் சொல்வதும் கேட்காது தனது காதலும் புரியாது. அதற்கு மட்டும் புரிந்திருந்தால், என்னைப் பார்க்காமல் காளாவை போவதற்கு விட்டிருக்குமா? சரியான மரம்...' என்றாள் சிரித்துக்கொண்டே. பின், 'ஆமாம், அது மரம்தானே' என்றாள்.

'இல்லை இல்லை அது என் தோழி, நான் என்ன சொன்னாலும் தன் இலைகளை ஆட்டி கேட்கும். நான் பேசினால் சலசலத்து பதில் சொல்லும். நான் சிரித்தாள், தன் செண்பகமலரின் இதழ்களை உதிர்த்து அதுவும் சிரிக்கும். காளா கொடுக்கும் பண்டங்களை தன் பொந்தில் வைத்து யாரும் அறியாதவாறு கொடுக்கும். எனக்காகவும் காளாவுக்காகவும் காத்திருக்கும். அது மரம் இல்லை என் தோழி' என்றாள்.

நினைவுதெரிந்த நாள் முதல் இப்படி ஒரு மரத்தை அவள் நேசித்தது இல்லை.

ஆனால் அந்த செண்பகமரம் தன்னை என்ன நினைக்குமோ என்று சிந்தித்துக் களைப்பில் உறங்கிப்போனாள்.

மறுநாள், வழக்கம்போல் மீண்டும் செண்பகமரம் நோக்கி சென்றாள்.

பதில் ஏதும் சொல்லாமல் தன் இருப்பை மட்டும் உணர்த்திக்கொண்டு நின்றது. தனது துணையை அவளுக்கு வெளிப்படுத்தியது.

தனது தோழியாக தனது பாட்டியாக மாறிப்போன செண்பகமரத்திற்கு ஒரு பெயர் வைக்க விரும்பினாள். என்ன பெயர் வைப்பது? சிலநேரம் தன் இலைகள் வழியாக பேசியும் உரசியும் கொள்ளும், பிறகு சிலநேரம் பேசாமல் அசையாமல் நின்று துணையிருக்கும், இதற்கு என்ன பெயர் வைப்பது..?

இந்த மரமும் அதன் பொந்தும் அவர்களின் காதலுக்கு சாட்சியாக நின்றது. உண்மையில், அது எதுவும் செய்யவில்லை. அது தன் இயல்பிலேயே இருந்தது. அந்த மரத்தின் கிளையில் அமர்ந்துகொண்டு சுற்றிப் பார்த்தாள். பார்லி பயிர்களும், விளைந்து அறுவடைக்குத் தயாராக இருந்த கோதுமையும், கீரை பாத்திகளும், அவரைக் கொடிகளும், கண்ணுக்குக் குளிர்ச்சியாய் இருந்தது. கோதுமையின் தங்க நிறமும் பயிர்களின் பச்சை நிறமும் கலந்து கண்களுக்கு விருந்தாய் அமைந்தது.

இந்தப் பக்கம் எருமைகள் புல்வெளியில் தன்பாட்டுக்கு மேய்ந்து கொண்டிருந்தது. பச்சைப் புல்வெளி, கருப்பு நிற எருமை, வெள்ளை நிற செம்மறி ஆடு, வெண்ணிற கொக்குகள் மற்றும் மைனாக்கள் நடந்து நடந்து பூச்சிகளை தின்று கொண்டிருந்தது. நடக்கத் தெரியாத சிட்டுக்குருவி தத்தித்தத்தி போய்க் கொண்டிருந்தது. எவ்வளவு வளமான அட்டி நம்ம அட்டி.

'எல்லாம் என் தாய், தந்தையின் உழைப்பு. நானும் காளாவும் இதேபோல் எங்கள் தோட்டத்தில் பயிர் செய்யவேண்டும். என்ன, எங்கள் தோட்டம் என்று சொல்லிவிட்டேன்?' என்று வெட்கப்பட்டு சிரித்துக்கொண்டே 'சரி, வீட்டுக்குப்போவோம்' என்று நினைத்து மரத்திலிருந்து 'தொப்' என்று குதித்தாள்.

குதித்த வேகத்தில், "அய்யோ அம்மா" என்று கத்தினாள். விழுந்து அடிபட்டுக்கொண்டாள் என்று நினைத்து கெம்பன்

"ஐயோ ருக்கி!" என்று எருமைகளுக்கு இடையில் இருந்து ஓடிவந்தான்.

"கெம்பா, அதோ அங்கே பார், கரடி கரடி" என்றவாறு விரலை நீட்டினாள். உன்னி செடிகளுக்கு நடுவே தாய்க்கரடி தனது இரண்டு குட்டிகளுடன் இவள் கத்தியதில் இருந்து பயந்து மிரண்டு புதருக்குள் போய் மறைந்தது.

"என்ன ருக்கி எப்போது பார்த்தாலும் தனியாக சுத்திக்கொண்டிருக்கிறாய். நேரங்காலம் இல்லாமல் இப்படி செண்பகமரமே கதி என்று இருக்கிறாய். நல்லவேலை அது பெண் கரடி, ஆண் கரடியாக இருந்தால் தெரிந்திருக்கும் உன் நிலமை என்னென்று" மிரட்டினான் கெம்பன்.

"என்ன கெம்பா என்னையே மிரட்டுகிறாய்? நான் இந்த காட்டின் மகள், என்னை யாரும் ஒன்றும் செய்யமுடியாது. எந்த மிருகத்தாலும் எனக்கு துன்பமும் வராது. கரடி, காட்டு யானை, புலி, சிறுத்தை, நரி, கருஞ்சிறுத்தை எதற்கும் எனக்கு பயம் இல்லை தெரியுமா? நான்தான்டா எத்தை" என்றாள்.

"சரிதான். ஆனால், இந்தக் காட்டில் இருக்கும் எல்லா கன்னி பெண்களும் ஆண்கரடிக்கும், நம் இரத்ததை உறியும் அட்டைப்பூச்சிக்கும் பயப்படுவார்கள். அதைத்தான் சொன்னேன்" என்றான்.

அவனுக்கு ருக்கியைப் பார்த்தாள் எவ்வளவு பயமோ அவ்வளவு ஆசையும் உண்டு. 'தான் இந்த அட்டிக்கு வந்தபோது தன்னை அன்புடன் பார்த்துக்கொண்டவள். தனக்கு உணவு கொடுத்தவள். தன் தந்தையின் வேட்டியை எடுத்து தனக்கு ஆடை கொடுத்து தன் மானத்தைக் காப்பாற்றியவள். ஆம் இவள் என் எத்தைதான்.

"ஏய் கெம்பா, என்னடா புதுசா கரடி கதை, அது இதுன்னு சொல்ற. நான் கேட்காத கதையா? சொல்றா பாக்கலாம்" என்றாள்.

அவளது கோபமும், பயம் கலந்த முகமும், பயத்தை காட்டாமல் மிரட்டும் தோரணையும் அவனை, அவள்மீது காதல் கொள்ள செய்தது. காதலுடன் கதை சொல்ல ஆரம்பித்தான்.

15

கெம்பன் தொடங்கினான், "ஒருநாள் நம்ம பாட்டிக்கு... பாட்டிக்கு... பாட்டிக்கு... பாட்டியோட தோழி மச்சியை..."

"டேய் நிறுத்து... நிறுத்து... எத்தனை பாட்டிடா?"

"இரு ருக்கி குறுக்க குறுக்க பேசினா எப்படிச் சொல்லட்டும்? பாட்டிக்குப் பாட்டிக்குப் பாட்டிக்குப் பாட்டிக்குப் பாட்டியோட தோழி மச்சியை, ஒருநாள் சோலைக்கு விறகுக்கு போகும்போது, கற்பூரமர காட்டில ரொம்ப தூரம் போயிட்டாங்களாம். கூடவந்தவங்க மச்சியை எங்கத்தேடியும் காணலையாம்.

ஒருநாள் பலநாள் தேடித்தேடி கிடைக்காம செத்துப்போயிட்டதா நினைச்சு கற்பூர காட்டில சோலையில்ல சிக்கியிருந்த பாட்டியோட துண்டு மட்டும் வச்சி செய்யவேண்டிய காரியங்களையெல்லாம் செஞ்சிட்டாங்க.

ஒருவருஷம் கழிச்சு நம்ம தாத்தா ஒரு கரடி, ஒரு பெண்ணக் கூட்டிக்கிட்டு குகைக்குப் போறத பாத்தாராம். பதுங்கிப்பதுங்கி பின்னாடி போய் அந்தக் குகையை அடையாளம் வச்சிட்டு அட்டிக்கு ஓடிவந்துட்டாராம். அட்டிக்கு வந்து, 'அடேய்! நம்ம பொண்ண அந்தக் கரடி அடச்சிவச்சி இருக்குடா. நான் என்னோட கண்ணால பார்த்தேன். வாங்க நாம போய் கூட்டி வரலாம்'ன்னு சொன்னாராம். எல்லாம் ஒன்னுசேர்ந்து கத்தி, கம்பு, கோடாரி, வேல்கம்பு, நல்ல பதமான கல்லு எல்லாம் எடுத்துக்கிட்டு கூட்டமா அந்த குகைக்குப் போனாங்களாம்.

அங்க போய் பார்த்தா கரடி இல்லையாம். மச்சியம்மாள் மட்டும் உடம்பு முழுவதும் முடியோட வயிறு பெருத்துப்போய்

இருந்தாங்களாம். அவங்களுக்கு இவங்களை அடையாளம் தெரியலையாம். அந்தக் கரடி கன்னிப்பெண்ணா இருந்த நம்ம பாட்டிய நக்கிநக்கி கரடியா மாத்திடுச்சாம். இவங்க கூப்பிட்டும் வரமாட்டேன்னு சொல்லிட்டாங்களாம். என்ன பண்றது. தெரியாம நின்னுகிட்டு இருந்தப்ப, ஆண் கரடி வர சத்தம் கேட்டதாம். எல்லாம் ஓடிவந்துட்டாங்களாம். அந்தப் பெண்ணையும் தரதரனு இழுத்துட்டு வந்துட்டாங்களாம். அவங்களாள நம்மகூட சேர்ந்து வாழ முடியலையாம். கொஞ்சநாள்ல செத்துப் போச்சாம்.

அந்த ஆண் கரடி, அப்போ அப்போ நம்ம அட்டிப்பக்கம் வந்து அவங்க சமாதிய மோந்து பாத்துட்டுப் போகுமாம். அதனால இப்பவும் ஆண் கரடி வந்து கன்னி கழியாத பெண்ணை தேடுமாம்" என்று முடித்தான்.

ருக்கிக்கு உள்ளே பயம் இருந்தாலும், "நல்லா இருக்குடா கெம்பா உன்னோட கதை. எருமை மேய்க்க சொன்னா போய் விதவிதமா கதை கட்டிட்டு வரியா? இதெல்லாம் சும்மா கட்டுக்கத" என்றாள்.

"ஏய் ருக்கி அட்டப்பூச்சி கதை சொல்லட்டுமா?" என்ற கெம்பனிடம், "வேண்டாம்... வேண்டாம்... நான் அட்டிக்குப் போறேன். நீ போய் எருமைகளைக் கொட்டாயில் அடிச்சிட்டு வாடா" என்று சொல்லிப்போனாள்.

அவளைப் பார்த்துக்கொண்டே இருந்தான். எருமைகள், 'எப்படியும் இவன், அவள் கண்ணில் இருந்து மறையும்வரை வரமாட்டான். நம்மை கொட்டாயில் கொண்டுபோயும் விடமாட்டான்' என்று தீர்மானித்துக்கொண்டு அதுவாகவே கொட்டகைக்கு மெதுவாகப் போய்ச் சேர்ந்தன.

கொஞ்சம் தெளிவாக இருக்கும் ருக்கியின் முகத்தைப் பார்த்து நிம்மதி பெருமூச்சுவிட்டாள் பாட்டி. ருக்கி, பாட்டியிடம் வந்து உட்கார்ந்துகொண்டாள். தன் வேலைகளை எல்லாம் முடித்துக்கொண்டு, பாட்டியிடம் ஒட்டி உட்கார்ந்திருந்த போதும் மனது காளாவை நினைத்துக்கொண்டிருந்தது. 'எப்படி அவனை வீட்டுக்குக் கூட்டிவருவது? யாருக்கும் தெரியாமல் எப்படி அவனை வரவைப்பது? எப்படி அவனுக்கு நம் அட்டியில் சமைக்கும் அனைத்து விதமான உணவையும் சமைத்துக் கொடுப்பது? எப்படியாவது கோதுமை அறுவடையின்போது

நாம் இதை செய்து முடித்துவிடலாம்' என்று கணக்குப்போட்டுக் கொண்டிருந்தாள்.

அப்போது 'ஓய் ருக்கி' என்ற குரல் வந்த திசையை நோக்கி "என்ன குன்ன அப்பா தோ வருகிறேன்" என்று சென்றாள். அவர்கள் கொடுத்தக் கருப்பட்டிக் காப்பியை வாங்கி குடித்துக்கொண்டு நெருப்பைச் சுற்றி போட்டிருந்த, ஒரு வட்ட கட்டையில் உட்கார்ந்துகொண்டாள்.

பாட்டி மாதி, குண்டியம்மாளிடம் ருக்கியின் கல்யாணப் பேச்சை எடுத்தாள். "பாமா வயிற்றில் பிள்ளை வாங்கி வந்துவிட்டாள். நாம் எப்போது ருக்கியைக் கொடுப்பது?"

குண்டியம்மாள், "நான் என்ன சொல்றது" என்று பெருமூச்சிவிட்டாள்.

மாதன், "நானும் நமக்கு சம்மந்தம் இருக்கிற சீமைக்கு எல்லாம் சொல்லி இருக்கேன். அவங்களும் கேட்டு இருக்காங்க. ஒரு நல்லநாள் வரட்டும். சொல்லுவோம்" என்றான்.

"காளா இருந்திருந்தால் நமக்கு எந்த வேலையும் இருந்திருக்காது" என்றாள் பாட்டி. உடனே குண்டியம்மாள், "அந்த எத்தையம்மன் நமக்கு ஒரு வழிகாட்ட மாட்டேங்குதே."

"உனக்கு ஒன்னும் தெரியாதா? நம்ம காளாவை நம்ம அட்டியிலேயே பார்த்ததா சொல்றாங்க? அவன் எல்லா அட்டிக்கும் போய் தேயிலப் பயிரிடுறத நிறுத்தச் சொல்லி பேசிட்டு இருக்கானாம்? நம்ம அட்டியிலக்கூட தேயிலப் போடக்கூடாதுன்னு சொல்லி அவனுக்கும் நம்ம சீரங்கிருக்கும் கைகலப்பு ஆயிடுச்சாம், உனக்கு ஒன்னும் தெரியாதா? அவன் அப்படியே உன் அப்பா மாதிரி இருக்கான். எல்லாம் சொல்றாங்க? எனக்கும் மனசு அவன் வந்துட்ட மாதிரிதான் படுது. அவனைப் பார்க்க ஆசையா இருக்கு. இவ்வளவு நடந்து இருக்கு அவனுக்கு இந்த அத்தைய பார்க்கணும்னு தோணலையே? அவனைப் பார்த்தா அவனைக் கூட்டிவந்து ருக்கியைப் பெண் கூட்டிப்போக சொல்லிடுவேன். எங்க அப்பா, அம்மா, அண்ணன், அண்ணி எல்லாம் போனபிறகு நானும் என் அட்டிக்குப் போறதை நிறுத்திட்டேன். அவனைக் கூட்டிக்கிட்டு அட்டிக்குப் போய் அவனுக்கு ஒரு குடும்பத்தை உருவாக்கிக்கொடுத்து அவன எங்க அட்டியில வாழவைக்கணும். அவனையும் ஒரு குடும்பக்காரனா

பார்க்கணும். அவன கண்ணில காட்டினா பரவாயில்லையே" என நீளமாக புலம்பித் தீர்த்தாள் குண்டியம்மாள்.

சொன்னதுதான் தாமதம், ஓங்கி ஒரு மிதிமிதித்தான் மாதன். குண்டியம்மாள் மடக்கிக்கொண்டு விழுந்தாள். கத்தி ஆர்ப்பாட்டம் செய்வாள் என்று நினைத்தாள் பாட்டி மாதி. அவளோ எழுந்து இடுப்பைத் தட்டிக்கொண்டு மீண்டும் வந்து அந்த இடத்தில் உட்கார்ந்துகொண்டாள். எதுவும் நடக்காததுபோல் மாமியாரும் மருமகளும் சிரித்துக்கொண்டார்கள்.

மாதன் ஆத்திரத்தில் இருந்தான். "என்னைப் பெத்ததும் இப்படி, நான் கட்டிக்கொண்டு வந்ததும் இப்படி, எனக்குப் பிறந்ததும் இப்படி, 'காளா காளா'னு சொல்லிக்கிட்டு திரியுதுங்க. அவன் வேற இந்தத் தேயில பிரச்னையில இருக்கான். அவன் எல்லா அட்டியிலயும் பிரச்னை பண்ணிட்டு இருக்கான். நான் ஐயாவை போய் பார்த்துட்டு வரேன்."

"இப்போ எங்கே போறீங்க? நாளைக்கு காலையில போய் பார்க்கலாம் வாங்க" என்ற குண்டியம்மாளுக்கு எந்தப் பதிலும் சொல்லாமல் விருட்டென எழுந்துபோனான். வெகுதொலைவில் கூகையின் குரல் கேட்டுக்கொண்டே இருந்தது.

16

மாதன் போன பிறகு மூன்று பேரும் எழுந்துபோய் அட்டி மக்களுடன் உட்கார்ந்து கொண்டார்கள்.

“அரிகட்டோது, ஆட்ட ஊட்ட, தெநெ கூவது, ஹவுத்த, தே இடுவது, ஹொணெ, சீவ கிண்டி, சுட்டகெ, ஹப்பகல்லு, கந்நெ கடசுற ஆலு, தெநெ, தெவ்வகுடி பூசை, பித்திக் கோது, அகராட்ட இன்னும் எவ்வளவோ இருக்கு சொல்ல... போய் படுங்க தினமும் ஒன்னு ஒன்னா சொல்றேன்” என்று கெம்பன் கத்தினான்.

“முதல்ல நாளைக்கு அட்டப்பூச்சி கதை சொல்லுங்க மத்தத எல்லாம் அப்புறமா சொல்லுங்க” என்றார்கள் அவனை சுற்றி உட்கார்ந்திருந்த அட்டி பிள்ளைகள்.

“யார்ரா இவங்க எப்ப பார்த்தாலும் அட்டப்பூச்சி இரத்தப்பூச்சினு சொல்லிக்கிட்டு, போங்க போங்க போய் எல்லாரும் படுங்க நாளைக்கு அட்டப்பூச்சியில இருந்தே ஆரம்பிப்போம்” என்றான்.

ருக்கி எதிர்பார்த்த அறுவடை திருநாள் நெருங்கிக்கொண்டு இருந்தது. முதலாவது புனிதநாளாக கருதப்படும் திங்கள் அன்று கொண்டாடப்படும் தெவ்வ ஹப்பாவை நினைத்துக்கொண்டு இருந்தாள்.

கதிரை அறுவடை செய்து கொண்டாடப்படும் பண்டிகையானதால் அறுவடை திருநாளில் புதிதாக விளைந்த சாமையைக் கொண்டுவந்து அச்சிக்கெ, திண்பண்டம் சமைத்து சாப்பிட்டது அவளுக்கு நினைவுக்கு வந்தது. ஆனால், இந்த

வருடம் நம் தோட்டத்தில் நாம் கோதுமை மட்டும்தான் விதைத்து உள்ளோம். நல்லவேளை இன்னும் நம் அட்டியில் அனைவரும் தவசக்கூடு முறை பின்பற்றி வருகின்றனர்.

[அதாவது, அக்கபக்க என்னும் இடத்தில் தவசங்களை விளைவித்து எடுத்துவந்து ஊர் மக்கள் பலரும் சேர்ந்து கூட்டாக பயிர் செய்து, விளைந்த தவசத்தை அக்கபக்கவிற்கு கொண்டுவந்து வைத்துவிட்டு, பின்னர் அனைவரும் பங்கு பிரித்து எடுத்துச் சென்றுள்ளனர்.]

[அந்தக் காலத்தில் அக்கபக்க அமைப்பு என்பது, இரண்டு கவை உள்ள மரக்காம்புகளை சுமார் ஆறு அடி இடைவெளிவிட்டு நட்டு அவைகளின்மேல் ஒரு குருக்குமரம் வைக்கப்பட்டு இருக்கும். கால ஓட்டத்தில் மரத்தூண்கள் கற்தூண்களாக மாற்றமடைந்துள்ளது. ஊர் என்றும், தகுதியுள்ள குலத்தலைவன் அமைத்த ஊரின் நுழைவாயிலில்தான் இந்த அக்கபக்க இருக்கிறது. ஊரிலிருந்து பிரிந்து சென்று, வேறு இடங்களில் அட்டி அமைத்து நம் முன்னோர்கள் தங்கள் அட்டியின் நுழைவாயிலில் எத்த கல்லு அமைத்துள்ளனர். எத்த கல்லு, அக்கபக்க முன் வீடு அமைக்கக்கூடாது என்ற கட்டுப்பாடும் உள்ளது. இன்றைய நாளில் தெய்வ அப்பாவின் போது கதிரினைக் கொண்டுவந்து அரிகட்டும் இடமாக அக்கபக்க விளங்குகிறது. ஒரு காலத்தில் குலபிரிவிற்கு ஏற்ப மட்டுமே அக்கபக்க எண்ணிக்கையில் இருந்தது. ஆனால், இப்போது 30க்கும் மேற்பட்ட அக்கபக்க உருவாக்கப்பட்டு ஊருக்கு கீழிருந்த அட்டிகளுக்கும் இந்தத் தகுதி அளிக்கப்பட்டுள்ளது.]

அட்டியில் நிறைய அம்சங்கள், பழமைகள் மறைந்து புதிதுபுதிதாக ஒவ்வொன்றாக வந்து கொண்டிருக்கிறது. என்ன செய்ய எல்லாம் விதி. இப்படி அட்டி எல்லாம் மாறும் என்று யாரும் நினைத்துக்கூட பார்த்திருக்க மாட்டார்கள். நம் அட்டி மட்டுமாவது மாறாமல் இருக்கிறதே.

காளாவையும் கோதுமை அறுவடையையும் நினைத்துக்கொண்டிருந்தவள், தன்னையும் மறந்து ஏதேதோ நினைத்துக்கொண்டிருந்தாள். ‘தெவ்வ மநெ’ என்னும் ‘தெவ்வ குடி[1]’ புதுப்பிக்கும் பணியும் அட்டியில் நடந்துகொண்டு இருந்தது. தெய்வ மநெ பூசை நடந்தபிறகு நடக்கும், அள்ளிக

1 அட்டியில் இருக்கும் தெய்வத்தின் வீடு

ஆலு புடோது[1] நடக்கும்போது அந்தச் சமயத்தில் எப்படியும் காளாவை கூட்டி வந்துவிடலாம். எப்படியும் வீட்டு ஆண்கள், பெண்கள் எல்லோரும் அதில் கவனத்தில் இருப்பார்கள் என்று எண்ணிக்கொண்டிருந்தாள்.

ஒருநாள் இரண்டுநாள் என்று கழிந்துகொண்டே போனது. அந்த திங்கள் கிழமை வருவேனா... என்று அடம்பிடித்துக் கொண்டிருந்தது. காலையில் எழுந்துவந்து, திண்ணையில் இருந்த பாட்டி மாதியை பார்த்தாள். தொலைவில், விட்டுவிட்டு சீட்டிகை சத்தம் கேட்டுக்கொண்டிருந்தது. ருக்கிக்கு, காளாவாக இருக்குமோ என்ற சந்தேகம். பாட்டிமாதி, "என்ன சின்னா?" என்றாள்.

"பாட்டி, நான் ஓடைக்குப் போய்ட்டு, அப்படியே சோலைக்குப் போய் கொஞ்சம் விறகு எடுத்துக்கிட்டு வரும்போது செண்பகப்பூ பறிச்சிட்டு வரேன்" என்றாள்.

"அப்போ ருக்கி, இன்னைக்கு வீட்டுக்கு வரமாட்டே அப்படித்தானே?" என்றாள். பதில் ஏதும் சொல்லாமல் நடந்தாள். சற்றுத்தொலைவில், அறுவடை நெருங்குவதால் முன்னமே குண்டியம்மாளும், மாதனும் காட்டுக்குப் போயிருந்தார்கள். வீட்டில் பாட்டி மட்டும் இருந்தாள்.

"இங்கே வா இன்னைக்கு மட்டும் எனக்குத் துணையாக இரு. நாளைக்கு நீ போ" என்று ருக்கியை கூப்பிட்டாள் பாட்டி.

"இல்லை இல்லை நான் கண்டிப்பாக போகணும்" என்றாள் ருக்கி.

"சொல்றத கேளு, கூகையோட சத்தம் சரியில்ல" என்றாள் பாட்டி.

"அய்யோ பாட்டி, அது சீட்டி சத்தம். ஒரு ஆள் கத்துறான்" என்றாள்.

---

1 அவர்களை பொருத்தமட்டில் நீர் என்பது வழிபாட்டுப் பொருள். நீரில் கால்வைத்து தாண்டும் சூழல் ஏற்படும்போது, முதலில் நீரைக் கும்பிட்ட பின்பே தாண்டுவார்கள். அதிலும் குறிப்பாக எருமை வளர்ப்பினை முதன்மைத் தொழிலாகக் கொண்டவர்கள் என்பதால் தாங்கள் வணங்கும் நீருக்கு, தங்கள் தொழிலால் கிடைத்த பால் வைத்தே வழிபடுவார்கள். ஆண்கள், பாலை எடுத்துக்கொண்டு நீர்த்துறைக்கு செல்வார்கள், இரண்டு சிற்றோடைகள் இணையும் இடத்தில் தெய்வ மநெ பூசாரி மூன்று மீநிகெ இலையில் பழத்துடன் பாலை ஊற்றி நீரில் விடுவார். பிறகு, அனைவரும் கும்பிட்டு வீடு திரும்புவர்.

"வேண்டாம் இரு போகாதே" என்றாள்.

"சரி ஓடைவரைக்கும் மட்டும் போயிட்டு வரேன்" என்று சொல்லி ஓடைக்குப் போகாமல் நேரே செண்பகமரத்தை நோக்கி ஓடினாள். அவள் நினைத்தது சரியாக இருந்தது. காளா அவளுக்காகக் காத்துக்கொண்டிருந்தான்.

அவனைப் பார்த்தவுடன் கட்டிக்கொண்டாள். "என்ன இவ்வளவு காலையில்?" என்றாள்.

"நான் வர இன்னும் நான்கு நாள் ஆகும். அதைச் சொல்லிவிட்டுப் போக வந்தேன்" என்றான்.

"சரி வா, சோலைவரை நடந்து வருவோம்" என்றான்.

"நான் சீக்கிரம் அட்டிக்குப் போகணும்."

"போலாம் வா, அறுவடை காலம் ஆனதால் நிறைய பறவைங்க முட்ட வச்சிருக்கும். நாம போய் முட்ட எடுத்துட்டு வரலாம். அப்படியே உன்னோட கொஞ்சநேரம் இருந்ததுபோலயும் இருக்கும்" என்றான். அவனுக்குப் பழமையும் புதுமையும் மாறிமாறி வந்துகொண்டிருந்தது.

இருவரும் மரத்தின் நிழலில் அமர்ந்துகொண்டு பறவைகள் வந்துபோகும் இடங்களைப் பார்த்துக்கொண்டிருந்தனர். "இந்த காலத்திலதான் பறவைங்க அதிகம் கூடுகட்டி முட்டை வைக்கும். ருக்கி... உனக்கு ஒன்னு தெரியுமா? ஆண் பறவை கூடுகட்டின பிறகு, அந்தக் கூட்டை பெண் பறவை போய் பார்த்து, அதுக்குப் பிடிச்சிருந்தா மட்டும்தான் இணை சேரவே சம்மதிக்கும்" என்றான் காளா.

"எனக்குத் தெரியும், நான் ஒன்னும் வேற உலகத்தில் இருந்து வரல" என்றாள்.

"உனக்கு என்னதான் தெரியாது. சரி, நான் ஒன்னு கேட்கிறேன் உண்மைய சொல்லணும் சரியா..? எனக்கு ஒரு வீடு இல்லை, சொந்தம் இல்ல, அட்டி இல்ல, எதுவும் இல்ல... என்கூட வர உனக்கு சம்மதமா?" என்றான்.

"காளா உனக்கு என்ன ஞாபக மறதியா? உன் அட்டியில இருக்க வீடு யாருது? அந்த அட்டி யாருது? நான் உனக்கு சொந்தம் இல்லயா? நீ உண்மையிலேயே ஒரு அரசன்தான். நீ சரி என்றால் வேலை செய்ய ஒரு அட்டியே தயாராக இருக்கிறது. நீதான் வெளியே வரணும் காளா."

அவனுக்கு அவள் பதில் பெருமையளித்தது.

சற்றுநேரம் பார்த்துவிட்டு, "வா போய் முட்டை எடுப்போம்" என்றான்.

"கூட்டை எல்லாம் கண்டுபிடிச்சிட்டியா?"

"வா வா ருக்கிப் போவோம்" என்றான்.

மெதுவாக ஒவ்வொரு இடமாக இறங்கித் தேடினான். அலைந்து திரிந்து பதினான்கு முட்டை சேகரித்து வந்தான். பறவைகளின் சத்தம் காதை துளைத்தது. "ருக்கி பார்த்தாயா?" நீலம், பச்சை, பளுப்பு, அடர்பளுப்பு, வெளிர் பச்சை, வெள்ளை, புள்ளிகள் நிறைந்த ஊதா நிறம் எனப் பல நிறங்களில் முட்டைகளை எடுத்துவந்தான்.

அவளைக் கூட்டிக்கொண்டு ஆட்கள் இல்லாத இடம்பார்த்து, முட்டைகளை சாணியில் உருட்டி நெருப்பை பற்றவைத்து அதில் போட்டான். ஒரு முட்டையை உடைத்து அப்படியே குடித்தான்.

ருக்கி, கிழங்கை அந்த நெருப்பின் ஓரத்தில் வைத்துவிட்டு அவன் மார்மீது சாய்ந்துகொண்டாள். கால் மட்டும் வெயிலில் படும்படி வைத்துக்கொண்டாள். "பாவம் பறவைகள் இன்னும் கத்தி ஓய்ந்த பாடில்லை" என்றாள்.

"அவைகளுக்கு ஒன்றும் தெரியாது ருக்கி. நான் ஒரு கூட்டில் இருந்து ஒரு முட்டை மட்டும்தான் எடுத்தேன்."

அவள் அவனது கையை எடுத்து தன் வயிற்றின் மீது வைத்துக்கொண்டாள்.

"என்ன ருக்கி உன் தோழியின் வயிறுபோல் ஆக, நான் எதாவது உதவி செய்ய வேண்டுமா?" என்றான்.

அண்ணாந்து அவனைப் பார்த்து முறைத்தாள். அப்படியே இறுக்கி அவளை முத்தம் இட்டான்.

"கோதுமை அறுவடை அன்று அட்டிக்கு வா காளா" என்றாள்.

"பார்க்கலாம். முடிந்தால் வருகிறேன்" என்றான்.

கிழங்கின் வாசனை வீசியது. முட்டையை மெதுவாக ஓடு பிரித்து கொடுத்தான். ஆசையாக வாங்கி சாப்பிட்டாள்.

சாப்பிட்டு முடித்து, ஓடையில் சென்று நீர் அருந்திவிட்டு செண்பகமரத்தை நோக்கி நடக்கத்தொடங்கினர்.

"நான் வரமுடியாமல் போனாலோ? அல்லது வந்து உன்னைப் பார்க்கமுடியாமல் போனாலோ? இந்த செண்பகமரத்தின் பொந்தில் உனக்கு எதாவது அடையாளம் வைத்துவிட்டுப்போவேன் சரியா?"

"ம்ம்ம்" என்றாள். இருவரும் செண்பகமரத்தடியில் வந்து அமர்ந்தார்கள்.

"ருக்கி, மரத்தில் ஏறும்போதும் இறங்கும்போதும் பார்த்து கவனமா ஏறு, சரியா?" எனக் கூறியவன் மார்மீது சாய்ந்துகொண்டாள். யாரும் வருகிறார்களா? என்று அவ்வப்போது தலையை உயர்த்திப் பார்த்துக்கொண்டாள். இருவாச்சிப் பறவை கண்களில் படவே எழுந்து மரப்பொந்தை பார்த்தான் காளா.

"நினைத்தேன்" என்றான்.

"என்ன?" என்றாள் ருக்கி.

"இருவாச்சி நமது பொந்தை எடுத்துக்கொண்டது" என்றான்.

இருவரும் சிரித்துக்கொண்டார்கள். "சீக்கிரம் என்னை வந்து கூட்டி போ காளா" என்றாள்.

"வருகிறேன். கொஞ்சம் பொறு" என்றான். இருவரும் அமைதியானார்கள். "சரி, நீ புறப்படு. நான் கோதுமை அறுவடை அன்று அட்டிக்கு வருகிறேன்" என்றான்.

மகிழ்ச்சியாக நடந்து அட்டி வந்து சேர்ந்தாள்.

17

பாட்டியுடன் சேர்ந்து வெள்ளை வெங்காயத்தை வெயிலில் காயவைத்துக் கொண்டிருந்தாள். காய்ந்த பட்டாணி, அவரை ஆகியவற்றை எடுத்து பத்திரப்படுத்தி தவசபெட்டியில் வைப்பதற்குத் தயார் செய்தாள். நாக்கில் எச்சில் ஊறியது ருக்கிக்கு.

பாதி மட்டுமே உப்பு போட்டு வெந்த உருளைக்கிழங்கை பக்குவமாக தோளுரிக்காமல் இலைபோன்று மெலிதாக சீவி சீவி வட்டவட்டமாக ஒன்றுடன் ஒன்று ஒட்டாமல் வெயிலில் காயவைத்துக் கொண்டிருந்தார்கள். மழைக்காலங்களில் இதை நெய்யில் வறுத்துச் சாப்பிட்டால் அப்படியிருக்கும். அதுகூடவே கொஞ்சம் காபியும்.

வெயில் சற்று தாழ்ந்துபோகவே இருவரும் வேலைகளை முடித்துக்கொண்டு திண்ணையில் வந்து உட்கார்ந்துகொண்டார்கள். கெம்பன் வந்து, "ருக்கி கொஞ்சம் காபி கொடு" என்றான். காப்பியுடன் கொஞ்சம் வேகவைத்திருந்த அவரையையும் கொண்டுவந்தாள். பின், பேசிக்கொண்டு இருந்தார்கள்.

குண்டியம்மாளும், மாதனும் வரவே, அவர்களுக்கும் காபி கொண்டுவந்து கொடுத்தாள் ருக்கி. பாட்டி மாதியிடம், அரிகட்டுவதற்குத் தனியாகப் பயிரிடப்பட்ட வாற்கோதுமையும், திணையும் நன்றாக விளைந்திருப்பதாக சொல்லிக்கொண்டு இருந்தான் மாதன்.

பிரம்பு நார், தயார் செய்துவிட்டதாக குரும்பன் சொன்னதாகவும் பக்காவிலுள்ள எப்பாயிலு, கருக்கம்பு ஆகிய

இடங்களில் அரிகட்டுவதற்கு, குருமன் எழுப்பும் 'தே' என்ற ஒலி கேட்கும்போது மெய்சிலிர்க்கும் என்றும் பொன்னேர் பூட்டி முதல்விதை விதைக்கும்போது குருமன் நிகழ்வில் கலந்துகொண்டது, இன்று நடந்ததுபோல் உள்ளது. ஆனால், அறுவடைக்குத் தயராகிவிட்டன கதிர்கள். காலம் வேகமா போகிறது என்றும் ருக்கியிடம் விளக்கேற்றி நறும்புகை காட்டுவதற்கு எல்லா பொருளும் சரியாக இருக்கிறதா என்று பார்க்க சொல்லவேண்டும் என்றும் முதல் அறுவடை செய்யும் குருமன் நல்லபடியாக வந்து சேரவேண்டும் என்றும் நினைத்துக்கொண்டான்.

பாட்டி மாதி சொன்னாள், "என்னடா மாதா எல்லாம் எப்பவும் நடக்கிறதுதானே, ஏன் ஒவ்வொன்னா சொல்லிக்கிட்டு இருக்கிற?" திண்ணையில் ஹொணெ[1] இருந்தது. அதையும் அவன் கவனிக்க தவரவில்லை. தெவ்வ ஹப்பாவிற்காக[2] தயாராகிக் கொண்டிருந்தார்கள்.

கெம்பன் சொன்னான், "ஒருமுறை அகராட்டவின்[3] போது எங்க அய்யா குன்ன அப்பா, எல்லாம் ஆட்டம் ஆடிக்கொண்டு இருந்தார்கள். அக்கம்பக்கம் அட்டியில் இருந்தும், நம்ம அட்டி மருமகன்களும் வந்திருந்தாங்க, நிலத்தில், ஒரு சிறு குழியைத் தோண்டி அதில ஒரு குச்சியை வச்சி அதுமேல இருந்த பந்தை மட்டையை வச்சி எகிரச் செய்து எகிறுன பந்தை மட்டையால் ஓங்கி அடிச்சார் பாரு... அந்த பந்து, அந்த பந்து இருக்குல... அந்த பந்து..."

"டேய் சொல்லுடா கெம்பா அந்த பந்து..."

"அதான் ருக்கி அந்த பந்து இருக்குல, அந்த பந்து அப்படியே ஆகாசத்துல பறந்துபோய் நம்ம சோலையில விழுந்துருச்சாம். பந்த தேடி போனா, அந்த பந்து ஒரு காட்டெ[4] தலையில அப்படியே பதிஞ்சு இருந்துச்சான். அந்த காட்டெ அந்த இடத்துல இறந்து கிடந்துச்சாம்" என்று சிரிக்காமல் விழிகள் விரிய சொன்னான். எல்லோரும் ஒருசேர சிரித்தார்கள்.

---

1 மூங்கில் நாழி
2 ஹப்பா என்றால் பண்டிகை
3 மட்டை பந்து விளையாட்டு
4 காட்டு எறுமை

"என்ன யாரும் நம்பமாட்டீங்களா? இருங்க எங்க அய்யாவோட கை பலம் எனக்கும் இருக்கு, நான் இந்தமுறை அடிச்சுக் காட்டுறேன் பாருங்க" என்றான்.

ருக்கி சொன்னாள், "ஒன்னும் வேண்டாம், ஹப்ப கல்லு[1] உன் இரண்டு கைகளால் கீழே விழாமல் எடுத்துக்காட்டு போதும். உன் கைபலம் தெரிந்துவிடும்" என்று சொல்லி நமட்டுச் சிரிப்பு சிரித்தாள். அவள் கிண்டலாக சிரித்தது அவனுக்கு ஏதோ ஒரு கிளர்ச்சியை உண்டுபண்ணியது.

"சரி நான் என் வீட்டுக்குப் போறேன் ருக்கி. படுக்கப் போயிடாத, நான் திரும்ப வரேன்" என்று சொல்லிப்போனான்.

குண்டியம்மாள் சமைக்க போனாள். பாட்டி மாதி சொன்னாள், "பாமாவிற்கு ஏழுமாசம் ஆகிவிட்டது. அவளும் இங்கு வந்துவிடுவாள். அவள் திரும்பப்போகும் முன் எல்லாம் நல்லபடியாக நடக்கவேண்டும்" என்று சொன்னாள். ருக்கி மனதில், காளா வரும்போது என்ன அவனுக்குச் சாப்பிட கொடுக்கவேண்டும் என்று? நினைத்துக்கொண்டு இருந்தாள்.

"அவரை, உதக்கா, சொப்பு, ஹச்சிக்கை, சண்டகெ, கீரிட்டு, உப்பிட்டு, கஞ்சிகூ, ஆலுகூ, முத்திட்டு, பத்தகூ பெல்லகூ..."

பாட்டி சொன்னாள், "துப்புதிட்டு" என்று.

"என்ன பாட்டி சொன்ன?" என்றாள் ருக்கி.

"அதான் ருக்கி துப்புதிட்டு."

"அது சரி. எதுக்கு இப்ப சொல்ற?" என்றாள்.

"நீதானே ருக்கி ஒவ்வொரு பண்டமா சொல்லிட்டிருந்த. அதான், நானும் ஒன்னு சொன்னேன்" என்றாள்.

"நான் எங்க பாட்டி சொன்னேன்? நான் மனசுலதானே நினைச்சிக்கிட்டு இருந்தன்."

"இல்ல, இல்ல நீ சத்தமாத்தான் பேசிக்கிட்டு இருந்த" என்றவுடன் ஒரே ஓட்டமாக ஓடிப்போனாள் ருக்கி.

வெகுநேரம் கழித்து கெம்பன் வந்தான். வீட்டில் அனைவரும் சாப்பிட்டுக்கொண்டு இருந்தனர். அவனும் சாப்பிட

---

1 இளவட்டக்கல்

அமர்ந்துகொண்டான், இரண்டு உருண்டை களி எடுத்து வைத்தாள் அவனுக்கு. கெம்பன் இரண்டு உருண்டையிலும் குழி செய்து அதில் நெய்விட்டு அதன்மேல் அவரைக் குழம்பைவிட்டு சுடச்சுட சாப்பிட்டான். சுடச்சுட சாப்பிட்டதில் அவனுக்கு வியர்த்து வழிந்தது. அந்த வியர்வைத் துளியில் அவனது கருத்த உடம்பு, நல்ல காட்டு எருமைப்போல் மினுமினுப்பாக இருந்தது.

மாதன் சொன்னான், "மேக்கநாடு சீமையில் இருந்து இந்த அறுவடைக்குப் பிறகு ருக்கிய பெண்கூட்டிப் போக வருவாங்க. அவங்களப்பற்றி விவரம் பிறகு சொல்றேன்" என்றான்.

கெம்பன் சொன்னான், "எதுக்கு அவ்வளவு தொலைவு? நம்ம அட்டிக்குக்கீழ் இருப்பவர்கள் எல்லாம் ருக்கிக்கு முறையானவர்கள்தான். அவர்களில் ஒருவரை நாம் பார்க்கலாம். எதுக்கு வேறு இடத்தில்?" என்றான். அவனும் முறைதான் என்பதை சொல்லாமல் சொல்லிப்போனான்.

யாரும் எதுவும் பேசிக்கொள்ளவில்லை. ருக்கி தனது அறைக்குப் போனாள். கதவை சாத்திக்கொண்டு படுக்கப்போனாள். படுத்தவுடன் யாரோ தன் அறையில் இருப்பதை உணர்ந்தாள். எதுவும் பேசாமல் அமைதியாகப் படுத்துக்கொண்டாள்.

கொஞ்சநேரத்திற்குப் பிறகு, வீட்டில் அனைவரும் படுத்து உறங்குவது உறுதியானபிறகு, "ஏய், காளா வெளியே வா" என்றாள்.

"எப்படி நான் வந்தது உனக்குத் தெரியும்?" என்றான்.

"நான் இன்றே அவசியம் போக வேண்டியதாக உள்ளது. திரும்பிவரும் நாள் எனக்கேத் தெரியாது. அதனால் உன்னிடம் சொல்லிக்கொண்டு போக நினைத்தேன். உன்னை ஒருமுறை முத்தமிட நினைத்தேன்" என்றான்.

தனிமையும் அவன் கையில் இருந்த செண்பகப்பூவின் மனமும் அவளை, அவன் பக்கம் இழுத்தது. மெல்ல கட்டியணைத்து அவள் காதில் ஒரு முத்தம் பதித்தான். அவனை இறுக்கிக் கட்டிக்கொண்டாள்.

அவன் விடாது முத்தம் பதித்துக்கொண்டே இருந்தான். 'சடார்' என்று கதவு திறந்துகொண்டது. இருவரும் விலகி நிற்க

மாதன் மதம்பிடித்த யானை போன்று நின்றுகொண்டிருந்தான். காளாவை இழுத்துக்கொண்டு படி இறங்கி வந்தாள் ருக்கி. பாட்டி மாதியும், குண்டியம்மாளும் திகைத்து நின்றுகொண்டிருந்தார்கள். கையில் விறகு கட்டையை எடுத்துவந்த மாதன் ஓங்கி வீசினான். மாதனை இழுத்துக் கீழே தள்ளிவிட்டாள் ருக்கி. கட்டை நேராக பின்னாடி நின்றிருந்த பாட்டி மாதியின் மண்டையை பிளந்தது. இரத்தம் சொட்டச்சொட்ட மயங்கி விழுந்தாள் பாட்டி மாதி.

ருக்கி காளாவைப் பார்த்து, "காளா நீ போ, நான் உன்னை பிறகு வந்து சந்திக்கிறேன்" என்று சொன்னாள். காளா சிலைபோல் நின்றுகொண்டிருந்தான். குண்டியம்மாளும் "போ காளா" என்று அவன் கன்னம் தொட்டு சொன்னாள்.

"இவ்வளவு நாள் கழித்து, நான் உன்னை இப்படியா பார்க்கவேண்டும். ருக்கியை உனக்குக் கொடுத்து இந்த வீட்டுக்குக் கூட்டிவரலாம் என்று நினைத்தேனே? நான் என்ன செய்வேன்? என் தங்கமே, இந்த அத்தை என்ன செய்வேன்... காளா, எல்லாம் நம் விதி, நீ போ... நீ போ... காளா..." என்று அழுதுகொண்டே பாட்டி மாதியை வாரிக்கொண்டாள். வேறு வழியின்றி அட்டியைவிட்டு அவன் குதிரையேறி போனான்.

பாட்டி மாதி, பேச்சிழந்து போனாள். வந்தவர்கள் அவளிடம் பேசியும் எந்த பதிலும் இல்லை. மாதன் பித்துப் பிடித்தவன்போல் இருந்தான். ருக்கி தன்னால்தான் இப்படி ஆகிவிட்டது என நினைத்தாள். குண்டியம்மாள்தான் வைத்தியம் செய்வதும், மாதனைத் திட்டுவதும், கஞ்சி வைத்துக் கொடுப்பதுமாக இருந்தாள். யாருக்கும் நம்பிக்கையில்லை.

இரண்டுநாள் பாட்டி மாதி படுக்கையில் இருந்தாள். பாட்டிக்கு வலி மறந்து உறக்கம் வர 'சோக்கே' பட்டையை நீருடன் காய்ச்சிக் கொடுத்தாள் குண்டியம்மாள். இந்த கைமருந்து எல்லாம் பாட்டி சொல்லிக் கொடுத்ததுதான். ஒரு சிறுதுளிகூட பாட்டி எடுத்துக்கொள்ளவில்லை. பிறகு, ருக்கியைப் பார்த்துக்கொண்டே கண்களில் நீர் வழிய இறந்துபோனாள். யாரும் எதிர்பார்க்காத திடீர் மறைவு. ருக்கி இன்னும் நம்பவில்லை. இது என்ன பாட்டி இறந்துவிட்டாள். எப்படி இது முடியும்? இறந்துபோவாள் என்று யாரும் நினைத்துக்கூட பார்க்கவில்லை.

வயதானவர்கள் என்றால் அவர்களின் உடல்நிலை, அவர்களின் பேச்சு காட்டிக்கொடுக்கும். ஆனால், இது ஒரு விபத்து. எப்படி நடந்தது?

'காளாவை திருமணம் செய்துகொண்டு அனைவரும் ஒன்றுசேர்ந்து அட்டியில் வாழலாம் என்று நினைத்தேனே? எல்லாம் ஒன்றுகூடி வரும்போது இப்படி ஆகிவிட்டதே? பாட்டி எனக்கு இன்னும் நிறைய கதைகள் சொல்ல பாக்கி வைத்திருந்தாளே, எப்படி அதை சொல்வாள்? எல்லாம் அவளுடனே மறைந்து போகுமே? பாட்டி, நீ இன்னும் உயிரோடு இருக்கவேண்டியவள். என்னால்தான், உன் உயிர் பிரிந்தது. எப்படி, நீ என்னைவிட்டுப் போகலாம். அம்மா அடிக்கடி சொல்வாலே விதிவிதி என்று அது இதுதானா?' என்று விம்மினாள்.

இறந்த பாட்டியின் முகத்தில் கவலை அடைந்திருந்தது. ஏதோ ஒன்று அவளால் செய்ய முடியாமல் போனதுபோன்று இருந்தது.

ஒருவர் எந்த பாக்கியும் வைக்காமல் இந்த உலகைவிட்டு போக முடியுமா?

18

குண்டியம்மாள் அப்படியே சிலையாக நின்றாள்.

உனக்கு என்ன கவலை சாகும்போது, என்ன நினைத்து அழுதாய், காளாவை நினைத்து அழுதாயா? தோட்டம் எல்லாம் தேயிலை செடியா மாறிப்போயிவிடும் என்று கடைசி கண்ணீர்விட்டாயா? உன் மகனை நினைத்து அழுதாயா? இன்னும் அவனது கோப குணம் அழியவில்லை என்று நினைத்து அழுதாயா? தனது குடும்பத்தை மறந்து, தனது அட்டியை மறந்து, தன் அண்ணன் மகனை நினைத்துநினைத்து வருந்திய குண்டியம்மாள், கடைசியில் காளாவை இந்த நிலையில் பார்த்தது குறித்து அழுதாயா? எதை நினைத்துக் கண்ணீர் சிந்தி உன் உயிர் போனதோ???

பத்தொன்பது ஊர் மக்கள் வந்துகொண்டிருந்தார்கள். இன்னும் வரவேண்டியவர்கள் இருந்தார்கள். மற்ற அட்டிகளுக்கும் சொல்லிவிட்டார் ஐயா.

காரியங்களை செய்ய மற்றவர்களை ஏவிக்கொண்டு இருந்தார்.

இறந்த பாட்டி மாதியின் வாயில் தங்கத்தினால் ஆன சிறிய தங்ககாசை வெண்ணைத் தடவி வைத்தார்கள். பையங்கி, கல்லட்டி, பெத்தலா, புதுமந்து, கட்டபெட்டு, பெட்டட்டி, கோடமயலை, மேல்உபதலை, இலித்தொரை ஊர்க்காரர்கள் மட்டும்தான் வரவேண்டியிருந்தது.

ஐயா மற்றும் ஊர்க்காரர்கள் எல்லாம் ஒன்றுசேர்ந்து, சடங்கு செய்வதற்கான ஏற்பாடுகளை செய்து கொண்டிருந்தார்கள்.

கெம்பன் தலைமையில் உணவு தயாராகிக்கொண்டிருந்தது. எல்லா அட்டிக்கும் தகவல் சொல்லப்பட்டது.

ஐந்து அடுக்கு தேர் தயார் செய்துகொண்டிருந்தார்கள். துணியால் அலங்காரம் செய்து அதில் குடைகளைக் கட்டிக்கொண்டு இருந்தார்கள். மழையில்லாமல் இருந்தது.

அட்டி மக்கள் அங்கே இங்கே உட்கார்ந்திருந்தார்கள்.

மாதன் இன்னும் அதிர்ச்சியில் இருந்து மீளாமல். எப்படியும் அம்மா பிழைத்துவிடுவாள் என்று இருந்தான். ஆனால், இப்படி முடிந்துபோனது அவனால் ஏற்றுக்கொள்ள முடியவில்லை.

எல்லாமுமாக இருந்த அம்மா, அவனைவிட்டுப் போனது அவனுக்கு இருளாய் இருந்தது. இனி அவன் வீடு திரும்பும்போது அந்தத் திண்ணையில் அம்மா இருக்கமாட்டாள். எந்த ஒரு காரியமும் தானாக முடிவெடுக்க வேண்டும். திடீரென்று குடும்பம் சுமையாகிப்போனது. அவனுக்கு வாழ்க்கையின் மீது பயம் தொற்றிக்கொண்டது.

'ஐயோ அம்மா!' என்று வெடித்து அழுதான். அனைவரும் பதறிப்போயினர்.

ஐயா வந்து அவனுக்கு சமாதனம் சொன்னார். "நாங்க இருக்கிறோம் பயப்படாதே கவலைப்படாதே. உங்க அம்மாவிற்கு வந்த சாவு நல்ல சாவு. கிடந்து அவங்களும் கஷ்டப்படாம, நம்மளையும் கஷ்டப்படுத்தாம நிம்மதியா போய்ச் சேர்ந்துட்டாங்க. இங்கபாரு அவங்க வாழ்ந்த வாழ்க்கைய, எத்தனைப் பேரப்பிள்ளைங்க எவ்வளவு அட்டியில இருந்து வந்துருக்காங்க பாரு."

குரும்பன், "பின்னாடி பாரு, எவ்வளவு பேறு. உங்க அம்மா நிறைவான வாழ்வு வாழ்ந்துட்டுப் போயிருக்காங்க. கவலைப்படாதே போ... போய் உங்க அண்ணன், அக்காக்கூட இருந்து காரியங்களை எல்லாம் சரியா செய். போ மாதா... எழுந்து போ" என்று சொல்ல மனதில் கொஞ்சம்கூட தெம்பில்லாமல் நடந்துபோய் அவர்களுடன் இருந்தான்.

கோம்பை, புகரி வாசித்துக்கொண்டு இருந்தார்கள். அந்த ஓசை மேலும் கவலையைக் கூட்டிக்கொண்டு இருந்தது.

ஐயா, கெம்பனைக் கூப்பிட்டு, "டேய் கெம்பா உன்கூட மணிகுண்டனை கூட்டிக்கோ, அந்த காளா வந்தால், யாருக்கும் தெரியாமல் கூட்டத்தோடு கூட்டமாக பாட்டியைக் காட்டிவிட்டு அவனை அட்டியைவிட்டு சீக்கிரமாக அனுப்பிவிடு. எதுவும் பிரச்னை வராமல் பார்த்துக்கோ. பாவம் அவனுக்கும் பாட்டிதானே. நடந்தது எதுவும் நமக்குத் தெரியாது என்று மாதனும் அவன் குடும்பமும் நினைச்சிட்டு இருக்காங்க, அப்படியே இருக்கட்டும். யாருக்கும், அட்டிக்கும் பாதகம் வராம பாத்து நடந்துக்கோங்க, புரியுதா? இந்தச் சமயத்தில அவன் தேயிலப்பத்தி எதுவும் பேசமாட்டான். அப்படியே பேசினாலும் நீங்க பதில் எதுவும் பேசவேணாம், கவனம்."

பாட்டி மாதியை கழுவி துணி உடுத்தி, அரைத்த சந்தனம் வைத்து நெற்றியில் வெள்ளி நாணயத்தை வைத்தார்கள்.

ருக்கி திண்ணைமீது பாட்டி உட்காரும் இடத்தில் அமர்ந்திருந்தாள். அங்கு மைனாவின் சத்தம்கூட சோகமாக இருந்தது. எருமைகள் கத்திக்கொண்டு இருந்தது. அவற்றை மந்தைக்குக் கூட்டிப்போக ஆள் இல்லை. மரம், செடி, கொடி எல்லாம் தன் இலையைத் தொங்கபோட்டுக்கொண்டு இருந்தது. அவள் பாட்டிக்காக பாடும் பாடலைக் கேட்டுக்கொண்டு இருந்தாள், கண்களில் கண்ணீர் வந்துகொண்டிருந்தது. எந்தச் சலனமும் இல்லாமல் இருந்தாள்.

இறந்த பாட்டி மாதியின் அருகில் ஒரு சிறிய கூடையில், கோதுமை, அரிசி, புகையிலை, வெல்லம், சாமை எல்லாவற்றையும் போட்டு வைத்தார்கள். குண்டியம்மாள் எல்லாம் சரியாக இருக்கிறதா என்று அழுதுகொண்டே பார்த்துக்கொண்டு இருந்தாள்.

அந்த இடத்தில் அடிக்கும் மணியின் சத்தம் அவள் நெஞ்சில் யாரோ உளியை வைத்து அடிப்பதுபோல் இருந்தது. பாட்டியின் சொந்தம் பைசாவுடன் தானியங்களை கட்டி வைத்துக்கொண்டு இருந்தனர்.

இறந்த பாட்டியைப் பார்க்க வந்தவர்கள், பாட்டியின் காலைத்தொட்டு வணங்கிக்கொண்டு போனார்கள்.

ஊர் பெரியவர்கள் கருஹருசுது என்ற சுலோகத்தை தனது வலது கையை அலை அலையாக அசைத்து சொல்ல, மற்றவர்கள்

பின்னாடி மூன்றுமுறை சொல்லிக்கொண்டு வந்தார்கள். பாட்டியின் பாவம் எல்லாம் அந்தக் கன்றின் மூலம் தீரவேண்டும் என்று சொன்னார்கள். ருக்கி, அந்த எருமை கன்றுகுட்டியைப் பார்த்துக்கொண்டு இருந்தாள். இனி, இதுதான் பாட்டியின் நினைவாக இங்கே இருக்கப் போகிறது.

கவுட சத்ததொந்து சாவு

அவர் இறந்தது ஒரு இறப்பு.

தனத கருவ புட்டது ஜன்னிகே.

அவருக்கு நினைவாக இந்தப் பசுக்கன்று.

அர்த்திலோக எந்த மர்த்திலோக தேரு திருபத்தி ஒந்திகெ பயண.

இம்மரணம் மண்ணுலகில் இருந்து சொர்க்கலோகத்திற்குப் பாவம் அநியாயம் செய்யாத இடத்திற்கு அவர் தேரில் கோளாகலத்துடன் பயணம் செய்கிறார்.

முத்தெ முத்தப்ப மாடிதது பாப.

முப்பாட்டி, முப்பாட்டன் செய்த பாவங்கள்.

ஹெத்தே ஹெத்தப்ப மாடிதது பாப.

பாட்டி, பாட்டன் செய்த பாவங்கள்.

தாய் தந்தெ மாடிதது பாப.

தாய், தந்தை செய்த பாவம்.

அவர் எத்து அவர் மாடிதது பாப.

அவர் அவருக்கே செய்த பாவம்.

மாமன் பித்து மச்சக ஏறிதது பாப.

மாமாவை வைத்துக்கொண்டே மருமகள் சல்லாபம் செய்தது பாவம்.

மாமீய பித்து ஐகளி ஏறிதது பாப.

மாமியாரை வைத்துக்கொண்டே கணவனோடு சரசம் ஆடியது பாவம்.

அண்ண தம்மன அகல மாடித்து பாப.

அண்ணன் தம்பிக்கு பாகப்பிரிவினை அல்லது சகல சொத்து விவகாரத்தில் அதிகம் அல்லது குறைவுபடுத்தியது பாவம்.

திட்டதெவர ஒத்திதது பாப.

பக்கத்திலே அல்லது நிலத்தின் மற்றப்பகுதிகளின் வரப்பை மீறியிருப்பது பாவம்.

நட்டக்கல்ல கித்தது பாப.

பாகம் பிரித்து எல்லைக்கோடுகள் தெரிய நட்டுவைத்தக் கல்லை பிடுங்கி மாற்றி நட்டது பாவம்.

ஹஉட்டொப்பெக தெர தட்டிதது பாப.

அக்கா, தங்கையாகும் முறை உள்ள பெண்களைக் காதலிக்க முனைவது பாவம்.

கட்டொப்பெக கை ஹாகித்து பாப.

குழந்தை குட்டிகளோடு ஒருவருடன் குடும்பம் நடத்தும் பெண்ணை ஆசைக்காட்டி[1] அடைவது பாவம்.

புட்டபசவன தொட்டது பாப.

திருமணம் செய்து விவாகரத்து செய்த ஆணையோ அல்லது பெண்ணையோ வேறு ஒருவருடன் அல்லது ஒருவருடன் குடும்பம் நடத்திக்கொண்டிருப்பவரிடம் மீண்டும் தொடர்புகொள்வது பாவம்.

ஹச்செய் சிகித்தது பாப.

வயதுக்கு வராத ஒரு பெண்ணை பலவந்தமாகவோ அல்லது இணங்கவைத்தோ கெடுப்பது பாவம்.

பரல பாகித்து பாப.

கிழ வயதுடைய ஒரு பெண்ணை ஆசைக்கு இணங்கவைப்பது பாவம்.

ஹரிதோபகங்கை அப்பனெ இல்லாதே லக ஏறிதது பாப.

ஊர்ந்து ஓடும் தண்ணியில் அசிங்கப்படுத்துவது பாவம்.

உரிவ பெங்கிக உச்சே ஊறிதது பாப.

எரிந்துகொண்டிருக்கும் நெருப்பின்மீது ஆத்தரம் கொண்டு மூத்திரம் பெய்வது பாவம்.

அரெமனெக தொண்டு ஏகிதது பாப.

அரசாங்கத்திற்கு அடுத்தவன்மேல் அபாண்ட பழியை சுமத்திக் காட்டிக்கொடுப்பது பாவம்.

அன்னக இசா ஆகிதது பாப.

---

1 பெண்பசவி

பொறாமை கொண்டு அடுத்தவன் உண்ணும் உணவில் விஷம் கலப்பது பாவம்.

சந்திரன சபண ஹடிப்பனெக நோடி நித்திரை மாடிதது பாப.

சந்திரகிரகணத்தில் இருக்கும்போது ஆனந்தமாக எதையும் பொருட்படுத்தாமல் நித்திரை செய்வது பாவம்.

சூரியக நேராக ஹண்ட செல்லிதது பாப.

சூரியன் உதயமாகும் திசையில் அதற்கு நேரில் எச்சில் சிந்துவது பாவம்.

சொசைய சிசி மாடித்து பாப.

கொண்டுவந்த மருமகளுக்கு மாமனார் கெடுதல் நினைத்தது அல்லது செய்தது பாவம்.

ஹிட்டித ஹீட்ட ஹோரர கண்ணு நோகெ நோடிதது பாப.

நம்மோடு பிறந்த ஆணோ அல்லது பெண்ணோ ஊனக் கண்களோடு பார்த்துச் சிரிப்பது பாவம்.

கூடித ஹெண்டர பித்துண்டு ஹொரர ஜாதிய கண்ணெத்தி நோடித பாப.

கட்டிய மனைவி அல்லது கணவன் இருக்கும்போது அடுத்தவளையோ, அடுத்தவனையோ ஆசைப்படுவது பாவம்.

கட்டித கெரய ஒடத்தது பாப.

ஒற்றுமையோடு வாழ்ந்த ஒரு குடும்பத்தை சின்னபின்னமாகப் படுத்தியது பாவம்.

தும்பித ஜலவ தெகதது பாப.

கர்ப்பணியான ஒரு பெண்ணை கெடுத்தது பாவம்.

ஊரா உரித்து பாப.

எடுத்ததெற்கெல்லாம் ஊரார் மீது பழிப்போடுவது பாவம்.

நாடா ஜாதது பாப.

சொந்தநாட்டையே அடுத்தவன் எளக்காரமாக பேசும்படி செய்வது பாவம்.

அர்த்து பந்தமக அன்ன கொடாதது பாப.

பசியோடு வரும் ஒருவனுக்கு உணவு இருக்கும்போது இல்லை என்று சொல்லுவது பாவம்.

பெர்த்து பந்தமக பெங்கிய கொடாதது பாப.

குளிர் தாங்காமல் விரைந்துவரும் ஒருவனுக்கு குளிர் தீர நெருப்பு அல்லது உஷ்ணமான இடம் கொடுக்காதது பாவம்.

கரவ எம்மைய கண்ணெத்தி நோடிதது பாப.

பால்தரும் எருமையை கரந்துக்கொண்டு இருக்கும்போது எவ்வளவு பால் என்று ஜாடை காட்டுவது பாவம்.

பேத ஹொலக பெரல தோறிதது பாப.

விளைந்து குலுங்கும் விவசாயக்காட்டை விரல்காட்டி வியப்பது பாவம்.

அக்கிய கொத்து பெக்கிக ஆகிதது பாப.

உன்னை தீங்கு இழைக்காத பட்சிகளைப் பிடித்து பருந்துக்கு கொடுப்பது பாவம்.

ஏயா மோய் ஜிள்ளிதது பாப

வசதிப்படாமல் வாழும் ஒருவனை மேலும் வசதி ஏற்படாமல் செய்தது பாவம்.

ஹாவ ஹால்லிய கொத்தது பாப.

தீங்கு செய்யாத பாம்பையோ, பல்லியையோ கொல்ல நினைப்பது பாவம்.

ஓணவ ஓஜிய கொத்தது பாப.

ஓணானையோ, ஓடுக்கானையோ கொல்ல நினைப்பது பாவம்.

சகல முன்னூறு பாப ஹட்டலெயூ

சகல முன்னூறு பாவங்கள் செய்திருந்தாலும்,

அதா கதா தெகயலி.

அத்தனை பாவங்களையும் மன்னித்து சாத்தய கதவுகள் திறக்கட்டும்.

பாப பரிகார ஆகலி.

பாவங்களுக்குச் சரியான பரிகாரம் ஆகட்டும்.

தருமதனே தாரி தரெயலி.

தருமம் செய்ததற்கு வழி திறக்கட்டும்.

கருமத மனெக கத முச்சலி.

கருமங்கள் மறைந்து கொடிய கதவுகள் சாத்தட்டும்.

தருமத கை நிகியலி.

தருமம் செய்தவருக்கு உனது கரங்களை நீட்டு.

கருமத கை கருணலி.

கருமம் செய்த கரங்கள் கரளட்டும் அல்லது மடங்கட்டும்.

முள்ளுமொர மெட்டு கொடலி.

முள்ளுப்போட்டு அடைக்கப்பட்ட வழிகள் நல்ல வழிகள் ஆகட்டும்.

சின்னத கம்புக சேரலி.

தங்கத்தால் செய்யப்பட்ட கம்பத்தில் உனது எண்ணம் சேரட்டும்.

பெள்ளிய கம்புக ஒரயலி.

வெள்ளியால் செய்யப்பட்ட கம்பத்தில் உரசிக்கொண்டு செல்லட்டும்.

நூல பால பிகியலி.

நூல்போன்ற பாதைகள் ஆனாலும் இருகி சேர்ந்து நல்ல பாதைகள் ஆகட்டும்.

சக்கத ஹடி தரயலி.

நல்ல உலகத்தின் வாயில்கள் உனக்காகத் திறக்கட்டும்.

சவுந்தர நெரயலி.

சமுத்திரம் நிறைந்து காணுவதைப்போல் உனது வீடு குடும்பம் நிறைந்து காணட்டும்.

ஹீன பெ முச்சலி.

உன்னை ஏசிக்கொண்டு புழுப்போன்று துடிப்பவர்கள் வாய் மூடட்டும்.

உரியகம்பு தணியலி.

நெருப்பில் வெந்து ஜுவாலையில் இருக்கும் கம்பம் காற்றில் குளிர்ந்து தணிவதுபோல் இருக்கட்டும்.

அதிபதி ஒந்து ஆகிலி.

உற்றார் உறவினர் ஒன்று சேரட்டும்.

அதிகள் ஆறு சாவிர பாத ஹிடிது.

நல்லவர்கள் ஆறாயிரம் பொற்பாதங்களைப் பிடித்துக் கும்பிட்டு,

முதிகள் ஹன்னெரடி சரிவர பாத ஹிடிது.

பெரியோர்கள் பன்னிரெண்டாயிரம் பாதங்களைப் பிடித்துக் கும்பிட்டு.

சகல முன்னூறு பாப ஹட்டிலெயு.

எத்தனை விதப்பட்ட பாவங்கள் இருந்தாலும்,

அந்தபுட்ட பிரும பாத இடித்து.

அன்று உன்னைவிட்ட பிரம்மாவின் பாதங்களைக் கும்பிட்டு,

இந்துபுட்ட பசவன பாத ஹடிது[1]

இன்று உன்னை ஜெபிப்பதற்காக உன் நினைவாக விட்ட காளை அல்லது கன்றுகளை கும்பிட்டு,

செவ சந்தானக சேரலி ஓகேன, ஓகெ.

நல்லுலகத்திற்கு நீ செல்ல புகைப்படலங்கள் மறைந்து செல்வதுபோல் புகைப்போல் செல்வாய்...

ருக்கியின் கண்களில் கண்ணீர் கசிந்துகொண்டிருந்தது.

1 பெண்பசவி

19

இறந்தவர்களை இயற்கைக்கு சமர்பிப்பது அவர்களது வழக்கம். தன் பாட்டியை எரித்து, மிஞ்சும் எலும்புகளை சேகரித்து அதை சிறிய மண்குடுவையில் வைத்து எலும்புக்குழியில் இட்டு மூட போகிறார்கள். தன் பாட்டி அந்த எலும்புக்குழியில் போய் சேரப்போகிறாள் என்பதை நினைத்து வெடித்து அழுதாள்.

இலு குய், இலு = எலும்பு, குய்குழி. தொட்ட துவ்வெவில் இருந்து அதுவரும் என்பதை அறிந்திருந்தாள்.

எரியூட்டும் இடத்தில் இருந்து இன்னும் சற்றுநேரத்தில் வரும் புகையை நினைத்துப் பார்த்துக்கொண்டு இருந்தாள்

'மா... மா...' என்று கத்தும் எருமையின் குரல் வரும் திசையைப் பார்த்தாள். தன் பாட்டியுடன் சேர்ந்துபோகும் அந்த எருமையின் குரல் என்னவோ செய்தது. மறு உலகத்தில் தன் பாட்டியின் துணையாக அது இருக்கப்போகிறது என்பதை நினைத்து ஆறுதல் கொள்வதா? இல்லை பாவம் என்று எண்ணுவதா? ஒன்றும் தெரியவில்லை. வழிந்தோடும் கண்ணீரைத் துடைத்துக்கொண்டாள். இந்த எருமை கன்றுகுட்டியை பாட்டியின் பாவ சுமையாக இங்கே விட்டுவிட்டால் அது பாட்டியின் நினைவாக இங்கே இருக்கும்.

பாட்டி மாதியின் இறப்பில் கன்றுகுட்டி ஒன்று கட்டப்பட்டு இருந்தது. அந்த கன்று பாட்டியின் ஊர்வலத்தில் முக்கிய பங்காற்றிக்கொண்டு இருந்தது. கயிற்றில் கட்டப்பட்டு இருந்த அந்த கன்று மிரளமிரள விழித்துக்கொண்டு இருந்தது. அது இதுவரை கேட்டிராத மேள சத்தம் அதற்கு என்னவோ செய்தது. அட்டியில், தான் கண்டிராத முகங்களைக் கண்டு அதற்கு ஒருவித பதற்றமும் பயமும் தொற்றிக்கொண்டது.

'என்ன இது இவ்வளவு மக்கள் கூட்டம். எப்போதும் இல்லாத அளவிற்கு என்ன இவ்வளவு அட்டி மக்கள்? இந்த ருக்கி வேறு நம்மை கண்டுகொள்ளவே மாட்டேன் என்கிறாள். நம்மை யாராவது தொட்டாலே முட்டித்தள்ளும் அம்மா எதுவும் செய்யாமல் அப்படியே பார்த்துக்கொண்டு இருக்கிறாள். என்னை முதல் முதலில் இந்த பூமிக்கு கொண்டுவந்த இந்த பாட்டி மாதி என்னவென்றால் அசையாமல் படுத்துக்கொண்டு இருக்கிறாள். நம்மை சுத்தம் செய்து பால் ஊட்டி வளர்த்துவரும் இந்த குண்டியம்மாளோ என்ன இவ்வளவு அமைதியாக இருக்கிறாள்' என்று ஒன்றும் புரியாமல் விழித்துக்கொண்டு இருந்தது.

நேரம் நெருங்க நெருங்க கன்று மிரள ஆரம்பித்தது. தாய் எருமை ஒரு ஈன சுரத்தில் 'அம்மாஆ...' என்று கண்ணீருடன் கத்துவதாக ருக்கி நினைத்துத் திரும்பிப் பார்த்தாள். உண்மையில் அது அம்மா என்று கத்திக்கொண்டு இருந்தது. காட்டில் இருந்த காட்டி இதன் குரல் அறிந்து எட்டிப் பார்த்தது. அதுவும் ஒரு கரகரப்பான ஆண் குரலில் 'அம்மா... அம்மா... அம்மா...' என்று விட்டுவிட்டு கத்தியது. ஏதோ ஒரு உள்ளுணர்வு தாக்க கோணாவும் 'அம்மா... அம்மா... அம்மா...' என்று கத்தியது.

பாட்டியின் சாவு எடுக்கும்பொது அந்த மந்தையில் இருந்த எருமைகள் அனைத்தும் ஒரு சேர 'அம்மா... அம்மா...' என்று கத்தியது. அவைகள் பாட்டியின் பிரிவை நினைத்துக் கத்தியதா இல்லை காட்டி, கோணா, கோணாவின் தாய் அல்லது ஒருவித சோக குரலை எழுப்பியதால் கத்தியதா என்னவோ?

எருமை கூட்டத்தில் ஒரு அமைதி நிலவியது.

நிச்சயமாக தன் குட்டி திரும்ப வராது என்பது மட்டும் கோணாவின் தாய்க்குத் தெரிந்தது.

காரணம், காலையில் வந்து சாணி அள்ளி, சுத்தம் செய்து தனது கன்றை தன்னிடம் காட்டி அதன் தலையைத் தடவி, தனது தலையைத் தடவி, தனது நெற்றியில் அவனது தலையை வைத்து இறுக்கி அணைத்து முத்தம் பதித்து, கொம்புகளைத் தடவி தன்னிடம் வெகுநேரம் பேசியது எனக்கு என்ன புரியாதா? அதுவும் அவனது சூடானா கண்ணீர். அது அமைதியாக அவனுக்கு வழிவிட்டது.

இருவரும் என்ன மொழியில் பேசிக்கொண்டார்கள் என்பதை மரச்சட்டத்தில் இருந்த அந்த மரப்பல்லி யோசித்துக்கொண்டே 'பச்பச்பச்' என ஒலி எழுப்பியது.

கோணா, தன் உடன்பிறந்த குட்டியைப் பார்த்துக்கொண்டு இருந்தது. அதன் கழுத்தில் இருந்த செண்பகமாலையின் வாசம் அதன் நாசியை வந்து தொட்டது. தன்னையும் அந்த கன்றையும் வைத்து விளையாடும் ருக்கி இனி என்ன செய்வாள்? இருவர் இருந்தால் அன்பை பிரித்து வைத்துக்கொள்ளளாம். இருவர் என்றால் ஒருவர் இறந்தால் பரவாயில்லையா? என்ன இந்த புரிதல் இவர்களுக்கு. ஒருவர் போய் ஒருவர் இருந்தால் சமமாகிவிடுமா. இல்லாத ஒருவரின் அன்பை இன்னொருவருக்கு கொடுத்து மனதை சமாதானம் செய்து கொள்வார்களா? அந்த இன்னொரு உயிரின் மதிப்புதான் என்ன? கண்ணீருடன் அந்தக் காட்சியைப் பார்த்துக்கொண்டு இருந்தது.

ருக்கி அந்த கன்றின் கழுத்தைத் தடவிக்கொண்டு இருந்தாள். அந்த கன்று கோணாவின் தாயின் வயிற்றில் உருவானதில் இருந்து பார்த்துக்கொண்டு வருகிறாள். அதன் வீரியம் அவளுக்குத் தெரியும். அது, அதன் தாயின் வயிற்றில் இருநூற்றி எழுபத்தைந்து நாட்கள் வளர்ந்து, நல்ல மழை நாளில் கன்றை ஈன்றது வரை அவளுக்குத் தெரியும். அந்த நாளை நினைத்துக்கொண்டு இருந்தாள்.

அன்றும். அவளும் பாட்டி மாதியும், இருவரும் மந்தையில் இருந்தபோது மாதனும் குண்டியம்மாளும் கோதுமை காட்டுக்குப் போய்விட்டு மந்தைப்பக்கமாக வந்து சேர்ந்தார்கள். அவர்கள் காட்டில் இருந்து எடுத்துவந்த தவிட்டுப் பழத்தையை ருக்கியிடம் கொடுத்தார்கள்.

மாதன் கேட்டான், “அம்மா எங்கே கோணாவின் தாய்? அது எந்த நேரத்திலும் குட்டிப்போட்டுவிடும். அவ்வளவு சொல்லியும் அதை ஏன் மந்தைக்கு ஓட்டி வந்தீங்க? எல்லாத்தையும் மீறுவது... பிறகு, அட்டியில அய்யா அப்படி சொல்லிட்டார், இவர் இப்படி சொல்லிட்டார் என்று புலம்புவது” என்று மாதன் தன் தோளில் இருந்த சுமைகளை இறக்கிவைத்துவிட்டு அம்மாவின் அருகில் வந்து அமர்ந்தான்.

காட்டில் நரியின் சலசலப்புச் சத்தம் கேட்டது. மேலே பருந்து வட்டம் அடித்துக்கொண்டு இருந்தது.

ருக்கி சொன்னாள், “கெம்பன் துணைக்கு இருக்கிறான். அதான் நான் கோணாவின் தாயைக் கூட்டி வந்தேன்” என்றாள். எந்தப் பதிலும் சொல்லாமல் தன் இரண்டு கைகளையும் தலைக்கு

வைத்து வானத்தைப் பார்த்து படுத்துக்கொண்டான். பக்கத்தில் குண்டியம்மாள் வந்து உட்கார்ந்தாள். காற்றின் உதவியால் மாதன் அவளது பெருத்த தனத்தை ஒரு நொடி பார்த்தான். வேகமாக அவள் கைகள் வெள்ளை துண்டை சரிசெய்தது. மனதில் திட்டிக்கொண்டான். 'மோசக்காரி அந்தக் காற்றுக்கு இருக்கும் மனசு கூட இவளுக்கு இல்லை.'

மீண்டும் தன் கைகளைப் பின்னுக்கு வைத்து வானத்தைப் பார்க்கத் தொடங்கினான். நல்ல வெளிச்சம். சூரியன் கொஞ்சம் இன்று கருணைக் காட்டிக்கொண்டு இருந்தது. பகல் அருமையாக இருந்தது. வானத்தின் நீலம் அவனைக் கிரங்கச் செய்தது. ஆனால், அவன் ஆசை நீடிக்கவில்லை. சற்றுமுன் உதவி செய்த காற்று, இப்போது அவனுக்கு சதி செய்தது. காற்று எங்கிருந்தோ மேகங்களை இழுத்துக்கொண்டு வந்து வானத்தை மறைத்தது. வானத்திற்கு ஆடை போர்த்தியதுபோல் இருந்தது.

வெள்ளை துண்டை கண்டு அவனுக்கு கோபம் தலைக்கு ஏறியது. துளி ஆடை கூட இல்லாமல் அவளைப் பார்க்க எண்ணிய அவனது கண்கள் மேகங்களால் போர்த்திய வானத்தைக் கண்டு ஏக்க பெருமூச்சுவிட்டது.

மாதன் ஒரு தூக்கம் போட்டு எழுந்தான். மேகம் கருத்திருந்தன. மழை பொழியத் தொடங்கியது. காற்றில் ஈரவாசத்துடன் ஒருவித இரத்த வாடையும் சேர்ந்து வீசியது.

மாதன் குண்டியம்மாளை கூப்பிட்டான். "கன்று ஈன்ற போகிறது. நீ போய் அதைப் பிடித்து வா" என்று சொன்னான். மந்தையில் இருப்பவர்கள் சுறுசுறுப்பாகிப் போனார்கள். மழை பெய்துகொண்டு இருந்தது. அந்த பெரிய மரத்தடியில் எந்த சிரமும் இல்லாமல் தனது இரண்டாவது கன்றை ஈன்றது. ஈன்று முடித்தவுடன் அது தனது குரலை, காட்டியின் திசைநோக்கி அனுப்பியது. காட்டியின் காதுகளுக்கு எட்டியதா என்று தெரியாது.

பாட்டி சொன்னாள், "பார்த்தியா குண்டியம்மா எப்படி தகவல் சொல்கிறது என்று" இருவரும் பெண்களின் மொழியில் சிரித்துக்கொண்டார்கள்.

மழையும் பொழிந்து முடிந்தது. மேகங்கள் கரைந்து போயின. வானம் மீண்டும் தெளிவாகத் தெரிந்தது. அவன் வானத்தையும் குண்டியம்மாளையும் ஒருமுறைப் பார்த்துக்கொண்டான்.

குண்டியம்மாள் கன்றுகுட்டியை சுத்தம் செய்வதில் சுறுசுறுப்பாக இருந்தாள். மந்தையும் மனிதர்களும் மிகவும் மகிழ்ச்சியாக அட்டிக்குப் போனார்கள்.

குண்டியம்மாள் வெதுவெதுப்பான நீரில் இருவரையும் கழுவி சுத்தம் செய்து வெள்ளை துண்டால் துடைத்துவிட்டாள். கன்று குடித்தது போக, அளவிற்கு அதிகமாக இருந்த பாலை கரந்துகொண்டு வந்து சேர்ந்தாள்.

அட்டியில் அன்று இரவு சீம்பாலின் இனிப்பு மணம் வீசியது.

தன் கண் முன்னால் பிறந்த குட்டி, தன் கண் முன்னாலே போகிறதே என்று வருத்தப்பட்டு ஒரு பெருங்குரல் எடுத்து அழுதாள்.

20

செம்பனும், மணிகுண்டனும் அங்கும்இங்கும் ஓடிக்கொண்டும், வேறுவேறு அட்டியில் இருந்து வந்தவர்களுக்குக் காபி கொடுத்தும், அட்டியில் பொதுவாக சமைத்து வைத்திருந்த அரிசி சாதமும், அவரைக்குழம்பும் எடுத்துப் பரிமாறிக் கொண்டிருந்தார்கள்.

வந்தவர்கள் ஒருவரும் சாப்பிடாமல் போகக்கூடாது என்று ஐயா அவனுக்குச் சொல்லியிருந்தார். அதனால், அவன் அதை பொறுப்புடன் செய்துகொண்டிருந்தான்.

அப்போது அப்போது ருக்கியைப் பார்த்துக்கொண்டான். அவனுக்கு, ருக்கி கவலைப்படுகிறாள் என்று மட்டும் கவலையாக இருந்தது.

பாட்டியைப் பார்க்கும் கணக்கில் அவ்வப்போது வந்து ருக்கியைப் பார்த்துப்போவான். இனி ருக்கியைப் பார்க்க அவனுக்குக் காரணம் தேவைப்படும்.

பாட்டி மாதிக்கு, பாடிய ஊர் பெரியவர் நெல்லை கொஞ்சம்கொஞ்சமாக கொடுக்க முதலில் பாட்டியின் மாமன் முறை, பிறகு மாதனின் அண்ணன், அக்கா என்று முடிய கடைசியில் மாதனும், ருக்கியும் பாட்டி மாதியின் தலைக்கு நெல்லை போட்டார்கள்.

ஈட்டி, உலக்கு, பொறிக்கப்பட்ட தானியங்கள் அனைத்தையும் தன் கண்களால் அளந்துகொண்டு இருந்தாள். எப்போதும் சோலை, காடு என்று போய் வந்துகொண்டிருந்த பாட்டிக்கு காடு சாவு நேராமல் மனெ சாவு நிகழ்ந்தாக வந்தவர்கள் பேசிக்கொண்டு இருந்தார்கள்.

பாட்டியின் அத்தை முறைக்காரர் தொழுவத்திற்கு சென்று சாணத்தையும், ஆறுக்குப் போய் மண்சட்டியில் ஓசநீரு[1] கொண்டுவந்து வீட்டு வெளியில் முற்றத்தில் வைத்தார். பாட்டி, வீட்டின் அட்டியில் இருந்துவந்த வீட்டில் இருந்த மூத்த பெண் சிங்கியம்மாள் காடுஉப்பெ[2] செடியைக் கொண்டுவந்து அருகில் வைத்தாள்.

சொந்தபந்தம் எல்லாம் பல அட்டிகளில் இருந்து வந்து சேர்ந்தார்கள். பெரிய குடும்பம் ஆனதால் பதினாறு அட்டிகளில் இருந்தும் வந்து சேர்ந்தார்கள். பலர் தாமதமாக வரக்காரணம் தேயிலை கொளுந்து[3] எடுத்துவந்தார்கள் என்றும், சரியான நேரத்தில் போடாவிட்டால் கொளுந்து கருகிவிடும், அதனால்தான் என்றும் காரணம் சொல்லி பேசிக்கொண்டிருந்தார்கள்.

வந்தவர்கள் பாட்டி மாதியின் வயது, அவளது அனுபவம் பற்றியெல்லாம் பேசிக்கொண்டிருந்தார்கள். நல்லவேலை அவள் தோட்டம் எல்லாம் நம் பாரம்பரிய பயிர் விளைந்துகொண்டு இருக்கும்போதே போய் சேர்ந்துவிட்டாள்.

தேயிலைச்செடி போடுவதற்கு எல்லாம் கண்டிப்பாக பாட்டி மாதி சம்மதம் சொல்ல வாய்ப்பில்லை. நல்ல சாவுதான் பாட்டி மாதிக்கு.

பாமாவின் அழுகைக்குரல் வீட்டைப் பிளந்தது. பால், தயிர், மோர் சமைத்துவைத்து உணவு எல்லாவற்றையும் வெளியே கொண்டுவந்து கொட்டினார்கள்.

இறந்த தன் பாட்டிக்குப் பாடும் பாட்டு, மீண்டும் மீண்டும் கேட்டுக்கொண்டிருந்தது. உண்மையில் பாடிக்கொண்டு இருக்கிறார்களா இல்லை அவளுக்கு மனதில் பிரமையா எதுவும் புரியாமல் பாதி மயக்கத்தில் இருந்தாள்.

பாட்டிக்கு ஒருவன் வந்து செண்பக மாலையை சாத்திவிட்டு போனான். அவள் கண்கள் காளாவைத் தேடியது. பாட்டியின் வெள்ளித்தோடு பிரகாசித்துக் கொண்டிருந்தது.

'எப்படி நம்ம கூடவே இருந்த ஒருத்தர் திடீரென்று இல்லாமல் போக முடியும்? எல்லாம் என்னால்தான், நான்

---

[1] புதிய நீர்
[2] மஞ்சள் நிறத்தில் பூக்கும் ஒருவகை செடி
[3] தேயிலை செடியில் வரும் முதல் மூன்று இலை

மட்டும் காளாவைப் பார்க்காமல் இருந்திருந்தால்?' மீண்டும் பாடல் கேட்கத்தொடங்கியது.

பாடல் கேட்பதும், நினைவில் முழுகுவதும், சடங்குகளை கவனிப்பதும், கதறி அழுவதுமாக இருந்தாள் ருக்கி.

பெரிய தேர் செய்திருந்தார்கள். அந்த தேரின் பின்புறத்தில் காளா இருப்பது தெரிந்தது. அவனைக் கட்டிப்பிடித்துக் கதற வேண்டும்போல் இருந்தது. ஆனால், தானே காட்டிக் கொடுத்ததுபோல் ஆகிவிடும் என்று அமைதியாக இருந்தாள்.

அம்மாவிடம் சைகை மொழியில் சொன்னாள் காளாவின் வருகை குறித்து. குண்டியம்மாள் அவனைத் தேடி அடையாளம் கண்டுகொண்டாள்.

அவளையும் மீறி வாய் திறந்து, "ஐயோ காளா நீ எங்கே இருக்கிறாய்? பாட்டி உன்னைப்பற்றிக் கேட்டுக்கொண்டு இருந்தாளே, நம்ம அட்டிக்கு நீ வந்துபோனதாய் சொன்னாலே, உனக்கு ஒரு குடும்பம் ஏற்படுத்திக்கொடுத்து, எல்லா அட்டிக்காரங்க போல நீயும் வாழ்க்கை வாழணும் ஆசைப்பட்டாங்களே. காளா நீ வந்து பாட்டிக்குக் கடைசி மரியாதை செய்யமாட்டியா? உன்னுடைய விதியா, என்னுடைய விதியா, என் இரத்த சொந்தம் இருந்தும் இப்படி எனக்கு ஆயிடுச்சே, நான் என்ன செய்வேன்? எனக்குன்னு யாரு இருக்காங்க?" என்று கதறியவளை பக்கத்தில் இருந்தவர்கள் சமாதானம் செய்யவே சற்று அமைதியானாள்.

பாட்டி மாதி இல்லாமல் நான் எப்படி இனி வாழப் போகிறேன். எனக்குத் துணை இனி யார்? காளாவை அட்டியில் வந்து சேர்க்க இனி மாதனுடன் யார் போராடுவார்? தன்னை பெண் கூட்டி வரும்போது பாட்டி மாதி என்னிடம் சொன்ன முதல் வார்த்தை, 'நீ இனிமேல் இந்த வீட்டுப்பெண்' என்பது, இன்றுவரை என்னை அவள் பெண்போல் பார்த்துக்கொண்டாள்.

வீட்டு வேலையில் இருந்து, காடு பராமரிப்பது, தோட்டம் சரி செய்வது, களி செய்வது, அவரை செய்வது என்று ஒரு சிறு விளையாட்டுப் பெண்ணாக இருந்த என்னை ஒரு குடும்பத்தை நிருவகிக்கும் பெண்ணாக மாற்றியது எல்லாம் இவள்தான், இப்படி என்னைவிட்டுப் போய்விட்டாளே?

தனக்கு நெற்றியில் பச்சை குத்தியபோது உடல்நிலை சரியில்லாமல் போனபோது, ஒரு தாய் போல் என்னை குணப்படுத்தினாலே.

என் பெண் ருக்கியை, என்னைவிட ஒருபடி மேலே பார்த்துக்கொண்டோளே... மற்ற குழந்தைகள் எல்லாம் அடிக்கடி கேட்கும் வார்த்தை, 'உனக்கு ருக்கி மட்டும்தான் எல்லாம், நாங்க எல்லாம் உனக்கு இரண்டாவது இடம்தான' என்பது.

எப்படி எங்களைவிட்டு நீங்க போகலாம்? உங்களுக்கு யார் அனுமதி கொடுத்தது? எங்கே போனாலும் என்னிடம் கேட்காமல் போக மாட்டீங்க தானே? இப்போது யாரைக்கேட்டுப் போனீங்க? என்று அவளது மனது பாட்டியின் மரணத்தை ஏற்கமுடியாமல் பிதற்றிக்கொண்டு இருந்தது.

காளாவைப் பார்த்தது, ருக்கி மனதுக்கு கொஞ்சம் லேசாக இருந்தது. பாட்டியின் ஊர்வலம் தயாராகிக்கொண்டிருந்தது. அவ்வளவுதான், இனி பாட்டி மாதி இந்தத் திண்ணையில் வந்து உட்காரமாட்டாள். தன்னுடன் பேசமாட்டாள் பாட்டியின் நினைவு மட்டும்தான் தனக்கு மிஞ்சும்.

குண்டியம்மாள், 'என் அம்மா என் அம்மா' என்று அழுது தீர்த்தாள். ருக்கியின் திருமணத்தைப் பார்க்காமல் போயிடுச்சே... ருக்கியின் குழந்தையை கையில் எடுக்காமல் போய்விட்டாளே... என்னோடு யார் இனி சண்டை போடுவா? நான் யாரை நம்பி இனி வாழ்வேன்? எனக்கு யார் இனி துணை என்று அழுது தீர்த்தாள். அவளையும் பாமாவையும், ருக்கியையும் சமாதனப்படுத்த யாராலும் முடியவில்லை.

மாதன் குற்ற உணர்சியில் இருந்தான். குண்டியம்மாளை பார்க்கும்போது அவனுக்குக் கோபம் பொத்துக்கொண்டு வந்தது. இவளைக் கட்டிக்கொண்டு வந்ததால்தான் எனக்கு இவ்வளவு பிரச்னை எல்லாம் என் விதி.

தேர் அசைந்து அசைந்து கண்ணில் இருந்து மறைந்தது. சுடுகாட்டில் ரதத்தினை இறக்கிவைத்துவிட்டு பாட்டியின்மேல் இருந்த அனைத்தையும் கழற்றி வைத்துவிட்டு துணியைச் சுற்றி எரிக்க தயார் செய்துகொண்டு இருந்தார்கள். மாதன் மயங்கி விழுந்தான்.

மாதனைத் தாங்கிப்பிடித்து எழுந்து உட்கார வைத்தார்கள். எவ்வளவு நேரம் மயங்கி இருந்தான் என்று அவனுக்குத் தெரியவில்லை. அவனுக்கு மண்டை மீது யாரோ உட்கார்ந்து இருப்பதுபோல் பாரமாக இருந்தது. அவன் மயங்கியதும் ஒரு வகையில் நல்லதுதான். காளா சற்றுநேரம் எந்தப் பயமும் இல்லாமல் தனது பாட்டியைப் பார்த்துவிட்டுப் போனான்.

எரித்த இடத்தில் ஆற்றில் இருந்து எடுத்துவந்திருந்த நீரை ஊற்றி எலும்பை வெள்ளை துணியில் சேகரித்து தொட்டுக் கும்பிட்டு, ஊர் பெரிய ஐயா எடுத்து எலும்பு குழியில் போட்டு, "நாங்கள் குலத்தோடு சேருவோம்" என்று சொல்ல மற்றவர்களும் அதைச் சொல்ல எலும்பு குழியில் போட்டு வந்தார்.

பிறகு, தங்களை சுத்தம் செய்துகொண்டு சாமையை எடுத்து, சாவு நிற்கட்டும், நல்லது வரட்டும், எங்கள் முன்னோர்கள் எங்கள் உடன் சேரட்டும் என்று வேண்டிக்கொண்டு சாமையை போட்டார்கள்.

மாதனும் மொட்டை போட்டுக்கொண்டான். வீடு வந்து சாமையை அவித்து புது பானையில் தண்ணீர் கொண்டுவந்து மீனிங் இலை போட்டு மூன்று இடங்களில் வீதி உணவு வைத்துக் கும்பிட்டார்கள்.

ஆப்பியை[1] கொண்டுவந்து கரைத்து அதை மேலிருந்து கீழ்நோக்கித் திரும்பாமல் மெழுகிக்கொண்டே வீட்டைவிட்டு வெளியேறி அந்தச் செடியை வீட்டின் முற்றத்தில் கொண்டுவந்து வீசி எறிந்தார்கள்.

மாதி பாட்டியின் தம்பி தலையாக்கி சடங்கு செய்ய வந்தார். வாயக்கரிசியிடும் முதல்நபர் அவரே. ஒலெ விறகு அடுப்பில் சாம்பல் எல்லாம் எடுத்துவிட்டுத் தானியங்களை வறுக்கத் தொடங்கினார்கள்.

எல்லா சடங்குகளும் முறை தவறாமல் நடந்து கொண்டிருந்தது.

ருக்கி சிலவற்றைக் கவனித்தாள், சிலவறடறைச் செய்யும்போது பாட்டியின் நினைவுகளோடு உறைந்து நின்றாள்.

பல சடங்குகள் நடந்து முடிந்தன; அனைத்தும். ருக்கி, என் பாட்டி வேறு உலகம் சென்று நன்றாக இருக்கவே என்று

1 மாட்டு சாணம்

எண்ணிக்கொண்டாள். பாட்டி மாதியின் ஞாபகம் மட்டும் மறைவதாக இல்லை.

இந்தச் சடங்குகள் எல்லாம் எதற்கு? பாட்டி மாதி அடிக்கடி என்னிடம் சொன்னதுபோல், எத்தையம்மன் போன்று காற்றில் கரைந்துவிட வேண்டும், அப்படியே மறைந்துவிடவேண்டும். நம் உடல் உயிர் எல்லாம் இயற்கையில் இருந்து வந்ததே. அப்படியே இயற்கையில் விட்டுவிட வேண்டும். என் இறப்பு அப்படித்தான் இருக்கும். என் உடல் அப்படித்தான் மறைய வேண்டும்.

வந்தவர்கள் ஒவ்வொருவராக அவரவர் அட்டிக்குத் திரும்பிப் போய்க்கொண்டிருந்தனர்.

இவர்களுடன் சேர்ந்து கோணாவின் தாய் தனது கன்று ஒன்று போனதை எண்ணி வருந்திக்கொண்டிருந்தது. மந்தைகளும்தான்.

21

அடுத்தநாள் காலையில் வீட்டில் இருந்தவர்களுக்கு காபி போட்டுக்கொண்டு வந்து கொடுத்தாள் பிக்கியம்மா.

"என்ன செய்யுறது குண்டியம்மா மனதைத் தேற்றிக்கொள். நம்மளை நம்பி காடு, தோட்டம், ஆடு, மாடு, எருமை எல்லாம் இருக்குதானே... இப்படி நீங்க இரண்டுபேரும் இடிஞ்சிபோய் இருந்தால் யார் அதையெல்லாம் பார்ப்பாங்க சொல்லு? எல்லாம் உதவி செய்தாலும் அவங்க அவங்க வேலையும் பார்க்கணுமில்ல... போ... எழுந்து போ... வேலயப் பாரு, வந்தவங்களையும் பார்க்கணும் இல்லயா?"

பலரும் வருவதும் போவதுமாக இருந்தார்கள். வரும் ஞாயிறு அன்று கொரம்பு சடங்கு இருக்கிறது என்று வீட்டை சுத்தம் செய்து ஒழுங்குப்படுத்திக்கொண்டு இருந்தாள்.

சடங்கு முடியும்வரை யார் வீட்டிலும் உரி ஓட்டில் தானியங்களை வறுத்துப்போட்டு செய்யும் குழம்போ, இறைச்சியோ, யாரும் சமைக்கவில்லை உண்ணவும் இல்லை.

கொரம்பு சடங்கு, தலெ அக்கி எடுத்தவர் இண்டெகூ[1] தயாரிக்க ஆற்றில் இருந்து புது நீர் எடுத்து வந்தார்.

மடக்கெ[2] ஆற்றங்கரையில் வைத்து வீட்டில் இருந்து எடுத்துச்சென்ற சாணத்தில் இருந்து கொஞ்சம் எடுத்து மடக்கெயை சுத்தம் செய்து அதில் புது நீர் எடுத்து வந்தார். ஹாகோட்டுக்கு[3] சென்று பாம்மை புல்லை[4] சுத்தம் செய்து, கொஞ்சம் நெல்லை போட்டு அனைவரும் கும்பிட்டு மரியாதை

1 படையல் போடுவது
2 மண்சட்டி
3 பால்வீடு
4 கெரிசி

செய்ய, புல்லால் நெருப்பு பற்றவைத்து மொரந்தா விறகு போட்டு எரியவைத்து, அரிசியாக்கிய நெல்லை சமைத்து எடுத்துவைத்தார்கள் படையல் போட. ஐயா, அந்த மணியை அடித்துக்கொண்டு இருந்தார். மணியின் ஓசை மனதை என்னவோ செய்ய, வெளியில் இருந்த மாதியும், ருக்கியும், ஓங்கி குரல் எடுத்து அழ, பக்கத்தில் இருந்த பாட்டி பிக்கியம்மாள், பாமா, சீரங்கி, மாதி இன்னும் இருந்தவர்களும் அழுது தீர்த்தார்கள்.

பிக்கியம்மாள் சாணமிட்டு மெழுகி அடுப்பில் இருந்த சாம்பலை அகற்றி சுத்தம் செய்து அடுப்பு ஏற்றி மண்சட்டியில் உலர்பட்டாணி விதைகள் போட்டுவிட்டு வெளியே வந்தாள். இண்டெகூ தயார் செய்து கங்குவா என்னும் பாத்திரத்தில் இட்டு, சாணத்தால் மெழுகிய இடத்தில் படையல் வைத்தார்கள்.

ஏழு மினிங் இலையில் படையல் போட்டு வீட்டுக்கு முன்னால் ஏழு இடத்தில் வைத்துக் கும்பிட்டார்கள். வந்தவர்களும் வீட்டில் இருப்பவர்களும் சாப்பிட்டு முடித்தார்கள்.

காலம் அதன் வேலையை செவ்வனே செய்து கொண்டிருந்தது.

கொஞ்சம் கொஞ்சமாக தேறிக்கொண்டு இருந்தாள் ருக்கி. மாதனும் தோட்டத்திற்குப் போய்வர ஆரம்பித்தான். அறுவடை எல்லாம் நடந்து முடிந்திருந்தது. இவர்களது அறுவடை தானியங்களை எல்லாம் ஒரு மணிகூட சிந்தாமல் சேர்த்து இருந்தான் கெம்பன்.

அவன்மீது குண்டியம்மாளுக்கும், மாதனுக்கும் தனிமரியாதை கூடிப்போனது, அவர்களது உழைப்பு வீண் போகமல் செய்திருந்தான் கெம்பன்.

அட்டிக்கு வந்திருந்த பாமா, "எங்கள் தோட்டத்திலும் தேயிலை நடப்போகிறோம்" என்று ருக்கியிடம் கூறினாள். அவர் அண்ணன் தோட்டத்தில் ஏற்கெனவே தேயிலைப் பயிர் இருக்கிறது என்று ஏதாவது பேசிக்கொண்டே இருப்பாள் பாமா.

ருக்கிக்கு நல்ல துணையாக பாமா இருந்தாள்.

ருக்கியின் நிலையோ பாட்டியை நினைத்து அழுவதா? காளாவை நினைத்து அழுவதா? தன் தாயை நினைத்து கவலை

கொள்வதா? தன் தந்தையை எப்படி சமாதானம் செய்வது? என்று அனைவருக்கும் நடுவில் நின்றுகொண்டிருந்தாள்.

இந்த சாவு, இந்த மரணம் எல்லாவற்றையும் மாற்றி போட்டுவிட்டுப் போய்விட்டது.

தனிமையில் உட்கார்ந்து காளாவைப் பற்றி நினைப்பதும், எத்தையம்மனிடம் தனது மனக்குறைகளை சொல்வதுமாக இருந்தாள். பாட்டியிடம் பேசுவதுபோல் எத்தையம்மனிடம் பேசத் தொடங்கியிருந்தாள் ருக்கி.

‘கடவுளே, தெய்வமே, இவனை மறந்துட்டுப் போக எனக்கு சக்தி கொடு. எனக்கு இவன் வேண்டாம். என்ன வாழ்க்கை, எனக்கு, இந்த இடத்தைவிட்டுப் போனால் போதும். என்னால் இங்கு இருக்க முடியவில்லை. காளாவின் நினைவும், பாட்டியின் நினைவும் என்னை எதுவும் செய்யமுடியாமல் செய்கிறது.

எனக்கு ஒரு பெரிய மாற்றம் வேண்டும். என்னால் நிம்மதியாக தூங்க முடியவில்லை. நான் எப்போது உறங்கிப்போகிறேன் என்று எனக்குத் தெரியவில்லை. உறங்கித்தான் போகிறேனா இல்லை மயங்கி போகிறேனா என்று தெரியவில்லை.

என்னால் இயல்பாக இருக்க முடியவில்லை. தினமும் காலையில் எழுந்துகொள்கிறேன். சமையல் செய்கிறேன், சோலைக்குப் போகிறேன், விறகு எடுக்கப்போகிறேன், குளித்து உடுப்பு மாற்றிக்கொள்கிறேன், இரவில் அனைவருடன் சேர்ந்து நெருப்பில் குளிர் காய்கிறேன், ஆட்டம் ஆடுகிறேன், அனைத்து இடங்களிலும் இருக்கிறேன். அனைவருடனும் பேசிகொண்டும் சிரித்துக்கொண்டும் இருக்கிறேன். என் பாட்டியின் நினைவு எப்போதும் இருந்துகொண்டே இருக்கிறது. காளாவை மனது தேடிக்கொண்டே இருக்கிறது. போனவன் போனவனாகவே இருந்து இருக்கலாம். இடையில் வந்து இப்படி என்னைப் பாடாய்ப்படுத்திவிட்டுத் திரும்பவும் போய்விட்டான்.

எப்படி திரும்பவும் அவனைப் பார்ப்பது? யாரிடம் இதைப்பற்றி சொல்வது? நானும் தினமும் செண்பகமரத்தடியில் தவம் இருந்துவிட்டு வருகிறேன். இருவாச்சிப் பறவையின் குடும்பம் பெரியதாகிக்கொண்டு போனதே தவிர அவன் வந்த பாடு இல்லை. நான் என்ன செய்வது? என்னால் என்ன செய்ய முடியும், அவனை எதிர்பார்த்துக் காத்திருப்பதைத் தவிர?

மாதம் மாதம் தவறாமல் வந்ததே ஒழிய காளா வந்தபாடு இல்லை.

ஒருவேளை தேயிலை பிரச்சனையில் மாட்டிக்கொண்டிருப்பானோ. துரைமார்கள் ஏதாவது செய்திருந்திருப்பார்களோ? அடிக்கடி அட்டியில் இளைஞர்கள் சாவதும் அவர்களை புலி அடித்ததாகவும் யானை மிதித்ததாகவும் செய்தி வருகிறதே... காட்டில் பிறந்து காட்டில் வளர்ந்த அட்டி மக்களுக்கு யானையின் வாசனையும் புலியின் இருப்பும் தெரியாதா? இது கண்டிப்பாக துரைமார்களின் செயல்தான். காளா என்னிடம் வந்துவிடு.

மாதன் வீட்டுக்கு வருவது குறைந்துபோனது. இந்த கையால்தானே என் அம்மாவை கட்டை கொண்டு அடித்தேன், என் கையை அடுப்பில் வைத்துப் பொசுக்கிவிடு கடவுளே.

நான் என்ன செய்வேன், எனக்கு அவ்வளவு கோபம் எங்கிருந்து வந்தது? அன்று காலையிலிருந்து என்னைத் தேயிலைச்செடி போடுமாறு என் அண்ணன் அண்ணி இருவரும் வற்புறுத்தியது கோபமாக நெஞ்சில் இருந்தது. காளாவைப் பார்த்தது உண்மையில் எனக்குக் கோபம் இல்லை. அது எனக்கு அதிர்ச்சி. வீட்டின் குலசாமியை நானே அழித்துவிட்டேன்... இத்தனைப் பிள்ளைகள் இருந்தும் 'மாதா மாதா' என்று என்னுடனே இருந்த என் அம்மாவை நானே கொன்றுவிட்டேன் என்று புலம்பிக்கொண்டு இருந்தான்.

சாப்பிடாமல் உடல் வற்றி எலும்பு தெரிய இளைத்திருந்தான். பயிர்களைப் பார்ப்பதும், எருமைகளைக் கவனிப்பதும், விறகு எடுப்பதுமாக இருந்தான். பேச்சுவார்த்தைக் குறைந்துபோனது.

அம்மாவின் நினைவு தவிர, வேறு எதுவும் இல்லை. அம்மா இருந்திருந்தால் தேயிலைத்தோட்டம் போடுவது பற்றி இவர்கள் நினைத்துக்கூட பார்த்திருக்க மாட்டார்கள்.

இரண்டுநாள் உயிருடன் இருந்தபோதும் அவளால் எதுவும் பேசமுடியாமல் போனது. அவனிடம் ஏதாவது பேசுவாள் என்று தலைமாட்டில் இருந்து நகராமல் இருந்தும், ருக்கியைப் பார்த்துக்கொண்டே கண்களில் நீர் வழிய அவள் உயிர் பிரிந்தது எந்த ஆர்ப்பாட்டமும் இல்லாமல். அவன் மாதியை நினைத்துநினைத்து வருந்திக்கொண்டிருந்தான்.

பேசாமல் அம்மா ஆசைப்பட்ட மாதிரி காளாவிற்கு ருக்கியைக் கொடுத்தால் என்ன? என்று சிந்தித்துக்கொண்டிருந்தான். ஆனால், அவனுக்கு முழு சம்மதம் இல்லை. இறந்தது இறந்ததுதான். இனி என்ன செய்ய? அவன் இரண்டாவது முறை அட்டிக்கு வந்தான். என் அம்மா போயிட்டாங்க, இவனுக்கு ருக்கியைக் கொடுத்தால் அவ்வளவுதான். அவன் குடும்பம் அழிந்ததுபோல் என் குடும்பமும் அழிந்துவிடும். ஐயோ, எனக்கு எப்போதும் இந்த எண்ணம் வேண்டாம். என் மகளை நிச்சயம் காளாவுக்குக் கொடுக்கமாட்டேன். மீண்டும் அம்மாவின் நினைவு வந்து கண்கள் கலங்கி நின்றான்.

அட்டிப்பக்கம் வீட்டை ஒட்டியிருந்த கல்திட்டின் மீது வந்து அமர்ந்துகொண்டான்.

22

மாதனும், ருக்கியும் சுடச்சுட காப்பி குடித்துக் கொண்டிருந்தார்கள். கையில் வேட்டை முயல்களுடன் கெம்பனும், சீரங்கி கவுடரும் அந்தப் பக்கமாக நடந்துபோனார்கள்.

'இருந்திருந்தால்' என்ற வார்த்தைக்கு என்ன பொருள்? அந்த வார்த்தை மட்டும் இல்லாமல் போனால் மனிதன் எப்படி தனது மனதை சமாதானப் படுத்திக்கொள்வான். இதுமட்டும் நடக்காமல் இருந்திருந்தால்? நாம் அங்கே போகாமல் இருந்திருந்தால்? நான் அவர்களைப் பார்க்காமல் இருந்திருந்தால்? நான் அவர்களை அழைக்காமல் இருந்திருந்தால்? நான் அப்படிப் பேசாமல் இருந்திருந்தால்? நான் எந்த எதிர்வினையும் புரியாமல் இருந்திருந்தால்? இப்படி இந்த இருந்திருந்தால் என்ற வார்த்தை இல்லாமல் இருந்திருக்கலாம்.

மாதன், போனவர்களை அழைத்து காப்பிக் குடித்துவிட்டுப் போகும்படி அழைத்தான். அவர்களும் ஒருவரையொருவர் பார்த்துக்கொண்டு சரி குடித்துவிட்டுப் போவோம் என்று தீர்மானத்துடன் வந்து திண்ணையில் அமர்ந்தார்கள்.

கெம்பன் எழுந்து ருக்கியிடம் ஒரு கூடை வாங்கி, அதில் பிடித்துவந்த முயல்களைப் போட்டு கவிழ்த்துவிட்டு வந்து அமர்ந்தான் ருக்கியைப் பார்த்தவாறு. அந்த முயல்களுக்கு நல்ல குதூகுலம் ஏற்பட்டது. எப்படியும் தப்பித்துவிடுவோம் என்ற நம்பிக்கையிருந்தது. முயல்களது கால்கள் ஒரு இடத்தில் இல்லாமல் அங்கும் இங்கும் ஓடிக்கொண்டு இருந்தன. அதன் கண்களில் ஒரு வெளிச்சம் தெரிந்தது. பாட்டி மாதியின் கண்கள் தெளிவில்லாமல் இருந்தன என்பதை குண்டியம்மாளைத் தவிர வேறு யார் ஒணர்வார்கள்.

மாதன் காப்பிக் குடிக்க அழைத்தது அனைவருக்குமான விதி.

மாதன் அழைக்கவும் கெம்பனும், சீரங்கிக்கவுடரும் வந்து திண்ணையில் அமர்ந்துகொண்டார்கள். மாதன் குண்டியம்மாளை அழைத்து அனைவருக்கும் சுடச்சுட காப்பி கொடுக்குமாறு சொன்னான். அவளுக்கு மனது என்னவோ போல் இருந்தது. அவள் பார்வையால் பாட்டி மாதியிடம் எச்சரிக்கை செய்துவிட்டு உள்ளே போனாள். யாரும் அறியா வண்ணம்.

சீரங்கிக்கவுடர் பேச்சை எடுத்தார், "துரைமார்கள், தாய் சோலையில் தேயிலைப் போட்டுவிட்டதாகவும் மற்ற அட்டிகளில் தேயிலைப் போடப்போவதாகவும் நமது அட்டிக்கும் போடலாம் என்று பேச்சு இருப்பதாகவும் எல்லாம் பேசிக்கொள்கிறார்கள். நம்ம அட்டியில் எல்லோரிடமும் பேசவேண்டும் கெம்பா, நாம் காப்பிக் குடித்துவிட்டு ஐயாவிடம் சொல்லி ஒரு முடிவுக்கு வரவேண்டும் என்ன கெம்பா?" என்றான் சீரங்கிகவுடர்.

"ஆமாம் அதுதான் சரி. நமது அட்டியிலும் தேயிலை வந்தால், நமது அட்டிக்கும் துரைமார்களுக்கும் நல்ல இணக்கம் ஏற்படும். நமது அட்டியும் நல்ல வளர்ச்சி அடையும். இன்றும் பழமையில் ஊறியவர்கள்தான் நமது அட்டியை வளரவிடாமல் தடுக்கிறார்கள். அவர்களைத்தான் எப்படி சமாதானம் செய்வது என்று தெரியவில்லை. அதை ஐயாவிடம்தான் கேட்கவேண்டும் ஐயாவிடம் போய் சொல்வோம்."

"இப்போ எதற்கு இந்தப் பேச்சு? பேசாமல் இருங்கள், பண்டிகைக்காலம் முடியட்டும், பிறகு பேசிக்கொள்ளளாம்" என்றான் மாதன்.

மிகச்சரியான நேரம் என்பார்களே அது இதுதான் போல, விதியின் விளையாட்டு ஆரம்பம் ஆனது.

மிகச்சரியான நேரத்தில் ஐயா வந்து சேர்ந்தார். குண்டியம்மாள் காப்பியுடன் வெளியே வந்தாள். 'சரியான நேரத்தில்தான் வந்து இருக்கேன் போல' என்றவாறு ஒரு காப்பியை அவர் எடுத்துக்கொண்டார். மீதியை கெம்பனும், சீரங்கிக்கவுடரும் பகிர்ந்துகொண்டார்கள்.

சற்று உற்றுப்பார்த்த ஐயா, "என்னடா இருவரும் எங்கே போயிட்டு இப்படி அடிபட்டு வந்து இருக்கிங்க? என்ன சண்டை யாருடன் சண்டை?" என்றார்.

"ஐயா அதெல்லாம் ஒன்னும் இல்ல. முயல் புடிக்கும்போது இப்படி ஆயிடுச்சி" என்றான் கெம்பன்.

"எங்கடா போய் பிடிச்சிங்க?" என்றார்.

"அது வந்து ஐயா மாடுகள் மேயும் இல்ல அந்தப் பக்கமாகத்தான்" என்றான்.

"என்னடா கெம்பா பேச்சே சரியில்லையே? எந்த இடம்னு சரியா சொல்லமாட்டேங்குற? மாடு மேயுற இடம்னா அங்கே எங்கடா மண் இருக்கு? எல்லா இடமும் புல்தானே இருக்கும். இப்படி கைகாலு எல்லாம் சிராய்ப்புப் பட்டு இரத்தம் வரமாதிரி என்னடா அப்படி வேட்டை? முயல்தான பிடிச்சிங்க இல்ல எதாவது புலி வேட்டைக்குப் போனீங்களா? காதுல என்னடா நகக்கீரல் மாதிரி இருக்கு? எங்கேதான் போனீங்க? யார்கூட சண்டைபோட்டுட்டு வரீங்க?"

இருவரும் ஒருவரையொருவர் பார்த்துக்கொண்டு இருந்தனர். "யாராவது வாய் திறந்து சொல்லுங்க" என்றார்.

கெம்பன் சொன்னான், "ஐயா நாங்க முயல் வேட்டைக்குத்தான் போனோம், அங்க மற்ற அட்டிக்காரங்களும் வந்து இருந்தாங்க. காளாவும் வந்து இருந்தான்."

அனைவருக்கும் இதயத்துடிப்பு இரட்டிப்பானது. ருக்கி, சற்று கவனமாக அவர்களது காயங்களை உற்றுப்பார்த்தாள். கண்டிப்பாக கட்டி புரண்டு இருக்கிறார்கள். இருவருக்குமே காயங்கள் இருக்கிறதே? காளாவிற்கு என்ன ஆகியிருக்குமோ தெரியலையே? நிச்சசயம் அவனுக்கு எதுவும் ஆகியிருக்காது. அவன் வீரன்.

"என்னடா நடந்தது? சொல்லுடா கெம்பா."

"ஐயா, தாய் சோலையில் தேயிலைப் போட்டதாகவும், மற்ற அட்டிகள்ல தேயிலப் போடப்போவதாகவும் பேசிட்டு இருந்தாங்க, நாங்களும் நம்ம அட்டிக்குத் தேயிலப் போடுவதற்கு என்ன பண்றது? என்ன முறை? அப்படின்னு விசாரிச்சிட்டு இருந்தோம். அப்போ காளா வந்து, நம்ம அட்டியில தேயிலை வரவிடமாட்டேன், நான் உயிரோடு இருக்குறவரை விடமாட்டேன்னு சொன்னான். சரி, நீ செத்துப்போன்னு சொல்லி சீரங்கி, காளாவை கையிலிருந்த தடியால ஓங்கி அடிச்சிட்டாரு. அப்புறம் என்ன நடந்ததுனு கணிப்பதற்குள்ள

சண்டை பெருசா ஆயிடுச்சி. எல்லாரும் சேர்ந்து பிரிச்சி விட்டாங்க. அப்புறம் நாங்க வந்துட்டோம். அவ்வளவுதான்" பெரிதாக அலட்டிக்கொள்ளவில்லை.

ஐயா, "சரி யாருக்கும் எதுவும் இல்லையே விடுங்க."

"ஐயா, இதுக்கு ஒரு முடிவு எடுக்கணும். நம்ம அட்டிக்குத் தேயில வந்தா நல்லதுதானே? நிறைய வெளிநாட்டு காய்ங்க நம்ம தோட்டத்திலேயே விளைவிச்சி வறோம். நிறைய பெயர் தெரியாத மரமெல்லாம் வந்துட்டு. பலவகை மீனக் கொண்டுவந்து நம்ம ஏரியில விட்டுட்டாங்க. ஏன் அவ்வளவு பேசணும், இதோ ருக்கி வீட்டில யாரு வந்தாலும் காப்பிக் கொடுக்கிறாங்க. காப்பி நமது உணவா? பால், தயிர், மோர் தானே நமது உணவு. இவர் மட்டும் எப்படிக் காப்பி கொண்டுவந்து நமது அட்டிக்குக் கொடுத்தாரு? அது தப்பில்லையா? ஐயா, மாற்றத்தை ஏத்துக்கிட்டுத்தான் ஆகணும். நம்ம அட்டிக்குத் தேயில வந்தே ஆகணும்."

மாதனுக்குக் கோபம் தலைக்கு ஏறியது.

மேலும் தொடர்ந்தான், "நம்ம மந்தைய மேய்ச்சலுக்குக் கூட்டிப்போறோம். அந்த மேய்ச்சல் நிலத்துல இருக்குற புல்லுக்கு எத்தன வயசாகுது. எப்ப அந்த புல்லெல்லாம் எடுத்துட்டு மாத்துப் புல்லு வச்சிங்க? அதுவே, மழக்காலத்துல வளரும், வெயில் காலத்துல சுருங்கும், பனிக்காலத்துல கருகும் திரும்ப மழைக்கு அதுவே முளச்சிக்கும். அந்த இடத்துல புல் இல்லாம வெறும் மண்ண மட்டும் எப்பயாவது பாத்து இருக்கிங்களா?

மண்ணுக்கு மாப்பு[1] கொடுக்குறது எல்லாம் நாமளா பாத்துக் கண்டுபுடிச்சது. அப்ப எப்பவும் தண்ணி நிக்கிற இடத்த என்ன சொல்லுவிங்க? அந்த இடம் அழுகிடும்னு சொல்லுவிங்களா?" எனக் கெம்பன் கேட்டது சரியாகவும் பட்டது பைத்தியம் போன்றும் பட்டது யாரிடமும் பதிலில்லை.

பாட்டி மாதியின் கண்கள் குழப்பத்தில் மிதந்தன. அவளால் எதுவும் செய்ய இயலாது.

ருக்கி, அங்கிருந்த கத்தி, மண்வெட்டி, பெரிய விறகுக்கட்டை அனைத்தையும் எடுத்துப்போய் வீட்டுக்குப் பின்னாடி வைத்துவிட்டு வந்தாள்.

குரலை சற்று உயர்த்தி, கெம்பன் பேசினான். "ஐயா நீங்க கண்டிப்பா ஒரு முடிவு எடுங்க. அப்புறமா நாம நம்ம

1 மன்னிப்பு எனும் பண்டிகை

அட்டியில இருக்குறவங்கக்கிட்ட பேசி புரியவச்சிருவம். சீரங்கி சொல்ற மாதிரி, பாதி நாம மாறிட்டோம். காலத்துக்கு ஏத்த மாதிரி மாத்தணும், இல்லனா நாம அட்டிய விட்டுட்டு மத்த அட்டி எல்லாம் முன்னேறிப் போயிடும். நாமளும் காளா மாதிரி திரியவேண்டியதுதான். எல்லாம் நல்லவங்க மாதிரி நடிப்பாங்க, அவங்களுக்குத் தேவனா அவங்களுக்கு ஏத்த மாதிரி மாத்திக்குவாங்க, சொல்ற மாதிரி காப்பி ஒன்னும் நம்மளுடைய உணவு இல்லையே? ருக்கி வீட்டில தேயில கவாத்தது செய்த காய்ந்த விறகு அடுக்கி வச்சிருக்காங்க. மாதன் மாமா தேயிலை வேண்டாம்ன்னு சொன்னா, நாம அவங்களை விட்டுட்டு தேயிலப் போட்டுற வேண்டியதுதான்" என்றான் கெம்பன்.

ஐயாவையும், சீரங்கியையும் எதுவும் சொல்லாமல் இருந்த மாதனுக்கு தனது ஆத்திரம் முழுவதையும் கெம்பன் மீது கொட்ட ஏதுவாக இருந்தது கெம்பனின் வார்த்தை. எட்டி ஒரே பிடியில் அவனது பிடரியைப் பிடித்துக்கொண்டான் மாதன். கெம்பன் நிலைதடுமாறி போனான்.

பாட்டி மாதியின் கண்கள் பயத்தில் படபடத்தன. பாட்டியின் இருப்பை உணர யாரும் இல்லை.

யார் தடுத்தும் தனது பிடியை விடவில்லை. "என்னடா சொன்ன? காப்பி நான் கீழே இருந்து வாங்கி வரன். காப்பிய நான் நம்ம மண்ணில விளைவிச்சுக் குடிக்கல. நம்ம மலையில காப்பித்தோட்டம் எதுவும் இல்ல. நான் சொல்றது உங்களுக்குப் புரியலையா? மற்ற பயிர் எல்லாம் போட்டா அதுக்கு ஒரு காலம் உண்டு. அறுவடை காலம் உண்டு. அந்த அறுவடை காலம் முடிஞ்சதும் நாம அந்தப் பயிர்களை அழிச்சிட்டு கொஞ்சநாள் மண்ணுக்கு இடைவெளிவிட்டு மறுபடியும் பயிர் செய்வோம். ஆனால், தேயில நட்டா நம்ம மண்ணு என்னாகும். காலம் முழுவதும் மூச்சுவிட நம்ம மண்ணு பாடுபடாதா? அதுக்கு ஓய்வு வேணாமா? இதுகூட உங்களுக்குப் புரியலையா?" தன்பிடியை விடாமலே.

"நாம எப்படி நம்ம நிலத்த விட்டுக்கொடுப்பது. அதில எப்படி மாற்றுப்பயிர் போட அனுமதிப்பது. நமது உணவிற்கு எங்கே போவது? மாடுகள், எருமைகள் எல்லாம் எங்க போய் மேய்ப்பது? தேயிலப்பயிர் நட்டால் நமக்கு நடப்பதற்குக்கூட இடம் இருக்காது. நமக்குப் பணத்தின் மீது ஆசை வந்துவிடும்.

மண் மீது இருக்கும் பாசம் போய்விடும். உழைக்க மறந்துபோகும். நமது பழக்கவழக்கம் எல்லாம் சடங்காக மாறிப்போகும்" என்றான் உடைந்த குரலில்.

கெம்பன் சொன்னான், "மாமா என்ன இது? நம்ம அட்டியில, நம்ம சோலையில எத்தன மரங்க இருக்குது? அவை எல்லாம் நம்ம அட்டி வர்றதுக்கு முன்னாடி இருந்தே இருக்கவில்லையா? நாம வந்து நிலம் திருத்தி, காடு அழிச்சி, அட்டி அமைச்சி வாழவில்லையா? மாற்றங்கள் வரும்போது சில இழப்புகள் வரத்தானே செய்யும். அந்தப் பழைய மரங்கள் ஒரே இடத்தில இருப்பதால என்ன ஆச்சு? நீங்கக்கூட கிழங்கு விளைவிச்சி இருக்கீங்களே என்ன விடுங்க" என்றான்.

"அது வேறு இது வேறு" பதில் இருந்தது மாதனுக்கு. ஆனால், சொல்ல வரவில்லை. கெம்பனைத் தள்ளிவிட்டான். அவன் கூடைமீது போய் விழுந்தான். விழுந்த வேகத்தில் கூடை நகர்ந்துகொண்டது. முயல்கள் தப்பித்து ருக்கி இருந்த பக்கமாக ஓடி ஒளிந்தது. யாருக்கும் அதைப் பிடிக்கத் தோன்றவில்லை.

குண்டியம்மாள், சீறிக்கொண்டு வந்தாள், "உப்பை என்ன நாம் விளைவிச்சிட்டு இருக்கோமா? காலங்காலமா கீழே இருந்துதான வாங்கிக்கிட்டு இருக்கோம். காப்பியும் அது மாதிரிதான். அதனால நம்ம கருப்பு மண்ணு ஒன்னும் மாறப்போறது இல்ல."

பாட்டி மாதியின் கண்கள் பெருமிதத்தில் பிராகாசித்தது. குண்டியம்மாளை கட்டித்தழுவி பாராட்ட நினைத்தாள். உயிருடன் இருக்கும்போது ஒருநாளும் பாராட்டவில்லை இனி என்ன செய்வது.

"நீங்கள் ஏதோ செய்துகொண்டு போங்கள். எங்களுக்கு உண்டான பூமியை நாங்கள் பார்த்துக்கொள்கிறோம்."

மாதனுக்கு மனது நிறைந்திருந்தது.

"அப்படி என்றால் எனக்கு உண்டான நிலத்தைப் பாகம் பிரித்துக் கொடுத்துவிடுங்கள்" என்றான் சீரங்கி.

பாட்டி மாதியின் கண்களில் இப்போது சோகம் குடிகொண்டது.

ஐயா, "மாதா நான் சொல்வதைக் கேள். நீதான் நம்ம அட்டிக்கு முதமுதல்ல காப்பியைக் கொண்டுவந்து அறிமுகப்படுத்தின. கிழங்கையும் நீதான் அறிமுகபடுத்தின. இன்னும் நிறைய இருக்கு சொல்ல. நாம எப்போதும் காலத்தோட சேர்ந்து போகணும். சிலநேரங்கள்ல நாம விதிய மீறி போகணும் என்ன செய்றது? நம்ம காலத்தப் பின்நோக்கிப் பார்த்தா பல இடங்கள்ல விதி மீறப்பட்டிருக்கும். வலியவர்களால் சில விதிகள் மாற்றப்பட்டு இருக்கும். காலத்திற்கு ஏற்ப தேவைக்கு ஏற்ப மாறணும். மாற்றிக்கொள்ளணும். காலம் மாறமாற எல்லாமே நியாயமாக மாறிடும். ஆறுகூட தம் பாதைய காலத்துக்கு ஏற்ப தேவைக்கு ஏற்ப மாற்றிக்கொள்கிறது. காலத்திற்கு ஏற்ப தேவை மாறுது. தேவைக்கு ஏற்ப வாழ்க்கை மாறுது. நாமும் அதுக்கு ஏற்ற மாதிரி மாறணும்" என்றார்.

கெம்பனும் சீரங்கியும் 'கடுகடு' என்று முகத்தை வைத்துக்கொண்டு போனார்கள்.

'எது தேவை என்று சொல்கிறார். இதையா தேவை என்கிறார்? விறகு சந்தில் அடிக்கடி இவர் ஒதுங்குவதை சொல்கிறாரா? ஒருவர் செய்யும் தப்புத்தவறும் மற்றவர் அறியும் வரைதான் அவர் நல்வர்' என்று மாதன் எண்ணிக்கொண்டிருக்கும் போது,

"மாதா நடந்ததை எல்லாம் மறந்துவிடு. இது அட்டி விவகாரம். அட்டியோடு பகைத்துக்கொள்ளாதே. நான் அவர்களை சமாதானம் செய்துகொள்கிறேன். நீ போய் ருக்கிக்கு ஆக வேண்டிய வேலயப் பார். மனதைக் குழப்பிக்கொள்ளாதே. இது வேறு, ருக்கியின் வாழ்க்கை வேறு. நம்ம காலத்துக்குப்பின் நம்ம குழந்தைகளுக்கு ஒரு பாதுகாப்பு வேணும், என்ன நான் சொல்றது புரியுதா? போ... வேல நிறைய இருக்குது போய் பார்" என்றார்.

மாதனை இழுத்து உட்கார வைத்து, "இவர்கள் ஒன்று சேர்ந்துகொண்டார்கள். ஒன்று இவர்களை நாம் கொல்லவேண்டும் இல்லை இவர்கள் நம் நிலத்தைக் கொன்றுவிடுவார்கள்" என்றாள் குண்டியம்மாள்.

பாட்டி மாதியின் கண்கள் கண்ணீரில் நிறைந்திருந்தது. ஆனால் பாட்டியால் எதுவும் பேசமுடியவில்லை. அவளது இருப்பையும் யாரும் உணரவில்லை. குண்டியம்மாளைத் தவிர.

23

அட்டியில் பகை கொஞ்சம் கொஞ்சமாக பரவத்தொடங்கியது. முகத்திற்கு நேராக அனைவரும் நன்றாக பேசினாலும் உள்ளுக்குள் பகை புகைந்து கொண்டுதான் இருந்தது.

ருக்கி எழுந்து ஓடைக்குக் குளிக்கப் போவதாகச் சொன்னாள். குண்டியம்மாளுக்குக் கோபம் பொத்துக்கொண்டு வந்தது. "எப்போது பார்த்தாலும் பச்சைத் தண்ணீரில் குளிப்பது, எல்லாரும் இப்படித்தான் செய்கிறார்களா? போ, போய் வீட்டில் இருக்கும் சுடுதண்ணீரில் குளி" என்றாள்.

"ஆமாம் நான் பச்சைத்தண்ணீல குளிப்பதாலதான் கெட்டுப்போகுதா? சடங்கு பழக்கவழக்கம் மட்டும் ஓடையில போய் ஒச நீர்னு[1] சொல்லி குளிப்பது, இப்போ இப்படி சொல்வது. நான் எப்பவும் மாற மாட்டேன், உடல் விரைத்தாலும் அப்படித்தான் இருப்பன்" என்றாள்.

மாதனையும் ருக்கியையும் பார்க்க பயமாக இருந்தது.

ஒருமுறை பாட்டி மாதியைப் பார்த்துக்கொண்டாள்.

பாட்டி மாதியின் கண்களில் ஒரு அமைதி இருந்தது. இல்லாத பாட்டியை தனது மனதில் வைத்துக்கொண்டு அவள் இருப்பதுபோல் ஒவ்வொரு முறையும் அவளுடன் கண்களில் பேசிக்கொண்டு இருந்தாள்.

அந்தப் பக்கம் ஐயா வந்தார். "என்ன மாதா எவ்வளவு நாள் இப்படியே இருப்பது? நாமும் காலத்திற்கு ஏற்ப மாறவேண்டும்." அனைவரும் போனபிறகு மாதனும் ஐயா மட்டும் கொஞ்சநேரம் பேசிக்கொண்டு இருந்தார்கள்.

---

1 புதிய நீர்

“நான் என்ன செய்வேன் ஐயா? என்னால என் அம்மாவ மறக்க முடியலையே? காளா செஞ்சது தவறு. அட்டியில தேயில வந்தா அதைவிட பெரிய அழிவு வேறெதுவுமில்ல”

“மாதா அதெல்லாம் நாம என்ன செய்யமுடியும் சொல்லு, காலம் தானா எல்லாவற்றையும் மறக்க செய்யும். கவலப்படாத. அப்புறம் நான் உங்கிட்ட ஒன்னு கேட்கணும் மாதா. நான் சொல்றதக் கவனமா கேளு, கோபப்படாதே சரியா? நம்ம அட்டியத் தவிர மற்ற எல்லா அட்டியிலயும் மோட்டார் வண்டியும், பெரிய பெரிய தனி வீடுங்களும், பெண்களிடம் நிறைய தங்கமும் வந்துட்டு. நம்ம அட்டியிலயும் தேயிலப் பயிர் செய்ய பத்து பதினஞ்சு வீட்டில இருந்து கேட்கிறாங்க. நாம எப்படி மறுக்கிறது? அது அவங்க நிலம் நாம எப்படி வேண்டாம் என்பது? நான் என்ன முடிவெடுப்பது? அவங்க கேக்குறதுகூட நம்ம மேல வைச்சிருக்கும் மரியாதைக்காகத்தானே ஒழிய உண்மையில அவங்க நமக்குத் தகவல்தான் சொல்கிறாங்க.

என்ன செய்றது மாதா? என் மகன் கெம்பன்கூட அதையே தான் விரும்புறான். இந்தக் காளா வேற அப்போ அப்போ நம் அட்டிப்பக்கம் வந்து தேயிலப்பயிர் போடுறது பற்றியும், அதனால நம்ம அட்டிக்கு ஆபத்துனு இளவட்டங்களைக் கூட்டம் சேர்த்துக்கிட்டு ஏதாவது சொல்லிக்கிட்டு இருக்கான். அது நம்ம கெம்பனுக்கு, சீரங்கிக்கு, மணிகுண்டனுக்கு எல்லாம் பிடிக்கல. அவங்க எல்லாம் சேர்ந்துகிட்டு காளாவை எதாவது செய்திட போறாங்க?

நீ மட்டும்தான் நம்ம அட்டியில தேயில வேணாம்னு சொல்ற. மற்றவங்க எல்லாம், வந்தா கொஞ்சம் பணம் கிடைக்கும்ன்னு ஆசை படுறாங்க, சரி மாதா நான் வரேன் அப்புறம் பேசுவோம்” என்றவர், மனதில் ஏதோ நினைத்தவாறே, “ருக்கிக்கு நாம சீக்கிரம் கண்டித்தா மதுவாகு பேக்கு[1]” என்றார்.

“கெம்பன் என் பையனா இருந்தாலும் உனக்கேத் தெரியும் அவன் எந்த அட்டிப்பையன்னு, பாத்து முடிவெடு. நான் வரேன். கொஞ்சம் மீன் பிடிக்கப் போறேன்” என்று முடித்தார்.

மாதன் இன்னும் அதிகமாகக் கலங்கிப்போனான். ‘இந்தத் தேயிலப் பிரச்னை ஏன் நம்ம அட்டிக்கு வரணும், நம்ம காடு மேடு எல்லாம் தேயிலப் பயிர் செஞ்சிட்டா என்ன செய்றது?

1 திருமணம் செய்ய வேண்டும்

சாப்பிட விளைவிக்கும் கோதுமை, சாமை, வரகு, ராகி, பார்லி, அக்கி, முள்ளு, பீருவாற்கோதுமை, அவரை எல்லாம் நாம எங்கே போய் பயிர் செய்வது?

இந்தப் பூமிக்கு நாம காலங்காலமா நம்ம முன்னோர்கள் வழியில கால இடைவெளிவிட்டு ஓய்வு கொடுத்து பயிர் செஞ்சிவந்தோம்.

இந்தத் தேயிலப் பயிர் வந்தா பூமிக்கு எங்க ஓய்வு கொடுக்கப் போகிறார்கள்!?

ஓயாமல் ஒரு பெண், குழந்தையைப் பெத்திக்கிட்டே இருந்தா அவ உடம்பு என்ன ஆவது? இந்தப் பூமியும் ஒரு பெண்தானே? இவங்களுக்கு எங்கே தெரியப்போகிறது அவளின் வலி? அவர்கள் சுகமாய் இருந்தால் போதும். அவர்களுக்கு சுகம் கிடைத்தால் போதும். அவளது பேறு வலியைப் பற்றி அவர்களுக்கு என்ன கவலை? நம்ம மண்ண சீரழிக்கப் போகிறார்கள். நான் தனி ஆளாக என்ன செய்வது? இந்த காளாவை நிச்சயம் விட்டு வைக்கமாட்டார்கள்.

என்ன அவன் பிறப்பு? பாவம். அட்டியிலும் ஒட்டாமல், குடும்பமும் இல்லாமல் என்ன செய்வான்? நான் தப்பு செய்துவிட்டேனா? காளா தேயிலப் பயிரை எதிர்க்கிறான், கெம்பன் அதை வரவேற்கிறான். அம்மா... எத்தை அம்மா நீதான் என் அட்டியையும் என் மகளையும் காப்பாத்தணும்' என்று எத்தையம்மனிடம் வேண்டியபடி வீடு நோக்கி நடந்தார்.

என்னால் என்ன செய்ய முடியும் வேடிக்கைப் பார்ப்பதைத் தவிர, நான் வேண்டாம் என்று சொன்னாலும் அண்ணனும் அண்ணியும் சும்மா இருப்பார்களா? இனி அவ்வளவுதான் நம் தோட்டம். மனதைத் தேற்றிக்கொள்ள வேண்டியதுதான்.

24

மெதுவாக குண்டியம்மாளிடம் பேச்சை எடுத்தாள் ருக்கி, "அம்மா நாம ஜெகதளா எத்தையம்மன் பண்டிகைக்குப் போய் வரலாமா?" என்றாள்.

"போகலாம். நாம அந்த கெம்பனையும் துணைக்குச் சேர்த்துக்கொள்ள வேண்டும்" என்றாள்.

ஆறு படுக கிராமங்கள் சேர்ந்து கொண்டாடும் ஜெகதளா எத்தையம்மன் பண்டிகைக்குப் போவதாக இருவரும் முடிவெடுத்தார்கள். பண்டிகையின்போது வெள்ளை உடை அணிந்து அனைவரையும் ஒன்றாகப் பார்ப்பதே ஒரு அழகுதான். அன்றுமட்டும் இந்த நீலமலை முழுவதும் வெள்ளையாகத்தான் தெரியும்.

காரக்கொரை, மஞ்சுதளா, மல்லிகொரை, பேரட்டி, ஓதனட்டி, பிக்கட்டி என ஆறு கிராமத்து படுக மக்கள் ஒன்னா வருவாங்க எப்படியும் காளா வருவான். எத்தையம்மனை ஊர்வலமாக எடுத்துவரும் நாளில் இருவரும் நல்ல உயரமான இடத்திலிருந்து தேடிப்பார்க்கலாம் என்று முடிவு செய்திருந்தார்கள். பண்டிகைக்குப் போவது பற்றி இயல்பாகப் பேசிக்கொண்டிருந்தார்கள். அட்டியில் இன்னும் சிலரும் வருவதாகச் சொன்னார்கள். நல்லவேளை என்று ருக்கி நினைத்துக்கொண்டாள்.

இரண்டுநாள் கடந்துபோயிருக்கும் இரவில் வீட்டிலிருந்த ருக்கிக்கு மனது ஏதோ செய்தது. சத்தமில்லாமல் எழுந்து வெளியே வந்து பார்த்தாள். வீட்டு வாசலில் அவள் நினைத்ததுபோலவே செண்பகப்பூ இருந்தது.

உண்மையில் அவள் நினைக்கவில்லை. அந்தப் பூவின் வாசம்தான் வந்து அவள் இமைகளைத் தட்டித் திறந்தது. ஆம் நாசியைத் தட்டாமல் அவளது இமைகளைத்தான் தட்டியது.

கீழே வந்தவள், சுற்றிலும் தன் கண்களைச் சுழற்றி அங்கும் இங்கும் தேடினாள். ஒரு நொடி அமைதியாக நின்றாள். மீண்டும் யாரும் பாராமல் அதை எடுத்துக்கொண்டு மாடிக்கு ஓடிப்போனாள், நாளை எப்படியும் காளாவை சந்தித்துவிட வேண்டியதுதான் என்று.

நிறைந்த மனதுடன் செண்பகமாலையை தலைக்கு வைத்து வாசத்துடனே படுத்து உறங்கினாள்.

காளாவும், பாட்டியும் கோதுமை விளைவித்த இடத்தில் நின்றுகொண்டு தங்க நிறத்தில் மின்னும் கோதுமை மணிகளை பார்த்துக்கொண்டு இருந்தார்கள்.

காளா, பாட்டியை அந்தப் பக்கத்தில் இருந்த தானிய மேடையில் இருக்க சொல்லிவிட்டு, கொஞ்சம் கோதுமையை எடுத்து கசக்கிக்கொண்டு வருவதாக சொல்லிப்போனான்.

பாட்டி நீண்டநேரம் பார்த்துவிட்டு காளா வராமல் போனதால், 'காளா, காளா' என்று கூப்பிட்டாள்.

'இது என்ன சகுனம் சரியில்லையே, காளா போகாதே, பாட்டி கூப்பிட்டாலும் போகாதே... காளா போகதே...' என்று கத்தினாள் ருக்கி.

'என்ன ருக்கி இது? அவள் நம் பாட்டி. அவள் கூப்பிட்டு நான் போகமல் இருக்க முடியுமா? நீ அமைதியாக இரு. நான் என்ன என்று கேட்டு வருகிறேன்.'

திடுக்கென்று விழித்துக்கொண்டாள். கட்டிலிலிருந்து கீழே விழுந்து கிடந்தாள். இது கனவு என்று அப்போதுதான் தெரிந்தது.

ஐயோ, என்ன இது? அவன் பாட்டி குரலைக்கேட்டு போனானா இல்லையா என்று தெரியவில்லையே? காளா, நீ எங்கே இருக்கிறாய்? கண்டிப்பாக நீ நம் அட்டியை சுற்றித்தான் எங்கோ இருக்கிறாய். இப்போது செண்பகமரத்திற்கு வந்தால் நீ கண்டிப்பாக இருப்பாய். ஆனால் நான் எப்படி வருவது?

பாட்டி மாதி இருந்திருந்தால் இப்போது எதாவது சொல்லி போயிருக்கலாம். பாட்டி இல்லையே என்ன செய்வது? உறக்கம் வரவில்லை. கண்கள் இமைக்க மறந்திருந்தன.

பாட்டி இறந்தபிறகு காளாவை சந்திப்பது மிகவும் கடினமாகிப் போனது. பலமுறை காளாவைப் பார்த்திருந்த போதும் முன்புபோல் அவளாள் அவனுடன் பேசமுடியவில்லை. தந்தையின் கட்டுப்பாட்டில் இருந்தாள். சோலைக்குப் போகும்போதும், மந்தைவெளிக்குப் போகும்போதும் கெம்பன் இவளை கவனித்துக்கொண்டு இருந்தான். இந்தமுறை எப்படியும் காளாவை சமாதானம் செய்து அவனுடன் போய்விடுவது என்ற முடிவில் ஜன்னல் வழியே மழையை வேடிக்கைப் பார்த்துக் கொண்டிருந்தாள். அதன் வழியே மழையின் வாசமும் எருமைகளின் வாசமும் சேர்ந்து வீசியது அவளை என்னவோ செய்தது. கோணாவும் அவளை நினைத்தது.

மாடுகளை அடைத்து வைத்திருந்த இடத்தில் ஒரு சலசலப்பு கேட்டது. காற்றினால் ஏற்பட்ட சத்தத்தினாலும் மழையின் பாதிப்பாலும் மாதன் அடைத்து வைத்துவிட்டுப்போன கதவு பிளந்துகொண்டு விழுந்தது.

மாடுகளின் வாசம் காற்றில் கரைந்து புலியின் நாசியை போய் அடைந்தது. பசியில் இருந்த புலி, வாசம் வந்த திசையில் வந்துகொண்டிருந்தது.

எருமைகள் கதவைத் திறந்திருந்த போதும் வெளியே போகாமல் இருந்தன. ஆனால், குளிர் அப்படிக் கட்டுப்பட தேவையில்லை. அது, அதன் விருப்பம்போல் உள்ளே நுழைந்தது.

அவ்வளவு நேரம் தனித்தனியே இருந்த எருமைகள் குளிரை விரட்டுவதற்காக ஒன்று சேர்ந்து கூட்டமாக ஒன்றொடு ஒன்றாக சேர்ந்து ஒட்டிக்கொண்டு இருந்தன.

இந்த எருமைகள் பொதுவாக ஏற்படும் இன்னல்களை களைய மட்டும் ஒற்றுமையுடன் போராடும்.

மெல்ல மெல்ல புலி வந்து சேர்ந்தது.

வாயிலில் பதுங்கி தனக்கான இரையைத் தேர்வு செய்தது.

ஒரு இளம் கன்றையும், வயது முதிர்ந்த பெண் எருமையையும் தேர்வு செய்தது.

ஆனால், ஏதாவது ஒன்றைத்தான் அது வேட்டையாட வேண்டும். சரி கன்றுதான் என் இலக்கு. காரணம் அதன் தோல் மிருதுவாக இருக்கும். இலக்கை முடிவு செய்து தன் பார்வையைக் குட்டியின் மீது செலுத்தியது.

சரியான நேரம் பார்த்துக் காத்துக்கொண்டிருந்தது. அதற்குத் தெரியும் அவசரப்பட்டால் காரியம் நடக்காது என்று. மெல்ல நகங்களை உள்ளே இழுத்துக்கொண்டு தரையில் கால்பட்டு ஈரத்தில் 'சவக் சவக்' என்று சத்தம் வந்துவிடாமல் காற்றில் தன் பாதங்களை வைத்து மெல்ல நத்தைபோல் நகர்ந்து காற்றுக்குக் கூட வலிக்காமல் முன்னோக்கி போனது. மிகச்சரியாக வாயிலின் பக்கத்தில் போய் அங்கே இருந்த மஞ்சள் மல்லி புதரில் மறைந்துகொண்டது.

புலியின் வாசத்தை உணர்ந்த மந்தை செய்வதறியாமல் திகைத்தது. பதற்றம் உண்டானது. அடைபட்டு இருந்த அந்த நான்கு சுவற்றுக்குள் குழப்பம் உருவானது. புலியை நேரில் பார்த்த அனுபவம் மந்தையில் மொத்தம் நான்கு எருமைகளுக்குக்கூட இருக்காது. இருப்பினும் அந்த மந்தை அனைத்துக்கும் அந்த புலியின் வாசம் எப்படித் தெரிந்தது. ஆயிரம் ஆயிரம் ஆண்டுகள் அதன் மூளையில் பதிந்திருந்த பதிவு அது. வாழையடி வாழையாக கடத்தப்பட்டு வந்திருக்கிறது.

முட்டையிட்டு குஞ்சு பொறிக்கும் பறவை, சிறகு முளைத்தவுடன் பறந்து போய்விடுகிறது. ஆனாலும் பறவைகளுக்கு யார் கூடுகட்ட சொல்லிக்கொடுப்பது. பொந்து கூடு, களிமண் கூடு, தூக்கணாங்குருவி கூடு, சுரண்டல் கூடு, நல்ல மேடை மீது கட்டும் கூடு, கோப்பை போன்ற கூடு. சிலந்தி வலை கூடு இன்னும் சொல்லிக்கொண்டே போகலாம். எந்த முன் அனுபவம் இல்லாமல் யாரும் சொல்லிக்கொடுக்காமல் யாரும் உதவி செய்யாமல் எப்படி இந்த உயிரனங்களால் இவ்வளவு கட்சிதமாக கூடுகட்ட முடிகிறது. ஆயிரம் ஆயிரம் ஆண்டுகள் அதன் மூளையில் பதிந்திருந்த பதிவு. வாழையடி வாழையாக கடத்தப்பட்டு வந்து இருக்கிறது.

அனைத்து உயிரினங்களும் அப்படித்தான். அவைகளின் ஒரே குறிக்கோள் தன் வம்சத்தை உற்பத்தி செய்வது. அதன் உயிர்ப்பை நிலைநாட்டுவது. எப்படியாவது தன்னுடைய அனைத்து சக்திகளையும் அடுத்த தலைமுறைக்கு கடத்திவிடுவது, தனது வம்சத்தைப் பாதுகாப்பது.

கோணாவும் அதைச் செய்யத்தான் முயற்சி செய்துகொண்டு இருந்தது. அதற்கு ஒரே அறிவுதான். தன்னை முதலில் பாதுகாத்துக்கொண்டு தன் மந்தையைப் பாதுகாக்க வேண்டும் என்பது. அதை அறிவு என்று சொல்வதைவிட அனுபவப் பதிவு என்று சொல்லலாம். ஆனால், கோணா ஒன்றும் காட்டில் வாழும் காட்டி அல்ல. வீட்டில் வளர்த்த சாதாரண மந்தை எருமை. அதற்கு மனதில் இருக்கும் தைரியம் உடலில் இருக்காது. மந்தையில் அது கோணாவாக இருக்கலாம். ஆனால், காட்டில் வாழும் காட்டுப் புலிக்கு முன்னால் அது ஒரு கால்கள் கட்டப்பட்ட ஒரு சாதாரண பலி ஆடு. வெட்டப்படும் முன் அதற்கு துள்ள கூட அவகாசம் இருக்காது.

ஆனாலும், கோணா தைரியமாகத்தான் இருந்தது. அது எதைப்பற்றியும் கவலை இல்லாமல் அந்த புலியை எதிர்ப்பது என்று துணிந்து மந்தையில் இருந்து முன்னேரி வாயிலில் வந்து நின்றது. அதற்கு என்ன செய்வதென்று தெரியவில்லை. காதுகளை கூர்மையாக்கிக் கொண்டு சத்தம் வரும் திசையை கவனித்துக்கொண்டு இருந்தது. புலியின் வாசனை மிக அருகில் இருப்பதாக உணர்ந்தது. அதன் கடினமான மணம் கோணாவின் நாசியைத் துளைத்தது.

அதன் நாசியை இதுவரை பல வாசனைகள் வந்து தொட்டு இருக்கிறது. ருக்கி தனக்கு எது கிடைத்தாலும் சிறுவயது முதல் கோணாவிற்குக் கொடுக்காமல் சாப்பிடமாட்டாள். சாப்பிடும் முன் முதலில் தன் நாசியில் வைத்து முகர்ந்து பார்த்து பின் கோணாவின் நாசியில் வைத்துவிடுவாள். அது தலையை வேகமாக ஆட்டி தும்பி தள்ளிவிட்டுவிடும். அதைப் பார்த்துச் சிரிப்பது ருக்கியின் வழக்கம்.

கோணா பிறந்த சில தினங்களில் அதன் தாயின் பால் மிக அதிகமாக இருந்ததால் பாட்டி மாதி அதை பத்திரப்படுத்தி வைத்து கொஞ்சம் கொஞ்சமாக அதற்கு புகட்டுவாள். ருக்கி அதை எடுத்து முதலில் அதன் நாசியில் வைத்து அதற்கு தாயின் அருகாமையை உணர்த்திவிட்டுப் பிறகுதான் குடிக்கத் தருவாள். அப்படி கோணா முகர்ந்து பார்த்த முதல் வாசனை அது ருக்கியின் உதவியால். அதன்பிறகு அது அதிகமாக உணர்ந்தது செண்பகப் பூவின் வாசம்தான். அதுதான் கடைசியாக உணர்ந்த மிக நல்ல வாசனை.

வீட்டில் இருந்த ருக்கிக்கு மனது என்னவோ செய்தது. கோணா தன்னை உதவிக்கு அழைப்பதை உணர்ந்திருந்தாள். மெல்ல எழுந்து மாடியில் இருந்த சிறிய சன்னல் வழியாக எட்டிப் பார்த்தாள். மழை பெய்துகொண்டிருந்தது. அந்த ஈரக்காற்று வெளியே இருந்து வந்த வாசனையை அழைத்திருந்தது. மழை சத்தம் எருமைகளின் சலசலப்பையும் அதன் 'அம்மா' என்று அழைக்கும் குரலையும் ருக்கியின் சன்னல்வரை வருவதை தடை செய்து தனது சத்தத்தை அதிகமாக்கி இருந்தது.

மனது என்னவோ செய்ய மழையை வேடிக்கைப் பார்த்துக்கொண்டு இருந்தாள். சட்டென்று உணர்ந்தாள். என்ன இது ஆச்சரியம், இந்த இருட்டில் மழை கண்களுக்குத் தெரியவே இல்லையே! இப்படி இருட்டாக இருக்கிறதே. அப்படியென்றால் நான் இவ்வளவு நேரம் இந்த மழைத்துளிகளைப் பார்க்கவில்லையா. உணர்ந்துகொண்டு இருந்தேனா? என் கண்களுக்கு சற்றுநேரம் முன், சிறிய துளிகளாகத் தெரிந்த மழை அதன் ஓசை வாயிலாக தெரிந்ததா? 'சடச்சட' என்று அடித்த போதும் நான் மழைத்துளியைப் பார்க்கவில்லையா? உணர்ந்துகொண்டுதான் இருந்தேனா? அவ்வப்போது தெரியும் இரவின் மின்னல் ஒளியில் தெரியும் மழைத்துளிகள்தான் உண்மையாக நான் கண் கொண்டு பார்த்ததா? என்ன இது, எப்படி நான் இவ்வளவு நாள் இதை உணரவில்லை? ஒருவேளை பாட்டி உணாந்து இருப்பாளோ? அவளுக்கும் இதுபோன்று தெரிந்து இருக்குமோ? கேட்பதற்கு பாட்டி இல்லையே?

மழை தன் வேகத்தைக் கூட்டி கிளையில் சத்தம் எழுப்பி, தானும் பாட்டியிடம் ருக்கியைப் பார்த்துக்கொண்டு இருப்பதாக சமிக்ஞை செய்தது. காற்று மந்தைகள் இருக்கும் பக்கம் அசைந்து அசைந்து சென்றது. ருக்கிக்கு அது என்ன சொல்ல வருகிறது என்று புரியவில்லை. காற்று விடுவதாக இல்லை. கீழே படியில் இருந்து பயணித்தக் காற்று படிமீது ஏறி, அவள் அறையைக் கடந்து அவள் பிடறியை தொட்டு மீண்டும் சன்னல் வழியாக அவளை அழைத்துச்சென்றது. அவள் அந்தக் காற்றை உதாசினப் படுத்திவிட்டு இழுத்துப் போர்த்திக்கொண்டு வந்து படுத்துக்கொண்டாள்.

அவள் கைவிட்டுவிட்டதை, காற்று கோணாவிற்கு போய் சொன்னது. புரிந்துகொண்ட கோணா போருக்குத்

தயாராவதுபோல் வெளியே வந்தது. எட்டிப் பார்த்ததுதான் தாமதம், கண்கள் இமைக்கும் பொழுதில் தாவி அதன் கழுத்தைப் பிடித்துக்கொண்டது புலி. என்ன செய்தும் தன் பிடியை விடவில்லை. கோணாவின் இரத்தம் சூடாக புலியின் வாய் வழியாக தொண்டையில் இறங்கிக்கொண்டு இருந்தது. கோணா தன் தலையைத் திருப்பித்திருப்பி ஆட்டியது. புலி, தன் இரண்டு கால்களையும் கோணாவின் கழுத்தில் வைத்து நகங்களைப் பதித்துப் பிடித்து இருந்தது. அதன் கீரல்கள் பாலங்களாக வெடித்து இரத்தம் வந்துகொண்டு இருந்தது. கோணாவை புதர் பக்கம் இழுத்துக்கொண்டு போனது. கோணா தன் பலம் முழுவதையும் திரட்டி தன் பின்னங்கால் கொண்டு ஒரு உதை உதைத்தது. தன் பிடி தளர்ந்து தள்ளிபோய் விழுந்தது புலி. புலி தன் பிடியை விட்டவுடன் கோணாவின் கழுத்தில் இருந்து இரத்தம் பீச்சிக்கொண்டு வந்தது. தள்ளாடி திரும்பி தன் கால்களை ஊன்றி புலியைப் பார்த்து நின்றது கோணா. புலி பின்னோக்கிச் சென்றது. சற்று நின்று சடாரென்று கோணாவின் முதுகில் ஏறி அதன் நடுமுதுகில் கடித்துத் தொங்கியது. குரல்வலை அறுந்து போயிருந்ததால் கோணாவால் அம்மா என்று கத்த முடியவில்லை. மந்தையில் இருந்த மற்ற இரண்டு காளைகள் பின்னால் இருந்து புலியை விரட்ட முயன்றது. ஆனால், பலனில்லை. புலியின் பாரம் தாங்காமல் ஏற்கெனவே கோணா தரையில் படுத்துவிட்டது. மெல்ல இறங்கிய புலி மீண்டும் கோணாவின் கழுத்தைப் பிடித்துக்கொண்டு எஞ்சி இருந்த இரத்ததைக் குடித்துக்கொண்டு இருந்தது. கோணாவின் கண்கள் ருக்கியின் அறையை நோக்கி இருந்தது.

புலி, கோணாவை மெல்ல இழுத்துக்கொண்டு மஞ்சள் மல்லி புதருக்குள் போனது.

ஆனால், காலையில் நடக்கப்போவது பாவம் அவளுக்கு ஒன்றும் தெரியாது. விதியின் பிடியில் இருந்தது அடுத்த நாள்.

25

இரவு நன்றாக உறங்கிப்போனாள். உண்மையில் உறங்கவில்லை, அவளையும் அறியாமல் வந்த களைப்பு அது. உறங்கியவள், நடுசாமத்தில் விழித்துக்கொண்டாள். உண்மையில் அது நடுசாமம் இல்லை, படுத்தவுடன் களைப்பில் சற்று கண் அயர்ந்து போயிருந்தாள். அவளுக்கு அது நடு இரவுபோல் தோன்றியது. வீட்டின் கீழ் சத்தம் கேட்டது. என்ன விடிந்துவிட்டதா? என்று பார்க்கப்போனாள்.

தவச பெட்டியின் மீது கெம்பன் உட்கார்ந்திருந்தான். கீழே அனைவரும் விழிதது‌கொண்டு இருந்தார்கள். மணிகுண்டனும் இன்னும் அட்டியில் இருக்கும் சிலபேரும் இருந்தார்கள். குண்டியம்மாள் முகம் வெளுத்திருந்தது. தண்ணீர் குடித்தாள்.

“என்ன எல்லோரும் இந்த நேரத்தில்?” என்றாள்.

“நீதான் சீக்கிரமாகப் படுத்துக்கொண்டாய். நேரம் இன்னும் அவ்வளவு ஆகவில்லை.” குண்டியம்மாள் காபி போட்டுக்குடுத்தாள். வாங்கிக் குடித்துக்கொண்டு வெளியேவந்து திண்ணையில் உட்கார்ந்துகொண்டாள். மழை வேகமாக பெய்து கொண்டிருந்தது. அவளுக்கு மனது என்னவோ செய்தது. வீட்டினுள்ளே தொட்டப்பா சொன்னார், “நமது அட்டியைத் தவிர கிட்டத்தட்ட மற்ற எல்லா அட்டியிலும் தேயிலைச்செடி வந்துவிட்டது” என்று.

“மாலையில் பெய்த மழைநீரை மண்ணில் தக்கவைத்து காலையில் முளைக்கும் கதிரவனைப் பயன்படுத்தி

முடிந்தவரையில் வளர்ந்துவிடும் செடியைப்போல் நாமும் நமக்குக் கிடைக்கும் வாய்ப்பை மிகச்சரியாகப் பயன்படுத்த வேண்டாமா?" என்று தொட்டப்பா சொல்லிக்கொண்டு இருந்தார்.

"இந்த காளா வேறு, நம் அட்டியின் மாப்பிள்ளையாக வந்துவிட்டால் வேறு வினை ஒன்றும் வேண்டாம். நாம் அவனை தள்ளிவைப்பதுதான் சிறந்தது. காளாவை துரைமார்கள் தேடுவதாக அட்டியில் எல்லோரும் பேசிக்கொள்கிறார்கள். அவன் நம் அட்டிக்கு நல்லதுதான் செய்கிறான் ஆனாலும் துரைமார்களை எதிர்க்கும் நிலையில் நாம் இல்லையே?"

இதைக்கேட்ட ருக்கி, நெருப்பு தணலில் வாடிய ஈசலாய் துடித்தாள். பதில்கூட சொல்லமுடியாத பெண் இனம்.

கெம்பன் சொன்னான், "ஆமாம் அது மட்டுமில்லை. நிறைய தைலமரங்களும், சிங்கோணா மரங்களும் இன்னும் பெயர் தெரியாத வெளிநாட்டு மரங்களும் துரைமார்கள் நட்டுவருவதாகவும், அதற்கு நமது பூர்வகுடி மக்கள் எதிர்ப்புத் தெரிவித்ததாகவும், அதற்காக அவர்களை அடித்து துன்புறுத்தியதாகவும் பேசிக்கொண்டார்கள்" என்று சொல்லிக்கொண்டிருந்தான்.

இவளுக்கு ஒரே குழப்பமாக இருந்தது. 'காளா இதில் ஏதாவது மாட்டிக்கொண்டு இருப்பானா? ஒன்றும் புரியவில்லை. என்ன இந்த கெம்பன் காளாவிற்கு ஆதரவாகப் பேசுகிறானா இல்லை வேண்டுமென்றே இவர்களை உசுப்பிவிடுகிறானா? காலா நான் இங்கே உயிரோடு இருப்பதால் நீயும் உயிரோடு இருப்பதாக நம்புகிறேன்'

சற்றுநேரத்தில் காப்பியுடன் கெம்பன் வெளியே வந்து உட்கார்ந்தான். அவள், அவனிடம் எதுவும் பேசவில்லை.

"என்ன ருக்கி பாட்டியைப் பற்றி நினைச்சிக்கிட்டு இருக்கியா? ஒன்னும் கவலப்படாதே, நான் இருக்கிறன். பாட்டி மாதி போல நான் உனக்கு எப்போதும் துணையா இருப்பன். நீ எங்க போகணும்னாலும் எங்கிட்ட சொல்லு. நான் உனக்குத் துணையா வரன். சோலைக்கு, மந்தைக்கு, ஓடைக்கு, காட்டுக்கு எங்கு போகணும்னாலும் சொல்லு. என்ன வேணும்னாலும் சொல்லு" என்றான்.

அட்டியில் எருமைகள் குளிர் தாங்காமல் கத்துவதாக சொன்னான்.

'ஊட்டியில் இருக்கும் ஏரிக்குக் கூட்டிப்போறியா?' என்று கேட்க நினைத்தாள். ஒரு நிமிடம் நினைத்தவள், வந்த வார்த்தையை சட்டென்று விழுங்கிவிட்டாள்.

"என்ன ருக்கி? உன் உதடு தண்ணீர்க்காக ஏங்கி வெடித்த ஓடை மண்போல் வெடித்திருக்கிறது. இரு தேனும் வெண்ணையும் கொண்டுவருகிறேன்" என்று எழுந்துபோனான்.

'என் உதடு தண்ணீர்க்காக வெடிக்கவில்லை முட்டாள் கெம்பா... காளாவின் முத்த ஈரத்திற்காக வெடித்திருக்கிறது.'

அவளது வெடித்த உதட்டில் காளா ஒருமுறை வெண்ணை தடவி அதன்மேல் தேன் தடவி, உதட்டில் வழிந்தோடிய தேனை தன் நுனி நாக்கால் ஒற்றி எடுத்தான். இன்பமும், துன்பமும் கலந்த கலவையாக இனித்தது அந்தப் பழைய முத்தம்.

கெம்பன் கொண்டுவந்து கொடுத்ததை ஒரு வேலையாக நினைத்து, கடனே என்று வாங்கி தடவிக்கொண்டாள்.

அவள் தடவியது கெம்பனுக்கு இனித்தது. அந்தக் கற்பனை சுவை அவன் தொண்டையை நனைத்து, பிசுபிசுப்பாய் அவன் இதயத்தில் ஒட்டிக்கொண்டது.

சற்றுநேரத்தில் அத்தை, பெரியம்மா, அண்ணன், அண்ணி அனைவரும் வீட்டுக்கு வந்தார்கள். கெம்பனைப் பார்த்து, "என்னடா கெம்பா உனக்கு இப்படி ஒரு பாக்கியம்" என்றான் ருக்கியின் அண்ணன். அவளுக்கு ஒன்றும் புரியவில்லை. ஆனால், மனது ஏதோ அடித்துக்கொண்டது. நெருப்பு பற்றவைத்து அனைவரும் பேசிக்கொண்டு இருந்தார்கள்.

ருக்கி எழுந்து, பாமாவைப் பார்த்துவிட்டு வருவதாக கூறினாள். வேண்டாம் இங்கே இரு நாளை போகலாம் என்றான் மாதன். எதுவும் சொல்லாமல் அமர்ந்துகொண்டாள்.

வெகுதொலைவில் குதிரையின் சத்தம் கேட்பதாக சொன்னாள். "இல்லை அது ஆந்தையின் சத்தம் என்றான். குதிரை சத்தமாக இருந்தால் என்ன? நீ எங்கும் போக வேண்டாம். இந்த அட்டியில் இனி குதிரை சத்தமும் கேட்காது, புலியும் வராது, புரியுதா ருக்கி?"

சுபானந்த் | 179

அப்படியே உறைந்துபோய் நின்றாள். தான் எது கேட்டாலும் இப்போது இல்லை என்ற பதில்தான் வரும் என்பதை புரிந்துகொண்டாள். மௌனமாக நடப்பதைக் கவனிக்கத் தொடங்கினாள்.

தாய் குண்டியம்மாள், மகளை கவலையோடு பார்த்தாள். இருவரும் கண்களால் சோகங்களைப் பரிமாறிக்கொண்டார்கள். மாதனுக்கு எவ்வளவு செல்லமாக ருக்கி இருந்தாலும், அவனிடம் ருக்கிக்கு கொஞ்சம் மறைக்க செய்தி இருந்தது. பலநாள் சண்டையிட்டுப் பேசாமல் இருந்தாலும், எவ்வளவு சத்தம் போட்டாலும், எவ்வளவு திட்டித்தீர்த்தாலும் தன் தாய் மாதியிடம் நெருக்கம் அதிகமாக இருந்தது.

சற்றுநேரத்தில் அனைவரும் நெருப்பைச் சுற்றி ஆட்டம் ஆடத் தொடங்கினார்கள். ருக்கி அமைதியாக இருந்தாள். காளாவின் நினைப்பு அவளை வாட்டியது. நெருப்பு அவளை என்னவோ செய்தது. அவன் தீண்டல் அவளுக்குத் தேவையாக இருந்தது. பலமுறை அவன் அந்தத் தீயை தின்று தீர்த்திருக்கிறான்.

அவள், அவன் மார்மீது சாய்ந்து படுத்துக்கொண்டிருக்கும் போது எல்லாம் அவள் வயிற்றை தடவிக்கொண்டும் இடுப்பை பிடித்துக்கொண்டும் இருப்பான். அவள், கண்ணை இமைக்காமல் அவன் வசம் இருப்பாள். காதோரமாக எதுவும் பேசாமல், 'ருக்கி, ஏய் ருக்கி' என்று மட்டும் சொல்லிக்கொண்டு இருப்பான். அவனது அந்தக் குரல் அவளை மேலும் கண்களை இருக்கிக்கொள்ள செய்யும்.

அதை நினைத்து, அப்படி எவ்வளவு நேரம் எதுவும் பேசாமல் அவன் மார்பில் சாய்ந்திருந்தேன்.

காளா நீ எங்கே இருக்கிறாய்? அட்டிக்கு அடிக்கடி வந்துபோவதாக பேசிக்கொள்கிறார்களே அது உண்மையா? என்னை ஏன் வந்து பார்க்க மறுக்கிறாய்? என்னிடம் வந்துவிடு, நீ கொடுத்த செண்பகமாலை மணம் வீசிக்கொண்டு இருக்கிறது. நாளை எப்படியும் உன்னை கண்டுவிடுவேன். நீ கண்டிப்பாக எங்கேயோ என் பக்கத்தில்தான் இருக்கிறாய். என்னால் உணரமுடிகிறது. நாளை, நான் வருகிறேன் என்னைக் கூட்டிப்போ' என்று மனதில் திரும்பத்திரும்ப சொல்லிக்கொண்டு இருந்தாள்.

அனைவரும் ஆட்டத்தையும், ஆர்பாட்டத்தையும் நிறுத்தி அமைதியானார்கள். ஒருவரும், ஒருவருக்கொருவர் பேசிக்கொள்ளவில்லை. ருக்கி பயந்துவிட்டாள், சத்தமா சொல்லிவிட்டேனோ என்று. ஒன்னும் புரியவில்லை.

கெம்பன் ருக்கியைத் தொட்டு மிளிரும் இரண்டு கண்களைக் காட்டினான். "என்ன அது?" என்றாள். அவன் வாய்மீது விரல் வைத்து அமைதி என்று செய்கை காட்டினான். சற்றுநேரத்தில் அந்த கண்கள் மெதுவாக அசைந்து புதர்வழியாக சென்று மறைந்தது. அனைவரும் பெருமூச்சுவிட்டனர். எப்படி இவ்வளவு நெருப்பு வெளிச்சத்தில் அது வந்தது. இவ்வளவு சத்தம் இருக்கும்போது, இவ்வளவு மனித நடமாட்டம் இருக்கும்போது, அனைவருக்கும் வியப்பாகவும் பயமாகவும் இருந்தது.

ஐயா சொன்னார், "அது பல் போன வயதான புலியா இருக்கும். அதால இனி வேட்டையாட முடியாது. இது நம்ம அட்டிக்கு ஆபத்து. இத எப்படியாவது முடித்துவிடவேண்டும்" என்றார். "ஒரு புலியாக இருந்தாலும், அது தன் பலத்தை இழந்திருந்தாலும், நாம் அனைவரும் ஒன்றுசேர்ந்து தாக்கினால் அது நிச்சயம் இறந்துவிடும். ஆனாலும், கண்டிப்பாக அதன் வீரியத்தைக் காட்டிவிட்டுத்தான் போகும். ஏதாவது ஒரு சேதாரத்தை அது தந்துவிடும். சாகும்வரை புலி புலிதான். நாம் பொறுத்திருந்துதான் வேட்டையாட வேண்டும். மிக கவனமாக நமது வேட்டையை நடத்தவேண்டும். இனி அதன் நடமாட்டத்தைக் கவனித்து யூகம் வகுத்து அதை அடிக்கவேண்டும். இனி வேறு வேலை எதுவும் செய்யாமல் அதன் நடமாட்டத்தைக் கவனிக்கவேண்டும். என்ன மாதா நான் சொல்வது? நம்ம அட்டிக்கு ஒரு ஆபத்துனா நாமதானே சேர்ந்து சரி செய்யணும். ஒரு உயிர்ப் போகுதேனு வருத்தப்பட்டா நம்ம அட்டியும் அதன் வளர்ச்சியும் யார் உயர்த்துறது. நீயே சொல்லு மாதா?"

இவர் என்ன சொல்கிறார். புலியை சொல்கிறாரா இல்லை காளாவைச் சொல்கிறாரா? காளா நீ அட்டிக்கு நல்லதுதான் செய்ற. உன்னை சில பேர் வெறுத்தாலும் பலரும் உன்னை விரும்பத்தான் செய்கிறார்கள். உனக்குப் பின்னால் ஒரு கூட்டம் இருக்கத்தான் செய்கிறது. எனக்கு உன்னைப் பிடிக்கவில்லை என்றாலும் தேயிலையை எதிர்ப்பதற்காக நீ உயிரோடுதான் இருக்க வேண்டும். எத்தெ என்று கைகூப்பினார் மாதன்.

"ஆமாம். ஐயா சொல்றதுதான் சரி" அனைவரும் சரி என்று சொல்லவே மாதனும் தலையை ஆட்டினான். அவனுக்கு, அவர்கள் காளாவைப் பற்றி சொல்வதாக மனதுக்குப் பட்டது.

"என்ன இந்த இரவு இவ்வளவு பயமாக தொடங்கி இருக்கிறது. சீக்கிரம் விடிந்தால் பரவாயில்லை" என்றான் மாதன். கெம்பன் சொன்னான், "இன்னும் இரவு முழுமையாக தொடங்கவேயில்லை அதற்குள் எப்படி விடியும்?"

பதில் எதுவும் சொல்லாமல் அமைதியாக பழைய நினைவில் மூழ்கிப்போனான்.

26

மாதன் ஒருமுறை காளாவின் அட்டிக்குப் போனது அவனது நினைவுக்கு வந்தது. குண்டியம்மாள் வயிற்றில், ருக்கி ஒன்பது மாதம். எந்த நொடியும் குழந்தை பிறக்கும் என்று எதிர்பார்த்துக்கொண்டு இருந்தார்கள். அட்டியில் அறுவடை என்பதால் மீண்டும் திரும்பி வருவதாக குண்டியம்மாளிடம் சொல்லிவிட்டுப் புறப்பட்டான்.

குண்டியம்மாளைப் பார்த்துவிட்டுத் திரும்ப அட்டிக்கு வந்து கொண்டிருந்தபோது, காளாவின் அப்பாவும் கூடவந்தார். இருவரும் பேசிக்கொண்டே வந்தார்கள்.

மாதன் சொன்னான், "ஏற்கெனவே நம்ம வீட்டுல வெங்கல தட்டு இருக்கு. ஆனாலும் நாம புது தட்டு வாங்கி அதில அரிசி சாப்பாடு போட்டு பால் ஊத்தி குழந்தைக்கு ஊட்டணும், அப்புறம் முடி எடுக்கும்போது அந்த முடிய வாழையில போட்டு சின்னத அனா சேர்த்து ஆற்றில விடும்போது நல்ல தக்கத்தில் அந்த அனா செய்யவேண்டும். ஏனா நமக்கு எல்லாம் அந்த தண்ணீரும் பூமியும்தானே? அதுக்கான சடங்க எந்தப் பிணக்கமும் இல்லாம செய்யணும், பெயர் வைக்கும்போது நம்ம முன்னோர்கள் பெயர் சேர்த்து கடமைக்கு வைக்காம அதில இருக்குற ஒரு பெயரைத்தான் நாம கூப்பிடணும் எல்லாருக்கும் புதுசா துணி வாங்கணும். அப்புறம்..." என்று அடுத்த பேச்சை ஆரம்பிக்கும் முன்பே மாதனை பிடித்துக் கீழே பள்ளத்தில் தள்ளிவிட்டு அவனும் குதித்தான்.

இருவரும் புரண்டுபுரண்டு விழுந்து எழுந்து நின்றார்கள். மேலெல்லாம் இரத்தம். உடம்பெல்லாம் உன்னி செடியின் முள் குத்திக் கிழித்திருந்தது. மாதனுக்கு முகமெல்லாம் சிவந்து,

கோபத்தில் அவனை அடிக்கப் போனான். அவன் மாதனை இழுத்துப் பக்கத்திலிருந்த பெரிய புதருக்குப் பின்னால் நின்று மேலே இருந்த யானையைக் காட்டினான். மாதன் கண்கள் விரிய, உடல் விரைக்க அப்படியே உறைந்து நின்றான்.

யானையைப் பார்த்த பயத்தில், வீட்டில் சாப்பிட்ட மூங்கில் அரிசியும், உடும்பு கறியும் வயிற்றில் இருந்து மேலே வந்து மீண்டும் தன் பயணத்தைத் தொடந்து பழைய இடத்திற்கே போனது.

அந்த யானை நிச்சயமாக ஒரு வயது முதிர்ந்த பாட்டி யானையாகத்தான் இருக்கும். அதற்கு எப்படியும் வயது ஐம்பது இருக்கும், அதன் வயிற்றைப் பார்க்கும்போது அது நிச்சயமாக கர்ப்பமாக இருக்கிறது. அது அதனுடைய கடைசிக் குட்டியாக இருக்கலாம்.

அதன் தும்பிக்கை மிகவும் நீண்டு இருந்தது. அது தன் தும்பிக்கையை உயர்த்தி நாவல் மரத்தை வளைத்து பழங்கள் நிறைந்த கிளையை ஒடித்துப் போட்டது. பின்னாடி இருந்த மற்ற யானைகள் அதை எடுத்து வாயில் போட்டுக்கொண்டு தின்றன.

அதன் தும்பிக்கை, பின்புறமாக பார்க்கும்போது மாதனுக்கு சற்று அறுவருப்பாக இருந்தது. அது வரிவரியாக இருந்தது. பலமுறை யானையைப் பார்த்திருந்தாலும் அதன் தும்பிக்கையை இன்றுதான் இவ்வளவு பக்கத்தில் பார்த்தான். அவனுக்கு தும்பிக்கையின் பின்புறம் சுத்தாமாகப் பிடிக்கவில்லை.

அந்த யானை திரும்பி நிற்கும்போது மிகவும் கருப்பாக மலைபோன்று இருந்தது. அதன் தோல் மிகவும் சுருக்கம் சுருக்கமாக இறுக்கமாக, கெட்டியாக இருந்தது. அதன்மீது இருந்த ஈக்களை அது தும்பிக்கையை வைத்து துரத்திக்கொண்டே இருந்தது.

அதன் வாய் ஏன் தொங்கிக்கொண்டு இருக்கிறது? மாதனுக்கு ஒரே யோசனையாக இருந்தது. அவன் பார்த்தவரை எந்த உயிரினத்திற்கும் வாய் தொங்கிக்கொண்டு இருப்பதாக தோன்றவில்லை. அதன் கண் இமைகள் எல்லாம் பெரிய பெரிய முடியாக இருந்தது.

மாதன் சொன்னான், "இந்த யானை இடது கைப்பழக்கம் உடையது. பார், அந்த யானை தனது தும்பிக்கையை

இடதுபுறமாகத்தான் அடிக்கடி உபயோகப்படுத்திக் கொண்டிருக்கிறது."

பக்கத்திலிருந்த குட்டி, அங்கும் இங்கும் ஓடிக்கொண்டும் தடுக்கி விழுந்துகொண்டும் இருந்தது. "மாதா அங்க பார்... அந்தக் குட்டி ரொம்ப சின்னது. அதுக்கு இன்னும் கண்ணுகூட தெரியல பார்த்தாயா? நல்லவேல, நான் அந்த யானைக் கூட்டத்தின் வாசனைய முன்னமே உணர்ந்துகிட்டன். அதைத் தேடிக்கிட்டே வந்தேன். ஆனால் இவ்வளவு பக்கமா இருக்கும்ன்னு எனக்குத் தெரியல. இவ்வளவு கூட்டம் இருக்கும்ன்னும் எனக்குத் தெரியல. அந்தத் தலைவி யானையப் பார்த்தாயா? அதுக்கு வயசு எப்படியும் அம்பது இருக்கும். அந்த எத்தையம்மன் புண்ணியம் நாம் பிழைச்சிக்கிட்டோம்" மாதன் அவனைக் கட்டியணைத்து, "இன்று முதல், இந்த உயிர் உனக்குச் சொந்தம்" என்றான்.

தன் உயிரைக் காப்பாற்றிய அவனின் மகன்தான் காளா. காளாவை என்னால் காப்பாற்ற முடியுமா?

"மாதா... மாதா..." என்று ஐயா கூப்பிட்டார்.

"என்ன ஐயா?" என்றான்.

"என்ன மாதா அடிக்கடி இப்படி வேறு உலகத்துக்கு போயிடுற? சரி, போ... போய்... படு" என்றார்.

அனைவருக்கும் பயம் பற்றிக்கொண்டது. "இனிமேல் நாம் அதைத் தொடர்ந்து கவனிக்கவேண்டும். அது போனது போகட்டும்... போங்க, போய் படுங்க... காலையில நிறைய வேல இருக்கு" என்றார்.

வீட்டில் இருந்த காய்ந்த பட்டாணி மற்றும் அவரையை தண்ணீரில் ஊற போட்டாள் குண்டியம்மாள். ருக்கி மேலே சென்று படுக்கையில் குத்துக்கால் இட்டு முட்டியின் மீது தன் தலையை சாய்த்து வைத்துக்கொண்டு வெளியே பார்த்துக்கொண்டிருந்தாள்.

'என்ன இந்த இரவு இவ்வளவு பெரிதாக இருக்கிறது? இவ்வளவு இருட்டாக இருக்கிறது? இருட்டே பயப்படும் போல அவ்வளவு இருட்டு. இன்னும் இந்த நிலா வந்த பாடு இல்லை. உறக்கம்வர மறுத்தது. என்னவோ நடக்கிறது? என்ன என்று பார்ப்போம்.'

செண்பக மாலையின் வாசம் வீசிக்கொண்டு இருந்தது. ஆனாலும், அவளுக்கு அந்த மாலையின் மீது என்னவோ பற்று வரவில்லை. இவர்கள் சொன்னதுபோல் காளா எதாவது செய்துகொண்டு இருக்கிறானா? அந்த ஏரிக்குப் போனால் நாம் அவனின் கூட்டாளிகளைப் பார்த்து ஏதாவது விவரம் கேட்கலாம். அவனைப் பார்த்து, சரியாக ஒரு மாதத்திற்கு மேல் ஆகிறது. பாட்டிமாதி அடிபட்டு விழுவதற்கு முன்பே அவன் சொன்னான், கொஞ்சநாள் கழித்து வருவதாக... ஆனால், நான்கு நாள் என்று மட்டும்தானே சொன்னான்.

செண்பகமரத்தில் ஏதாவது தகவல் சொல்வான் என்று பார்த்தால் இந்த இருவாச்சிப் பறவை பொந்தை அடைத்துக்கொண்டு தன் குடும்பத்தைப் பெருக்கிக் கொண்டிருக்கிறது. பலவாராக யோசித்துக்கொண்டு இருந்தாள்.

ஜன்னல் வழியாக ஜில்லென்று காற்றுவந்து அவளது ஆடையை மெல்ல உயர்த்துவதும், காற்று போன பிறகு ஆடை தானாக விழுவதுமாக இருந்தது. அவளுக்குக் காளாவின் மார்மீது படுத்துக்கொண்டு இருக்கும்போது, காளா தன் வயிற்றைப் பார்ப்பதற்கு, வாய் பேசிக்கொண்டு இருக்க, கண்கள் அவள் கண்களை இமைக்காமல் பார்த்துக்கொண்டிருக்க, எதுவுமே நடக்காதது போல் அவன் கைகள் மட்டும் அவளது ஆடையை விலக்கி அவ்வபோது அவள் வயிற்றைத் தடவிக்கொண்டு இருக்கும். இவளும் அவன் கையைத் தட்டிவிட்டு மீண்டும் தன் ஆடையை சரிசெய்வாள். அவன் எதுவும் நடக்காததுபோல் கையை எடுத்துக்கொண்டு சற்றுநேரம் அமைதியாக இருப்பான். மீண்டும் அதேபோன்று செய்வான். காற்றும் அவன் போலவே எந்த ஆர்பாட்டமும் இல்லாமல் அவள் வயிற்றில் முத்தமிட்டுக் கொண்டிருந்தது. போகட்டும் என்று விட்டுவிட்டாள்.

நிலா மெல்லமெல்ல மேகத்திலிருந்து வெளியே எட்டிப்பார்த்தது.

வீட்டில் நடமாடும் சத்தம் கேட்டுக்கொண்டே இருந்தது. மனது காளாவைத் தவிர எதையும் நினைக்கவில்லை. இன்று மனது ஏதோ கிடந்து அடித்துக்கொண்டிருக்கிறது. எழுந்து இங்கும் அங்கும் நடக்கத் தொடங்கினாள். எதற்காக அம்மா பட்டாணி, அவரை எல்லாம் ஊறவைத்தாள் என்ற யோசனையும் வந்துபோனது.

வெளியே யாரோ முனங்கும் சத்தம் கேட்டது. எட்டிப்பார்த்தாள், ஒன்றும் சரியாகத் தெரியவில்லை. சத்தம் எங்கிருந்து வருகிறது என்றும் தெரியவில்லை. அமைதியாக இருந்து கவனித்தாள்.

விறகு அடிக்கி வைக்கப்பட்ட இடத்திலிருந்து வந்து கொண்டிருந்தது. யாரென்று தெரியவில்லை. கீழே இறங்கி போகலாமா என்று நினைத்தாள். மனிதக் குரல்தானா ஒன்றும் புரியவில்லை. சற்றுநேரம் எந்த அசைவுமின்றி இருந்தது. சரி கீழே போய் பார்த்துவிடலாம் என்று இறங்கி வந்தாள்.

“என்ன ருக்கி?” என்றான் மாதன்.

“ஒன்னுமில்ல வெளிய போயிட்டு வரேன்” என்று சொல்லி, பின்பக்கமாக வந்தாள். மெல்லமெல்ல விறகு அடிக்கி இருக்கும் பக்கம் வந்தாள். நல்ல ஒரு பெரிய கட்டையாக எடுத்துக்கொண்டு முன்னோக்கிப் போனாள்.

எந்த உடையும் இல்லாமல் இரு உடல்கள் முனங்கிக்கொண்டு இருந்தன. மழைத்தூறல் போடுவதைக்கூட உணராமல் அப்படியே வெளவெளத்து போய் நின்றாள். வந்தது போலவே எந்த சத்தமும் செய்யாமல் திரும்பி வந்தாள்.

“என்ன ருக்கி போனவேகத்தில வந்துட்ட” என்றாள் குண்டியம்மாள்.

“ஒன்னும் இல்ல மா” என்று சொல்லி தனது அறைக்கு வந்து, அவர்கள் யாரென்று பார்க்கக் காத்துக்கொண்டு இருந்தாள். அவர்கள் முடித்த பாடில்லை. இவளுக்கு யாரென்று தெரிந்துகொள்வதில் பெரிய ஆர்வம். காளா வேண்டுமென்ற ஆசை. உடல் தகித்துக்கொண்டிருந்தது.

முன்பு, ஒருமுறை இரண்டு நாய் ஒட்டிக்கொண்டு இருந்தபோது, பாவம் அதைப் பிரித்துவிட வேண்டும் என்றும், அது ஒட்டிக்கொண்டு பிரிய முடியாமல் இருக்கிறது என்றும் ஒரு கல்லை எடுத்து அடித்ததும் ‘பளீர்’ என்று முதுகில் ஓங்கி அடித்தாள் பிக்கி பாட்டி. ஒன்றும் புரியாமல் விழிக்கவே, பாட்டி மாதி அவளை அழைத்துக்கொண்டுபோய் உட்காரவைத்து “அப்படி செய்யக்கூடாது அது பாவம். அப்புறம் அதுக்கு குட்டி பிறக்காம போயிடும், சரியா...”

"ஏன் பாட்டி?"

"அதுவா... நான் அப்புறம், நீ பெரியவளா ஆனதும் சொல்றேன். சரியா..." என்ற பிக்கி பாட்டியிடம், "ஏண்டி பிக்கி, ருக்கி ஒரு குழந்தை அவளுக்கு என்ன தெரியும்? இப்படியா முதுகில அடிப்ப?"

"நீ வேற மாதி, அடிச்சாத்தான் கேப்பாங்க. இவகிட்ட விளக்கம் சொல்லி புரியவைக்க முடியுமா? சொல்லு. ஒரு அடி வச்சா இனிமே செய்யமாட்டாங்க. அப்படியே செஞ்சாலும் அடி விழும்னு தெரியும்தானே. அதான். சரி நீயே பார்த்துக்க நான் வரேன்."

ருக்கி சிரித்துக்கொண்டாள். ஒன்றும் புரியவில்லை.

'கெம்பனாக இருக்குமோ? இல்லை அவனாக இருக்க வாய்ப்பில்லை. அவன் போன்ற ஒரு உத்தமனை எந்தச் சீமையில் தேடினாலும் கிடைக்காது. என்ன இந்த இரவு இப்படிப் போகிறது. காத்திருந்து அவர்களை யாரென்று கண்டுபிடிக்க வேண்டும்.'

தனது கட்டிலில் இரண்டு கைகளையும் தலைக்கு அடியில் வைத்துக்கொண்டு விட்டத்தைப் பார்த்துக்கொண்டு படுத்தாள். நடுசாமத்தில் கத்தும் பறவைகளின் சத்தம் கேட்டுக்கொண்டே இருந்தது. நரியின் ஊளையிடும் சத்தமும் கேட்டது. உறக்கம் வராமல் தவித்தாள். தனது பாட்டி இருந்தால் எத்தனை நேரம் ஆனாலும், எதாவது கதை சொல்லிக்கொண்டு உடன் இருப்பாள். அவளும் இல்லை. குளிர் கொஞ்சம் வாட்டியது. உடல் முழுவதும் இழுத்துப் போர்த்திக்கொண்டாள். அந்த இரண்டு உடல்களும் கண்முன்னே வந்துபோனது. புரண்டுபுரண்டு படுத்தாள். எப்படியோ உறங்கிப்போனாள்.

27

நடுநிசி தாண்டி திடுக் என்று விழித்துக்கொண்டாள். என்ன இந்த இரவு பாடாய்ப்படுத்துகிறது. எப்போது விடியுமோ? மீண்டும் எழுந்து உட்கார்ந்துகொண்டாள். நாளை எப்படியும் கெம்பனை அழைத்துக்கொண்டு அந்த ஏரிக்குப் போய் வந்துவிட வேண்டும் என்று நினைத்துக்கொண்டாள். மீண்டும் எழுந்துவந்து வெளியே பார்த்தாள். அந்த இரண்டு உடல்களும் இல்லை. அங்கே யாரோ நிற்பது தெரிந்தது. கண்களைக் கசக்கிக்கொண்டு உற்றுப்பார்த்தாள். காளா? படபடத்து வந்தது அவளுக்கு. அவன் அவளைக் கண்டுகொண்டான். சைகை செய்துவிட்டு நகர்ந்துபோனான்.

மெல்ல அடிமீது அடிவைத்து கீழே இறங்கி வந்தாள். இருள் பழக சற்றுநேரம் பிடித்தது. எதன்மீதும் படாமல் எந்த சத்தமும் செய்யாமல் மெதுவாக மேலேயும் கீழேயும் ஆட்டி ஆட்டி ஓசை வராமல் திறந்து முடித்தாள். கதவு திறக்கும் ஓசை கேட்காமல் இருந்தது. எங்கே தனது இதயத்துடிப்பின் ஓசை கேட்டுவிடுமோ என்று பயந்தாள். இதயம் அவ்வளவு வேகமாகத் துடித்தது. கதவை இழுத்து வெளியே சாத்திவிட்டு வாசல் தாண்டும்வரை மெதுவாக நடந்தாள். பின்பு, எப்படி வேகம் எடுத்தாளோ, ஒரு நிமிடத்திற்குள் எல்லாம் வழுக்குப்பாறையை அடைந்திருந்தாள்.

காளா மெல்ல எழுந்து வந்தான். ஓடிச்சென்று அவனை இறுகக் கட்டிக்கொண்டாள். அவன் எதுவும் சொல்லாமல் காத்திருந்தவன்போல் அவளை அணைத்துக்கொண்டான் அவளின் சுவாசம் சீராகட்டும் என்று. அவள், அவனை கட்டி இறுக்கிக்கொண்டே போனலே தவிர தளர்ந்த பாடில்லை. அவனுக்கும் உடல் சூடேறத்தொடங்கியது. அவன் காதில்

சொன்னாள், "காளா நான் அட்டியில விறகு அடுக்குற இடத்தில இருவரைப் பார்த்தன்."

"அதனால என்ன?"

"அவர்கள் இருவரும் சேர்ந்து இருந்தார்கள்."

"ம்ம்"

"காளா…"

"சொல்லு."

"அவர்கள் இருவரும் ஆடை இல்லாமல் சேர்ந்து இருந்தார்கள்."

அவன், அவளை இழுத்து முகம் பார்க்க நினைத்தான். அவள் அட்டைப்போல் அவனை ஒட்டிக்கொண்டு இருந்தாள்.

"ஏய் ருக்கி"

"ம்ம்ம்"

"இங்கே பார் என்னை…"

"முடியாது."

"ஒருமுறைப் பார்."

அவளை இழுத்துப் பிரித்தான். பதிந்திருந்த அவளது மார்பு அவன் மீதிருந்து பிய்த்துக்கொண்டு வருவதுபோல் பிரிந்து வந்தது. அவளது வெள்ளி சங்கிலி அவளின் மார்பில் அதன் அச்சியை ஒரு பள்ளமாக உருவாக்கியிருந்தது. அந்த இடத்தில் முத்தம் பதித்ததும், அவன் முகத்தைப் பார்க்காமல் அவன்மீது திரும்பி சாய்ந்துகொண்டாள். 'என்னைப் பார்' என்று அவள் முகத்தைத் திருப்பினான். சிவந்து பயந்து, வெளிரிப்போய் வெட்கத்தில் இருந்தது அவளது முகம். இவனிடம் ஏன் தெரியப்படுத்தினோம் என்று இருந்தது. தன் இரு கைகளால் அவள் முகத்தை ஏந்தினான். மற்ற விரல்கள் முகத்தைத் தாங்கிப்பிடிக்க கட்டைவிரலைக் கொண்டு அவள் கண்ணம் தடவினான். அவள் மெல்ல கண்விழித்துப் பார்த்தாள். சிரித்தாள். அவன், நெற்றியில் முத்தமிட்டான். கண்களை மீண்டும் மூடிக்கொண்டாள். அவளது உதட்டில் முத்தமிட்டான். அவனை மீண்டும் இறுக்கிக் கட்டிக்கொண்டாள். எதுவும் பேசாமல் அப்படியே கட்டிக்கொண்டு இருந்தனர்.

"காளா நான் உன்னுடன் வருகிறேன். நாம் இருவரும் இப்படியே எங்காவது போய்விடலாம்" என்றாள்.

"ருக்கி, இதற்காகவா இவ்வளவு நாள் காத்துக்கொண்டு இருந்தேன். நீ மட்டும் போதும் என்றால், அதை நான் எப்போதோ செய்திருப்பேன். எனக்கு நீ வேண்டும், ஒரு குடும்பம் வேண்டும், எனது அத்தை வேண்டும், அட்டி வேண்டும். கொஞ்சநாள் காத்திரு. நான் வந்து முறையாக பெண்கூட்டிப் போகிறேன், சரியா."

"இன்னும் எவ்வளவு நாள் காத்திருக்கவேண்டும்?"

"எனக்கு ஒரே ஒரு வேலை இருக்கிறது. அது முடிந்தவுடன் வந்து கூட்டிப்போகிறேன். சரியா..?"

"ம்ம்ம்" என்றாள்.

"ருக்கி, நாளை உன் வீட்டில் எது நடந்தாலும் எந்த ஆர்பாட்டமும் செய்யாதே, அமைதியாக இரு. நாளை நடக்கப்போகும் விசயத்தால் ஒன்னும் ஆகப்போவது இல்லை. சரியா?"

"என்ன காளா சொல்ல வர?" என்றாள்.

"கெம்பன் யார் என்று தெரியும்தானே? நமது அட்டியில் இருக்கும் கடைசிவீட்டு ஐயாவின் மகன். வேறு அட்டியில் இருந்து வந்தவன். ஐயா அவனைத் தன் மகன்போல் வளர்த்து வருகிறார்."

"இது எல்லோருக்கும் தெரிந்த விசயம்தானே. அவனைத் தெரியாமல் இருக்குமா?"

"அவனும் என்னைப் போலத்தான் வேறு அட்டியில் இருந்து வந்தவன். அவனுக்கும் உனக்கும் நாளை..." அவன் வாயைப் பொத்தினாள். கீழே உட்கார்ந்துகொண்டாள். பக்கத்தில் உட்கார்ந்து அவள் மடிமீது படுத்துக்கொண்டான்.

அவன் தலையை கோதிக்கொண்டு இருந்தாள். நெற்றி முடியை விலக்கி குனிந்து முத்தமிட்டாள். "காளா நமது துன்பம் எப்போது தீரும். என்னால் எதுவும் செய்ய முடியாதா? என் அப்பாவை எதிர்க்க, முடியாது. உன்னைக் கட்டாயப்படுத்தி உன்னுடன் வரவும் முடியாது. கெம்பனிடம் தைரியமாக எனக்கு

சுபானந்த் | 191

உன்னைப் பிடிக்கவில்லை என்று சொல்லவும் முடியாது. நான் என்ன செய்யட்டும்? அப்படியே நடப்பதைப் பார்த்துக்கொண்டு இருப்பதா? நீ இப்போது மட்டும் வரவில்லை என்றால்? உன்னால் வரமுடியாமல் போனால்? நான் எனது விதி என்று ஏற்றுக்கொண்டு வாழ்வதா? என்ன செய்யட்டும் காளா நீயே சொல்?"

அவன் காதில் எதுவும் விழவில்லை, மடியில் படுத்திருந்தான். அவளின் தனங்களுக்கிடையில் தொங்கி ஆடிக்கொண்டிருந்த அந்த செரப்பணிகெ அவனைப் பேசவிடாமல் செய்தது. அவள் பக்கம் திரும்பி அவளை இறுகக் கட்டிக்கொண்டான். நீட்டி இருந்த தனது கால்களை மடக்கி அவனைத் தழுவிக்கொண்டாள். பொழுது போய்க்கொண்டே இருந்தது. இருட்டு தனது நிலையை இழந்துகொண்டு வந்தது. சூரியன் தனது ஆதிக்கத்தைச் செலுத்திக்கொண்டு இருந்தான். சந்திரன் பலம் இழந்து சூரியனில் அடங்கிப்போகத் தொடங்கியது.

ஏதோ ஒன்று அவர்களைப் பார்ப்பதுபோல் தோன்றி இருவரும் விலகி நின்றனர். இரண்டு கண்கள் பளபளப்பாக உன்னி செடிகளுக்கு இடையே ஒளி வீசிக்கொண்டு இருந்தது.

"ருக்கி அமைதியாக இரு. எதுவும் பேசாதே. சத்தம் செய்துவிடாதே" என்று அவளைவிட்டு மெல்ல எழுந்து பக்கத்தில் வைத்திருந்த ஈட்டியை எடுத்து, பலம் கொண்டு ஓங்கி வீசினான். 'சடார்' என்று வெளியே குதித்து அவர்களைத் தாண்டி ஓடியது.

இருவரும் ஒருவரையொருவர் பார்த்துக்கொண்டனர். அதன்மீது அடிபடவில்லை. அந்த ஈட்டியை சென்று எடுத்துக்கொண்டான். ஆனால், அவர்களை ஒன்றும் செய்யாமல் அது கடந்து போனது. ருக்கி மிரண்டுபோய் இருந்தாள்.

காளா ருக்கியின் அருகில் வந்து, "ருக்கி வா, நான் உன்னை அட்டிவரை வந்து விட்டுவிட்டு வருகிறேன்" என்றான். அவள், "இல்லை நானும் உன்னுடன் வருகிறேன்" என்றாள்.

"இல்லை வா போகலாம்" என்றான்.

"சரி வருகிறேன்."

"ஓடைக்குப் போய்விட்டுப் போகலாம்" என்றான்.

அவளது கைகோர்த்துக்கொண்டு ஓடையை நோக்கி நடந்தான். கனத்த தனது தனங்களை அவன் முதுகில் வைத்துவிட்டு நடந்தாள். கிட்டதட்ட அவன், அவளை தன் முதுகில் வைத்து நடந்துகொண்டு இருந்தான். ஓடையில் கால்வைத்து உட்கார்ந்துகொண்டாள். அவனும் பக்கத்தில் உட்கார்ந்தான்.

"ருக்கி வா போகலாம் அட்டிக்கு."

"இன்னும் கொஞ்சநேரம் கழித்துப் போகலாம்" என்றாள்.

"ஆட்கள் வரத் தொடங்கிவிடுவார்கள், வா போகலாம்" என்றான்.

தனது ஈரமான காலை, அவன் மடிமீது வைத்துக்கொண்டாள். "என்ன ருக்கி? இன்னும் நிறைய நாள் இருக்கிறது. இன்றே முடிந்துவிடுவதுபோல் நடந்துகொள்கிறாய். நேரம் ஆகிறது கோழி கூவும் சமையம் ஆகிறது. வா போகலாம்."

அவள் எதுவும் காதில் வாங்காமல் ஒரு காலை தண்ணீரில் வைத்து ஆட்டிக்கொண்டு இருந்தாள். அவளை இழுத்து மடியில் வைத்து முத்தம் வைத்துவிட்டு, குழந்தையைப்போல் தனது இரண்டு கைகளால் அவளை ஏந்திக்கொண்டு நடந்தான். அவன் கைகள் ஈட்டி மரம்போல் இருந்தது.

"ருக்கி, இப்படி செய்தால் நான் என்ன செய்யட்டும்? என்னால் எப்படி உன்னைவிட்டுப் போகமுடியும்?"

"அப்போ போகாதே. நீ என்னதான் வேலை செய்கிறாய்? எங்கே இருக்கிறாய்? ஒன்னும் எனக்குத் தெரியாது? நீ உன்னைப் பற்றி சொல்லியதைவிட அட்டியில் இருப்பவர்கள் சொல்லித்தான் எனக்கு அதிகம் தெரிகிறது."

"ஏய் எத்தனைமுறை சொல்லியிருக்கிறேன். நேரம் வரும்போது சொல்கிறேன் என்று."

"காளா நீ அந்த துரைமார்களுக்கு எதிராக எதுவும் செய்துகொண்டு இருக்கிறாயா? துரைமார்கள் உன்னைத் தேடுவதாக சொன்னார்களே?"

"அப்படியெல்லாம் ஒன்னும் இல்ல ருக்கி. நீ போ அட்டி வந்துவிட்டது" கீழே இறக்கிவிட்டான்.

"ருக்கி, நான் நாளை மாலை வருகிறேன். இதே பாறைக்கு வந்துவிடு."

"நீதான் வர இன்னும் நாள் ஆகும் என்றாயே?"

"இல்லை ருக்கி, நான் நாளை மாலை இங்கே வந்துவிடுகிறேன். நீ நாளை மாலையோ அல்லது விடிவதற்குள்ளாகவோ வந்துவிடு. என்ன சரியா? நாளை நான் எப்படியும் என் அத்தையையும் பார்த்துப் பேசிவிடுகிறேன். பிறகு ஒரு நல்ல முடிவு எடுப்போம்."

"ம்... கண்டிப்பா வருகிறேன்."

மகிழ்ச்சியுடன் அவள் மெல்ல நடந்துபோனாள். மறையும்வரை பார்த்துக்கொண்டு இருந்தான். போய் வந்த சுவடு தெரியாமல் போய் படுத்துக்கொண்டாள். மாதன் விழித்துக்கொண்டு படுத்திருந்தான். எதுவும் பேசவில்லை. எதுவும் கேட்கவில்லை. உறங்குவதுபோல் படுத்திருந்தான்.

காளா மீண்டும் போய் அந்தப் பாறையின்மீது அமர்ந்துகொண்டான். 'நான் என்ன செய்து கொண்டிருக்கிறேன்? தேவையில்லாமல் இந்த பிஞ்சு மனதில் ஆசையை விதைத்துவிட்டேனா? எல்லாவற்றையும் விட்டுவிட்டு வந்து ருக்கியுடன் சேர்ந்து அட்டி, மனை, தோட்டம், சோலை என்று ஒரு சராசரி வாழ்க்கை என்னால் வாழ முடியுமா? ஒன்னும் புரியவில்லை, சரி போகும்வரை போகட்டும்' என்று அந்தப் பாறையின் மீது படுத்துக்கொண்டான்.

ஓடையில் நீர் ஓடும் சத்தம் சலசல என்று கேட்டுக்கொண்டு இருந்தது. முதுகில் குளிர் பாயத்தொடங்கியது. உடலெல்லாம் ஊசி குத்துவதுபோல் இருந்தது. ஆனாலும், எழுந்துபோக மனம் வரவில்லை. வானில் தெரியும் விண்மீண்களைப் பார்த்துக்கொண்டு இருந்தான்.

எப்படி இது அவள் உடன் இருக்கும்போது ஒரு உணர்வும் அவளில்லாதபோது ஒரு உணர்வும் தருகிறது. இதுவும் காதலைக் கற்றிருக்குமோ? அப்படியே உறங்கிப்போனான்.

நாம் நினைத்துக்கொண்டு இருப்போம் யாரும் பார்க்கவில்லை என்று. ஆனால், நம்மை யாராவது பார்த்துக்கொண்டுதான் இருப்பார்கள். அவனையும் பல கண்கள் பார்த்துக்கொண்டு இருந்தது.

சருகு நசுங்கும் ஓசையை வைத்து எந்த ஜீவராசியின் பாதம் என்று உணரத் தெரிந்த காலாவிற்கு துரைமார்களின் பூட்ஸ் காலடியின் சத்தம் ஏனோ கேட்காமல் போனது.

எதுவும் அறியாமல் பால் மனம் மாறாத குழந்தைப்போல் உறங்கிக்கொண்டு இருந்தான்.

28

பாமா வீட்டில் இருந்து 'ஐயோ அம்மா!' என்று அலறும் சத்தம் கேட்டது.

அனைவருக்கும் அடிவயிற்றில் பீதி பற்றிக்கொண்டு வந்தது. என்ன இப்படி கெட்டதாக நடக்கிறது என்று போய் பார்த்தால் பாமா, குழந்தை பிரசவிக்க கத்திக்கொண்டு இருந்தாள். அன்று ஒருவரின் அழுகை அட்டியில் அனைவருக்கும் மகிழ்ச்சியைக் கொடுத்தது. 'அம்மா அம்மா' என்று அட்டியே அரண்டுபோகும் அளவுக்குக் கத்திக்கொண்டு இருந்தாள் பாமா. பாட்டி பிக்கியம்மாள் சொன்னாள், "டேய் நாம சந்துருக்கு ஒன்னும் போய் சொல்லவேணாம். இவ கத்துறது அவனுக்கு நிச்சயம் கேட்டுருக்கும்" என்றாள். அனைவரும் சத்தமாக சிரித்தார்கள். அட்டியில் ஒரு வழியாக மகிழ்ச்சி ஒட்டிக்கொண்டது. அனைவரின் துக்கமும் சற்று நின்றுபோனது குளிர் காய்வதும் காபி போட்டுக் குடிப்பதுமாக கடந்துகொண்டு இருந்தது அந்த விடியல்.

நெருப்பில் சில உருளைக்கிழங்கைக் கொண்டுவந்து போட்டார் ஐயா. அதன் தோல் சுடச்சுட மணம் வீசியது. சுட்டும் சுடாமலும் எடுத்து தோல் உரித்து சாப்பிட்டுக் கொண்டிருந்தனர். பாமாவின் அலறல் சத்தம் நின்ற பாடில்லை. மழைப்போல், விடியகாலை அவள் சத்தம் அடங்கி குழந்தையின் சத்தம் கேட்கத்தொடங்கியது. பாட்டி பிக்கியம்மாள் வந்து சொன்னால் ஆண்குழந்தை என்று.

இருள் போய் விடியல் வந்தது. ஒரு வழியாக நீண்டு இருந்த அந்த இரவு தன் வேலையை முடித்துக்கொண்டு கொஞ்சம்

வெளிச்சத்திற்கு இடம்விட்டுச் சென்றது. மகிழ்ச்சியுடன் அவரவர் வேலையைப் பார்க்கத் தொடங்கினார்கள். பாமாவை குளிக்கவைத்து அவளை சுத்தம் செய்து குழந்தையும் சுத்தம் செய்து, சாப்பிட பால் கொடுத்தார்கள். மிதமான சூட்டில் இருந்த பாலை மெதுவாக வாங்கிக் குடித்தாள். கத்தி தீர்த்த தொண்டைக்கு இதமாக இருந்தது.

சந்துரு, பாமாவைப் பார்க்க அட்டிக்கு வந்தான். கைகால் கழுவிக்கொண்டு சுத்தபத்தமாக வாயெல்லாம் சிரிப்பாக கண்கள் சிரிக்க வந்தான். அவனது அம்மாவும் அப்பாவும் சற்று இளைப்பாரிக் கொண்டார்கள். குழந்தையை கையில் ஏந்தினான். கண்களில் கண்ணீர் வந்தது.

"அம்மா எப்போது விழிப்பான்? என்ன கண்ணே திறக்க மாட்டேன்கிறான். என்னைப் பார்க்க மாட்டானா? எவ்வளவு தொலைவிலிருந்து வந்து இருக்கிறேன்?" சிரித்துக்கொண்டாள்.

"இருடா சந்துரு, நாம திரும்பிப் போகும்போது கையப் பிடிச்சிக்கிட்டு நம்மகூட நடந்து நம்ம அட்டிக்கு வந்துடுவான். பொறு" என்றாள்.

சந்துருக்கு கோபமும் வெட்கமும் வந்தது. அம்மாவிடம் குழந்தையைக் கொடுத்துவிட்டு பாமாவைப் பார்க்கச் சென்றான். அவள் தலைகோதி நெற்றியில் முத்தமிட்டான். உங்களைப் போலவே இருக்கான். இருவரும் கண்களால் பேசிக்கொண்டார்கள்.

அம்மா, "சந்துரு வெளியே வா. அங்கே எல்லாம் போகக்கூடாது" என்று கூப்பிட்டுக்கொண்டாள். பெரியவர்கள் பேசி இன்னும் இரண்டு நாளில் அமாவாசை முடிந்துவிடும். அதற்குப் பிறகு வரும் திங்கள் அன்று பெயர் வைத்துக்கொள்ளலாம் என்று முடிவு செய்தார்கள். மனமே இல்லாமல் அனைவரும் திரும்பிச் சென்றார்கள். சந்துரு மட்டும் திரும்பித்திரும்பி பார்த்துக்கொண்டே சென்றான். அவனுக்குப் பாமாவைவிட்டுப் பிரிய மனமே இல்லை.

"அம்மா நாம இப்பவே பாமாவை கூட்டிக்கிட்டுப் போகலாம்" என்றான்.

"டேய் இருடா, தொன்னூறு நாள் முடிஞ்சாதான் கூட்டிப்போக முடியும். பேசாம வா, இல்லன்னா இங்கயே

இருந்துடு" என்று கூறியதை உண்மை என்று நம்பி, "சரிமா இங்கேயே இருக்கிறன்" என்றான்.

அவள் முறைக்க பேசாமல் அம்மாவின் பின்னால் நடந்தான். பார்க்கும் இடமெல்லாம் அவனுக்குப் பாமாவின் முகமும் குழந்தையின் முகமும் தெரிந்தது. என்ன பெயர் வைப்பது என்று யோசித்துவாறே நடந்தான்.

எருசிதே அத்தே[1] வந்து குழந்தையின் தொப்புள் கொடியை துணியில் சுத்தி கழுத்தில் தொங்கவிட்டாள். பிரசவத்திற்கு வந்த நாளில் இருந்து தினமும் ஒவ்வொரு வீடாக நல்ல ருசியாக சாப்பிட்டு வந்த பாமாவிற்குப் பத்திய சோறு வாயில் இறங்க மறுத்தது.

நல்லா தட்டில் போட்டு விதவிதமாக சாப்பிட்டவளுக்குக் குழந்தை பிறந்த பிறகு யாரும் பார்க்காதவாறு கம்பளிப்போத்தி சாப்பிடுவது பிடிக்கவில்லை. அவள் அம்மாவிடம் கேட்டாள், "இப்போது வீட்டில் யாரும் இல்லைதானே, நான் கம்பளி போத்தாமல் சாப்பிட்டுக் கொள்கிறேன்" என்றாள். எவ்வளவு கேட்டும் அம்மா மறுத்துவிட்டாள்.

ருக்கி வருவதும், குழந்தையைப் பார்ப்பதும் தினமும் பாமாவுடன் பேசுவதுமாக இருந்தாள். மணத்தக்காளி சொப்பு[2], பூண்டு, உப்பு, நெய் போட்டு வதக்கிக்கொண்டு வந்ததை பாமாவிடம் கொடுத்தாள். மதியம் சாப்பிட்டுக்கொள்கிறேன் என்று வாங்கி வைத்துக்கொண்டாள். காலை நேரம் ஆனதால் குழந்தையை வெயில் படும்படி வைத்திருந்தனர். காலையில் அட்டியில் இருந்து தோட்டத்திற்குப் போவோர். சீமைக்குப் போவோர், சோலைக்குப் போவோர் எல்லோரும் குழந்தையைப் பார்க்காமல் போவது இல்லை.

அட்டியில் இருக்கும் பாட்டிகள் அவ்வப்போது வந்து பாமாவின் வீட்டில் வந்து இருந்துகொண்டு வைத்தியம் சொல்வதும், குழந்தையைக் கொஞ்சுவதுமாக இருந்தார்கள். ஐயா ஒரு ருத்திராட்சை கொட்டையைக் கொண்டுவந்து பாட்டி பிக்கியம்மாளிடம் கொடுத்து, இதை அவனுக்கு வெள்ளி சங்கிலியில் கோர்த்துப்போட சொன்னார்.

---

1 மருத்துவச்சி

2 கீரை

"சரிங்க ஐயா, ஒரேயொரு கொட்டை மட்டும் கொடுத்துட்டு போறீங்க மீதி இருக்குற அந்த இரண்டு கொட்டையும் எனக்குக் கொடுக்கலாம்தானே?" என்றாள்.

தோல் சுருங்கிய கண்களை ஒரு பக்கமாக சாய்த்துக்கொண்டு மற்ற பாட்டிகள் சத்தமாக சிரித்தார்கள். ஐயாவிற்கு வெட்கம் வந்தது. இந்தக் கிழவிகள் இருக்கும் இடத்தில், நான் வந்திருக்கவே கூடாது. திரும்பிப் பாட்டி பிக்கியைப் பார்த்துக்கொண்டே மெல்ல நடந்துபோனார்.

பாமாவிற்கு வயிற்றை இறுக்கிக்கட்ட உதவிக்கு ருக்கியைக் கூப்பிட்டாள் பாமாவின் அம்மா. ருக்கியும், பாமாவின் அம்மாவும் முழு வெள்ளை வேட்டியை இரு முனையிலும் இழுத்துப் பிடித்துக்கொண்டு முதலில் நீளவாக்கில் இரண்டாக மடித்தார்கள். பின்பு நான்காக, பின்பு எட்டாக என கையளவு பட்டையாக வரும்வரை மடித்தார்கள், பின்பு பாமாவை நடுவில் நிற்கவைத்து மெல்ல ஒரு நுனியை இடுப்பில் வைத்து இறுக்கி இறுக்கி சுத்திசுத்தி கடைசி நுனியை மெதுவாக சொருகிவிட்டார்கள்.

அட்டியில் இருக்கும் எந்தப் பெண்ணிற்கும் பிரசவத்திற்குப் பிறகு வரும் தொப்பை இருக்கவே இருக்காது. குழந்தையை வாங்கிக்கொண்டு பாமா கட்டிலில் போய் திரும்பி உட்கார்ந்து பால் கொடுக்கத் தொடங்கினாள். "சரி பாமா நான் வீட்டுக்குப் போகிறேன்" என்று சொல்லி ருக்கி வெளியே வந்தாள்.

பூப்போன்று மழைச் சாரால் காற்றுடன் வீசியது. நாக்கை வெளியே நீட்டி மழையை ருசித்துப் பார்த்தாள். சில்லென்று இருந்தது. என்ன இந்த மழைநீரின் சுவை சில்லென்று இருக்கிறது. நம்ம அட்டி நீர், பாமா அட்டி நீர், காளா கூட்டிப்போன அந்த பெரிய ஏரியின் நீர் இதற்கு எல்லாம் தனியாக சுவை இருக்கிறது. இந்த மழைநீரின் சுவை மட்டும் ஏன் எப்போதும் சில்லென்று மட்டுமே இருக்கிறது? இந்த மேகம் எல்லாம் தண்ணீரைக் கீழே கடலிலிருந்து உறிஞ்சி இங்கே கொண்டுவந்து மலைமீது பெய்துகொண்டு இருக்கிறது. கீழே இருக்கும் ஊர்களுக்குக் கிடைக்கவேண்டிய மழைநீர் நமக்குக் கிடைக்கிறது. இந்தப் பெண்களின் வாழ்க்கையும் இப்படித்தான். தான் பிறந்துவளர்ந்த அட்டிக்குத் தன் உழைப்பையும் அறிவையும் கொடுக்காமல், தான் திருமணம் செய்து கொண்டுபோன அட்டிக்குப் போய்,

காடு திருத்தி வளம் செய்து கொடுக்கிறார்கள். என்ன பிறப்பு இந்த மேகத்திற்கும் இந்தப் பெண்ணிற்கும்.

மழைச்சாரலில் நனைந்துகொண்டே நடந்தாள். அந்த ஈரம் மனதையும் உடலையும் குளிரச் செய்தது. அப்படியே நடந்து அட்டியைத் தாண்டி புல்வெளிக்கு நடந்தாள். எருமைகள் அங்கொன்றும் இங்கொன்றுமாக மேய்ந்துகொண்டு இருந்தது. யாருக்கும் கோணா காணாமல் போனது தெரியவில்லை. மந்தை மட்டும் இயல்பு நிலையிலிருந்து மாறியிருந்தது. புலியின் பயம் மந்தை முழுவதும் பரவியிருந்ததால் எருமைகள் மேய்வதும் நிமிர்வதுமாக இருந்தன. கோணாவின் தாய் தனது இரண்டு குட்டிகளையும் பறிகொடுத்துவிட்டு சோலையைப் பார்த்தவாறே இருந்தது காட்டி வரும் என்று.

மந்தையைத் தாண்டி செண்பகமரத்துக்கடியில் வந்து நின்றாள். கூண்டு காலியாக இருந்தது. இருவாச்சிப் பறவை தனது குடும்பத்துடன் போயிருந்தது. மெல்ல மரத்தின்மீது ஏறி பொந்தில் கைவிட்டுப் பார்த்தாள். அதில் ஒன்றும் இல்லை. தனது முண்டுவில் இருந்து, ஒரு பகுதியைக் கிழித்து அதன் உள்ளே வைத்துவிட்டு சற்றுநேரம் கால் இரண்டையும் தொங்கபோட்டுக்கொண்டு அவன் வந்துபோகும் திசையைப் பார்த்துக்கொண்டு இருந்தாள்.

மேகம் கருக்கத் தொடங்கியிருந்தது. எப்படியும் இன்னும் சற்றுநேரத்தில் பெரும் மழைவரும் என்று நினைத்துக்கொண்டாள். அவளது கன்றுகுட்டியைத் தேடினாள். அது நல்ல காளையாக மாறி இருந்தது. அடுத்து அதுதான் இந்த மந்தைக்கு தலைவனாகும். எவ்வளவு மினுமினுப்பாக காட்டிபோல் இருக்கிறது. பக்கத்து கிளையில் இருந்த சிறிய பொந்தில் இருந்து கொசுத்தேனீ வந்துகொண்டும் போய்க்கொண்டும் இருந்தது. இரண்டு கொண்டலாத்தி பறவைகள் ஒட்டி உரசிக்கொண்டு இருந்தன.

மழைச்சாரலில் புல்வெளி மிகவும் பச்சைப் பசேல் என்று இருந்தது. ஆள் நடமாட்டம் இல்லாத பகுதியில் இருந்து வெள்ளை நிறத்தில், முயல் குட்டி பொந்துக்குள் இருந்து வருவதும் போவதுமாக இருந்தது. நரிக்குப் பயப்படுவதைவிட அட்டியில் இருக்கும் மனிதர்களுக்குத்தான் அந்த முயல்கள் அதிகம் பயப்படும். காளா, கெம்பன், மாதன் இவர்களெல்லாம்

சுருக்கு வைத்துப் பிடிப்பதைவிட நல்ல முழங்கை அளவு இருக்கும் கட்டையைக்கொண்டு ஒரே வீச்சில் முயலை கொன்றுவிடுவதையே விரும்புவார்கள். அப்படிப் பிடித்த அந்த முயலை கூட்டாளிகளுடன் சேர்ந்து அந்த இடத்திலேயே அதன் தோலை உறித்து சுட்டுச் சாப்பிட்டுவிடுவார்கள். கெம்பன் ஒருமுறை முயலை உரித்தவுடன், ‘ஆஹா இதன் ஈரல் என்ன இவ்வளவு வெதுவெதுப்பாக இருக்கிறது’ என்று அப்படியே வாயில் போட்டுக்கொண்டான்.

ஒருமுறை தன் அப்பா, அவரின் கூட்டாளிகளெல்லாம் மாவனல்லாவில் இருந்து கொண்டுவந்திருந்த பெரிய நெல்லிக்காயில் செய்த பானகத்தை நிறைய குடித்துவிட்டு முயல் வேட்டைக்குப் போய் இரண்டு முயல் பிடித்து சுட்டு சாப்பிட்டுவிட்டு பொழுதுபோய் நீண்டநேரம் கழித்து வீட்டுக்கு நினைவு இல்லாமல் வந்தார். வந்தவர் இடுப்பில் வேட்டி இல்லை. அம்மாவிற்கு அவமானமாகப் போகவே அன்று வீட்டில் பெரிய சண்டை வந்தது.

காலை எழுந்து ருக்கியிடம் என்ன நடந்தது என்று கேட்டுக்கொண்டிருந்தார். பாட்டி மாதியும், அம்மாவும் திட்டித்தீர்த்துக்கொண்டு இருந்தார்கள். மாதன், தலையை கையில் பிடித்துக்கொண்டு மௌனமாக இருந்தார், அவர்கள் திட்டி முடிக்கட்டும் என்று. அதை நினைத்து சிரித்துக்கொண்டு இருந்தாள் ருக்கி. அன்றைய பொழுது ருக்கிக்கு ஒரு வழியாக ஒழிந்தது.

29

குண்டியம்மாள் சீக்கிரமே விழித்துக்கொண்டாள், புரண்டுபுரண்டு படுத்துக்கொண்டு இருந்தாள். குளிர்க்காற்று பின்கட்டில் இருந்து வந்து கொண்டிருந்தது. என்ன கதவு திறந்து கொண்டதா ஏன் இவ்வளவு கூதல்? பக்கத்தில் இருக்கும் மாதனை எழுப்ப அவனைத் தொட்டுத் தேடினாள். அவன் இல்லை. எங்கே போயிருப்பான் இந்த சாமத்தில். அவனது போர்வையும் சேர்த்து போர்த்திக்கொண்டு படுத்துக்கொண்டாள் அவன் வரட்டும் என்று.

ஒருசில மணிநேரத்திற்குப் பிறகு, அவன் பின்கதவை சத்தமில்லாமல் சாத்திவிட்டு அவள் பக்கத்தில் வந்து படுத்துக்கொண்டான். அவன் மீதிருந்த வியர்வை வாசனை அவள் போர்வையையும் தாண்டி வீசியது. போர்வையை விலக்கி அவன் மீது கையை வைத்தாள். உடம்பு, கொதித்துக்கொண்டு இருந்தது. அவன் நெஞ்சில் இருந்த ரோமங்கள் எல்லாம் மழையில் நனைந்து போனதுபோல் ஈரமாக இருந்தது. அவளது கையை இறுக்கிப் பிடித்து நெஞ்சில் வைத்துக்கொண்டான். அவனது இதய துடிப்புச் சத்தம் அந்த அறை முழுவதும் கேட்டது. அவள் என்ன என்று கேட்டாள்? அவனது உதடு ஒட்டிப்போய் இருந்தது. அவன் பேச நினைத்தாலும் எதுவும் பேசமுடியவில்லை.

அவன் சொன்னான், "நான் கொஞ்சம் வெளியே போயிட்டு வரன். நீ எதாவது சொல்லி நாளை நடக்கப்போகும் நிச்சயத்தை நிறுத்திடு. நான் இரண்டுநாள் கழிச்சு வரன்" என்றான். அவன் நெஞ்சின்மீது இருந்த கையை எடுத்தாள். அப்போதுதான் கவனித்தாள் அது ஈரம் இல்லை இரத்தம் என்று. எந்தக்

கேள்வியும் கேட்காமல், அவனை ஆசுவாசப்படுத்தி அனுப்பி வைத்தாள்.

“எங்க போய் இருப்பீங்க?” என்றாள்.

“அந்த தேன் எடுக்கும் மலைக்குப் பக்கத்தில் இருக்கும் குகையில் இருக்கன். யாரும் கேட்டா காரமடைக்குப் போய்வருவதாக சொல்லிவிடு. இல்ல நீயே ஏதாவது சொல்லி சமாளித்துவிடு” என்றுகூறி பின்வழியாக நெருப்பை மட்டும் துணைக்கு எடுத்துக்கொண்டு போனான்.

அப்படியே நெருப்பின் முன் சலனமற்று நடந்தவைகளை, மீண்டும் மீண்டும் தன் கண் முன்னாள் இருத்திப் பார்த்துக் கொண்டிருந்தாள். அனைத்தும் ஒரு நொடியில் நடந்து முடிந்ததாக இருந்தது.

அவளுக்கு என்ன செய்வது என்று தெரியவில்லை. நாளை நடக்கவிருக்கும் நிகழ்வு நின்றுபோனதைப் பற்றி மகிழ்வதா இல்லை அவன் என்ன செய்துவிட்டு வந்தானோ அதைப்பற்றிக் கவலை கொள்வதா, ஒன்றும் புரியவில்லை.

அவர்களுக்குத் திருமணம் நடந்து முடிந்த முதல் மாதத்திலேயே ஒருமுறை இப்படித்தான் நாவல்பழ மரத்தடியில் இருவரும் இருந்தபோது, மதியம் நல்ல வெயில் நேரம். அந்தப் பக்கமாக வந்த இரண்டாவது வீட்டில் இருந்த கெஞ்சியப்பனின் தந்தை இவனிடம், “என்னடா மாதா காட்டில் வேலை செய்வதே இல்லையா, எப்போது பார்த்தாலும் குண்டியம்மாள் மடியிலேயே கிடக்குற” என்று விளையாட்டுக்குச் சொன்னார்.

களிதுடுப்பு[1] செய்வதற்கு செதுக்கி வைத்திருந்த குச்சியை எடுத்து ஓங்கி வீசினான். அவரது மண்டை பிளந்து இரத்தம் கொட்டியது. அவன் செய்தது நியாயம் என்று அப்படியே இருந்தான். இரத்தம் வருகிறதே என்று எந்த படபடப்பும் இல்லை. இதேபோன்று சோலையில் விறகு எடுக்கும்போதும் இவனது விறகுக் கட்டை மாற்றி தலையில் ஏற்றிகொண்ட ரங்கையாவை, ‘என்னடா விறகு திருடுகிறாயா?’ என்று கையில் இருந்த மரம் வெட்டும் கத்தியை எடுத்து ஒரே போடாக போட்டான். அவனது தோளில் இருந்த விலா எழும்பு இந்தப் பூமியை எட்டிப் பார்த்தது. அவனது தோல் இன்றுவரை சற்று

1 இட்டுக்கோல்

சரிந்தே இருந்தது. இதுபோன்று இவனது வீர தீர செயல்கள் ஏராளம். ருக்கி பிறந்த பிறகுதான் கோபம் தவிர்த்து, சற்று அமைதியாக இருந்தான்.

பாட்டிமாதி எப்போது இவளிடம் சண்டை போட்டாலும், “ஏய் குண்டியம்மா, என்னிடம் மட்டும் இப்படி வாய் பேசுறீயே எங்க மாதன்கிட்ட இப்படிப் பேசு பார்ப்போம்” என்பாள்.

“ம்ம்ம்... எதற்கு நான் அவருகிட்ட பதில் பேசணும். அவர் எதையாவது எடுத்து என்ன அடிக்கணும். எனக்கு இரத்தம் வரணும். நான் அழுதுகிட்டே திண்ணையில வந்து உட்காரணும். நீங்க அதைப் பார்த்துச் சிரிக்கணும். அதெல்லாம் ஒன்னும் நடக்காது... போங்க போய் வேலையப் பாருங்க” என்பாள். பாட்டி மாதி இல்லாதது பெரும் குறையாக இருந்தது.

மாதிக்கு, மகளை நினைப்பதா? காளாவை நினைப்பதா? மாதனை நினைப்பதா? ஒன்றும் புரியவில்லை. சமீபத்தில் நடந்த திருமணங்கள் எல்லாம் தன்பாட்டுக்கு நடந்துவிட்டது. நம் வீட்டில் நடக்கும் ருக்கியின் திருமணத்தில்தான் எவ்வளவு குழப்பம்? எனக்கும்தான் திருமணம் நடந்தது. முதல்நாள் வந்து பார்த்து உறுதி செய்தார்கள். அடுத்த திங்கள் அன்று வந்து பெண்கூட்டி வந்துவிட்டார்கள். அப்படியே இடைபாயிலு பக்கத்தில் அமர்ந்துகொண்டாள் விடியட்டும் என்று.

ருக்கி, வந்து படுத்தவள் சற்றுநேரம் கழித்து விழித்துப் பார்த்தாள். விடிந்தபாடில்லை. மெல்ல கிழக்குப் பழுக்கத் தொடங்கியிருந்தது. காலையும் மாலையும் மட்டும் இந்த கதிரவன் எப்படி இந்த நிறத்தில் எந்தச் சலனமும் இல்லாமல் இருக்கிறான். இவன்தான் எவ்வளவு அழகு. இவனால்தான் இந்த பூமி சிரிக்கிறது. இவனால்தான் இந்த உலகத்தில் என்ன நடக்கிறது என்று தெரிகிறது. இவன் மட்டும் இல்லையென்றால் எல்லாமே இருட்டுதான். எல்லாமே கருப்புதான். நிறம் என்பது இல்லை. அறுவடை இல்லை. அறுவடை இல்லையென்றால் உணவு இல்லை. உணவு இல்லையென்றால்..? அட என்ன நான் அந்த பெரிய ஐயா போன்று யோசித்துக்கொண்டு இருக்கிறேன். சிரித்துக்கொண்டு ஆதவனை வணங்கி நின்றாள். இன்று மாலை சீக்கிரம் வரவேண்டும். சூரியனே நீ இன்று சீக்கிரமாக உன் வீட்டுக்குப் போய்விடு, நான் அப்போதுதான் காலவை சந்திக்க முடியும் சரியா... என்றாள். மேகம் வந்து சூரியனை மறைத்தது சரி என்பதுபோல் சிரித்துக்கொண்டே கீழே இறங்கி வந்தாள்.

குண்டியம்மாள் படுக்கை விரிப்பைக்கூட எடுக்காமல் சிலைபோல் இருந்தாள். ருக்கி காப்பி போட்டுக்கொண்டு வந்து கொடுத்தாள். எதுவும் பேசாமல் இருவரும் இருந்தனர்.

"பாட்டி மாதி இருந்திருக்க வேண்டும்" என்றாள்.

ருக்கி, 'ஆமாம்' என்று தலையசைத்தாள். "அம்மா நான் சோலைக்குப் போயிட்டு வரேன்" என்றாள்.

"இரு நானும் வருகிறேன்" என்று வீட்டு வாசலை வந்து திறந்தார்கள். பெரியம்மா மாட்டுச்சாணம் எடுக்கப் போய்க்கொண்டிருந்தாள். வாசல் மெழுகுவதற்குப் போனவள், 'அம்மா அய்யோ!' என்று கத்தினாள். அனைவரும் ஓடிப்போய்ப் பார்த்தார்கள். அவர்களை விலக்கிவிட்டு ஐயா, அதை என்ன என்று பார்த்தார். அட்டியில் இருக்கும் ஆண்கள் எல்லாம் ஒன்று சேர்ந்து தேடினார்கள்.

ஐயா, பெரியம்மா வந்த வழியில் தேடிப்போனார். அது சற்றுத்தொலைவு தள்ளி உன்னிச்செடி புதர் அருகே கொண்டுவிட்டது. வந்தவர்கள் செடியை கவ்வாத்து செய்யும் கத்தியை வைத்து வெட்டி வழி செய்து தேடினார்கள். ஒரு பாதி தின்ற நிலையில் கோணாவின் சடலம் இருந்தது.

அட்டியே பரபரப்பாகிப்போனது. அதை எடுத்து புதைக்கலாம் என்றான் ஒருவன். ஐயா, "வேண்டாம் நான் அதைப் பார்த்துக்கொள்கிறேன். எது அதை அடித்ததோ அது திரும்ப மீதி குட்டியை சாப்பிட வருமா என்று பார்ப்போம். டேய் கெம்பா" என்றார். கெம்பன் அங்கே இல்லை. "சரி எல்லோரும் அட்டிக்குப் போங்க. மாதன் காத்துக்கொண்டு இருப்பான்" என்றார்.

பாட்டிக்கு பிறகு அதிகம் நேசித்த கோணாவை அந்த நிலையில் பார்த்த ருக்கி செயலற்றுப்போனாள். கெம்பனைக் காணவில்லை என்ற பதட்டத்தில் கோணாவைப் பற்றி சிந்திக்க மறந்து போனாள் குண்டியம்மாள். யோசிக்க மறந்த நிலையில் இருந்தாள் ருக்கி. கோணாவின் ரத்தம் படர்ந்த பாதி உடல் அவளுக்குத் தெரிந்த அத்தனை வார்த்தைகளையும் மறக்கச் செய்து அழுவதற்குக்கூட வார்த்தை இல்லாமல் இருந்தது.

கெம்பனை காணவில்லை என்பதைப் புரிந்துகொண்டாள் குண்டியம்மாள். ஓட்டமும் நடையுமாக மாதனை கூட்டி

வந்துவிடலாம் என்று மந்தையைத் தாண்டி நடந்து கொண்டிருந்தாள். நல்ல மழை 'சதக் சதக்' என்று புல்மேட்டில் நடந்து போனாள். பக்கத்திலிருந்த எருமையைப் பிடித்து அதில் ஏறி வேகமாக குகையை நோக்கிப்போனாள்.

பாதி வழியில் மாதனைப் பார்த்துவிட்டாள். மாதனிடம், "கெம்பனை காணவில்லை. சரி, நீங்க குகைக்குப் போகாம இங்கே என்ன பண்ணிட்டு இருந்தீங்க?" என்றவளிடம், "குகைக்குப் பக்கத்திலிருக்கும் அந்த தேன் மலையில் ஒரு பெரிய தேன் கூடு இருந்தது. அதான், அதை எடுப்பதற்கு கொஞ்சம் கொடி சேகரித்துக் கயிறு செய்ய வந்தேன்" என்றபடி கையில் வைத்திருந்த பெரிய கத்தியைப் பின்னால் சொருகிக்கொண்டே, "சரி நீ போ, நான் குகைக்குப் போய் நெருப்ப அணச்சிட்டு வரன்" என்றான். "எருமைய விட்டுட்டுப் போ" என்றான்.

அவள் ஓட்டமும் நடையுமாக வீடுவந்து சேர்ந்தாள். அதற்குள் அட்டியில் ஒரே குழப்பம். அங்கே இங்கே என்று அட்டி மக்கள் எல்லோரும் கூட்டமாக நின்று பேசிக்கொண்டு இருந்தார்கள். மழை வேறு, 'கசகச' என்று பெய்துகொண்டு இருந்தது. ஐயா வீட்டின் முன் நிறையபேர் இருந்தார்கள்.

ஐயா முன்னே அலறியபடி வர, வேட்டித்துணியில் ஈரம் சொட்டச்சொட்ட ஒரு உடலை சுமந்துகொண்டு வந்தார்கள். அனைவரும் பேச்சு மூச்சின்றி கொட்டும் மழையைக்கூட உணராமல் அப்படியே உறைந்து நின்றனர். பின்னால் வந்த ஒருவனின் கையில் ஈட்டிக்கம்பு ஒன்றிருந்தது.

'காளாவைத்தான் எடுத்து வருகிறார்களோ?' என்று ருக்கியின் இதயம் நின்றுபோய் தலை சுற்றியது. அது காளாவின் ஈட்டி கம்பு போல்தான் இருந்தது. கண் இமைக்காமல் முகத்தில் வழிந்தோடும் மழைநீரை துடைக்காமல் சிலைபோல் நின்றாள். 'நேற்று என்னிடம் சொன்னானே நாளை மாலை, நான் வருவேன் என்று. இப்படியா வருவான்? எது நடந்தாலும் கலங்காதே என்றானே, இதற்குத்தான் இப்படிக் கூறினானா? ஐயோ, காளா நான் எப்படி உன்னை இந்த கோலத்தில் பார்ப்பேன். உனக்கு குடும்பம் வேண்டும் என்றாயே, இதோ பார் இந்த அட்டி முழுவதும் உனக்காக இருக்கிறது. உன்னை சுமந்துகொண்டு வருகிறது. ஐயோ!' என்றாள். அவளுக்குத் தலை சுற்றிக்கொண்டு வந்தது.

பக்கத்திலிருக்கும் குண்டியம்மாளுக்கும் அதே நிலைதான். அவள் கெம்பன்தான் இறந்துபோய்விட்டான் போல, மாதன்தான் ஏதோ செய்துவிட்டான் போல, 'அம்மா தாயே நான் என்ன செய்வேன்?' அந்த உடலை இறக்கிவைத்து அனைவரும் சுற்றி நின்று முகத்தைப் பார்த்துவிட்டு, 'இந்த வயதில் இப்படி ஆகிவிட்டதே! இன்றுதான் இவனுக்கு சாவு வரவேண்டுமா?' என்று பேசிக்கொண்டு இருந்தார்கள். ருக்கியும், குண்டியம்மாளும் மெல்லமெல்ல வந்து பார்த்தார்கள்.

30

கொட்டும் மழையில் எந்தச் சலனமும் இல்லாமல் அன்று மலர்ந்த பூ போல, சாந்தமாக படுத்திருந்தான் கெம்பன். அவன் நெஞ்சினை மட்டும் ஒரு ஈட்டி பிளந்த காயம் இரத்தம் தோய்ந்து காணப்பட்டது.

இருவரும் கதறிகதறி அழுதார்கள். ருக்கியின் அழுகை மழையில் கரைந்து கொண்டுபோனது. ஓங்கி அழுதாள். ஒரு நிமிடத்தில் அவளுக்கு நழுவிய இந்த உலகம் கைக்கு வந்தது. காளாவை கட்டித்தழுவ நினைத்தாள்.

அவளுக்கு யாரை நினைத்து அழுவது என்று தெரியவில்லை. கெம்பனின் முகத்தைப் பார்த்து அழுதாள். எழுந்துவந்து வீட்டின் பின்பக்கம் இருக்கும் புல்மேட்டில் வந்து நின்றாள். காளா என்று ஓங்கி கத்தவேண்டும் போல் இருந்தது. என்ன நடந்ததோ தெரியவில்லை. காளா நிச்சயம் எங்கோ இருந்து என்னைப் பார்த்துக்கொண்டு இருக்கிறான். காளா என்னிடம் வா. உன்னை இழந்துவிட்டதுபோல் உணர்ந்தேன் ஒரு நிமிடம். இனி, என் வாழ்க்கையில் இதுபோல ஒரு நிமிடம் வரவேக்கூடாது.

நாம் வாழும் இந்த வாழ்க்கையில் எத்தனையோ நாட்கள் வந்து போகிறது. எல்லா நாட்களும் நம் நினைவில் நிற்பதில்லை. அப்படியென்றால் அந்த நாட்கள் எல்லாம் வீணான நாட்களா? அது எல்லாம் எந்த கணக்கில் போகிறது? ஒரு வருடத்தில் சில தினங்கள்தான் நம் நினைவில் நிற்கிறது. என்ன மாதிரியான ஞாபக சக்தி நம்மிடம் இருக்கிறது. நம் மனது மிகவும் துக்கமான நாட்களையோ அல்லது மிகவும் சந்தோசமான நாட்களையோதான் ஞாபகம் வைத்துக்கொள்கிறது.

உண்மையில், எதுவும் இல்லாமல் மிகச் சாதாரணமாக கடந்துபோகும் நாட்கள்தான் ஆசிர்வதிக்கப்பட்ட நாட்கள். நாம் அந்த நாட்களைத்தான் கொண்டாட வேண்டும்.

என் வாழ்வில் காளா வந்த பிறகுதான் எல்லாமே நடக்கிறது. என் வாழ்க்கையே காளாதான். அவன் வந்த பிறகான நாட்கள்தான் என் வாழ்வில் மறக்கமுடியாத நாட்கள். அதுவரை நான் வாழ்ந்த நாட்கள் எல்லாம் என் அம்மாவுடையது, என் அப்பாவுடையது, என் பாட்டி மாதியின் வாழ்க்கைதான். அவர்கள் என்ன சொன்னார்களோ அதைத்தான் செய்தேன். நானாக எதுவும் செய்யவில்லை. ஆனால், காளா வந்தபிறகு எனக்கான வாழ்க்கை எனக்குத் தெரிந்தது. அட்டியைவிட்டு வெளியே சென்று பார்த்தேன். வேறு ஒரு உலகம் தனியாக இயங்கிக்கொண்டு இருக்கிறது.

காளா, நீதான் என் நாட்கள். நீதான் என் உலகம். நீதான் எனக்கு எல்லாமே. நீ இல்லாமல் இந்த உலகில் ஒரு நிமிடம்கூட என்னால் உயிர் வாழ முடியாது. நீ இறந்துவிட்டாய் என்று என் மனது நினைத்த பிறகும், என் உயிர்ப்போகமால் இருந்தது. காரணம், நீ உயிரோடு எங்கோ இருப்பதால்தான்.

உன்னை நினைத்து வாழ்ந்த காலம் அதிகம். உன்னுடன் சேர்ந்து வாழ்ந்த காலம் மிகமிகக் குறைவு. உன்னோடு நான் சேர்ந்து வாழப்போகும் காலம் எவ்வளவு காலம் என்று எனக்குத் தெரியாது. காளா என்னைவிட்டுப் போகவேண்டும் என்று ஒருமுறைகூட நினைத்துவிடாதே... காளா என்னைவந்து கூட்டிப்போய்விடு. வா, காளா வந்துவிடு. நீ சொன்னாய்தானே அதேபோல் இன்று மாலை வந்துவிடு. அவன் வருவான் கண்டிப்பாக காளா வருவான். எத்தையம்மா என் காளாவை காப்பாற்றிவிட்டாய். மீண்டும் வந்து அட்டியில் கூட்டத்துடன் கலந்துகொண்டாள்.

கெம்பனைப் பார்த்தாள். அழுகை அடக்க முடியவில்லை. வேலைநேரம் தவிர எப்போதும் அவள் கூடவே சுற்றித்திரிவான். மணிகுண்டன், பாமா, மச்சி, சுப்பி, கெப்பி, மாதி, அரசிங்கன், சிரங்கி, செட்டி எல்லாம் சிறுவயது முதல் ஒன்றாக சுற்றித் திரிந்தவர்கள். அட்டியில் சேர்ந்து விளையாடுவது, ஓடைக்குச் சென்று மீன் பிடிப்பது, சோலைக்கு விறகு எடுக்கப்போவது, காட்டுக்குச் சென்று பழம் பறித்துவருவது, தேன் எடுக்கப்போவது என்று இருந்தார்கள்.

ஒருமுறை, தேனீ கெம்பனின் மார்மீது கொட்டிவிட அவனது மார், பெண்கள் மார்பு போன்று வீங்கிக்கொண்டது. அவன் வெட்கப்பட்டுக்கொண்டு நிறையநாள் விளையாட வராமல் இருந்தான். ருக்கிதான் அவனைச் சமாதனம் செய்து, அவனை கேலி செய்யமால், சிரிக்காமல் அவனுடன் விளையாடினாள். அன்றிலிருந்துதான் கெம்பனுக்கு ருக்கி மீது அதிகப் பிரியம் வந்தது.

ஒருமுறை மூங்கில் அரிசி சேகரிக்க அட்டியில் இருந்து பத்து இருபது பேர் சேர்ந்துகொண்டு மாயாறு தாண்டி போனார்கள். அவர்களுடன் இந்தக் குட்டி கும்பலும் சேர்ந்துகொண்டு போனது. போகும் வழியில் இருந்த மயில் இறகுகளைப் பொறுக்கி சேகரித்து ருக்கிக்குக் கொடுத்தான். மூங்கில் குத்துக்கடியில் இருந்த செத்தைகளையெல்லாம் ஒன்றுசேர்த்து பெருக்கி வைத்துவிட்டு. பெரியபெரிய கம்பை வைத்து மீதி ஒட்டியிருந்த மூங்கில் அரிசியை உதிர்த்து, சேர்த்து, குவித்து வைத்தார்கள். மதிய வெயில் மண்டையைக் குடைந்தது. ஒருவர் காவல் இருக்க, மற்றவர்கள் எல்லாம் சென்று பக்கத்திலிருந்த ஆற்றில் குளித்துவிட்டு, அங்கிருந்த சிறுசிறு மீன்களைப் பிடித்து வந்தார்கள். கரையிலிருந்த ஓட்டையில் சிறு புல்லின் தண்டினைவிட்டு அதில் மாட்டிவந்த நண்டுகளை சேகரித்துக்கொண்டு வந்தான் மணிகுண்டன். அவனுக்கு ஏற்கெனவே நோய் இருந்ததால் அவனுக்கு உடல்வலி ஏற்பட்டு, சுவாசிக்க சிரமம் ஏற்பட்டது. அவனைக் கூட்டிக்கொண்டு அனைவரும் அரிசி சேகரித்துவைத்த இடத்திற்கு வந்தார்கள். அங்கே காவலுக்கு இருந்த, அந்த சொக்கா கவுடர் தனி ஆளாக அதைப் புடைத்து, சுத்தம் செய்து கட்டி வைத்திருந்தார்.

சரி. நீங்கள் மீன், நண்டு சுட்டு வைங்க. நானும் போய் குளித்துவிட்டு வருகிறேன், சீக்கிரம் நாம் போகலாம். வரும்போது பள்ளம் இருந்ததால் வேகமாக வந்துவிட்டோம். போகும்போது மேடு, இருட்டிவிடும். யானை நடமாட்டம் வந்துவிடும். மற்ற விலங்கு தொந்தரவும் இருக்கும். சீக்கிரம் போயிடாலமன்னு சொல்லிப்போனார்.

இவர்கள், பக்கத்தில் இருக்கும் காய்ந்த சுள்ளிகளை பொறுக்கிவந்து நெருப்பு பற்றவைத்து, அதன் தணலில் மீனை வாட்டிக்கொண்டு இருந்தார்கள்.

சொக்கா கவுடர் திரும்பி வந்தார். அவர் முன்னே பார்த்துபோன மூங்கில் காடு 'தகதக' என்று எரிந்துகொண்டு இருந்தது. இவர்கள் கையில் மூங்கில் அரிசி, சுட்ட மீன், நண்டு இருக்க ஒருவரும் அசையாமல் நின்று அந்த நெருப்பைப் பார்த்துக்கொண்டு இருந்தார்கள். ருக்கியின் கையில் மட்டும் சின்ன நெருப்பு காயம் இருந்தது. ஒரு குத்து எரிந்து முடிந்தவுடன், அந்த நெருப்பு அடங்காமல் தனது நாவை நீட்டி பக்கத்து மூங்கில் குத்தை வளைத்து, நீண்ட தனது சிவந்த நாக்கால் நக்கி நக்கி தின்றுகொண்டு இருந்தது. அதன் சுவாலை மதம்பிடித்த யானைபோல் அங்கும் இங்கும் கட்டுப்பாடின்றி அலைந்துகொண்டு இருந்தது. சற்றுநேரம் கோபம் தனிந்து மஞ்சள் நிறத்திலும், மீண்டும் கோபம் கொண்டு சிவப்பு நிறத்திலும் மாறி மாறி தனது முகத்தைக்காட்டி ஆடிக்கொண்டு இருந்தது. தனது கூடு எரிவதை, பறவைகள் அருகில் இருக்கும் மரத்திலிருந்து வேடிக்கைப் பார்த்துக்கொண்டு இருந்தது. செய்வதறியாமல் கரிக்குரான் குருவி இங்கும் அங்கும் பறந்துகொண்டு இருந்தது. முயல்கள் அந்த நெருப்பில் கருகி இருக்க வேண்டும். அந்த நாற்றம் அந்த இடத்தை அப்படித்தான் நிரப்பி இருந்தது.

ருக்கி தனது கைகளை ஊதிக்கொண்டு இருந்தாள். கெம்பன்தான் அவள்மீது விழ இருந்த கிளையைத் தள்ளி அவளைக் காப்பாற்றினான். இருந்தும் அவள் கை மீது உரசிச்சென்றது அந்தக் கிளை. அவனால் காப்பாற்ற முடியவில்லையே என்று வருத்தம். தனக்குக் கிடைக்க இருந்த சுவையான தீனி கிடைக்காமல் செய்துவிட்டானே என நெருப்பு தன் நாவை சுருட்டி மடித்துக்கொண்டு வேறுபக்கம் திரும்பியது. அவன் காப்பாற்றாவிட்டால் தனது முகம், உடலெல்லாம் வெந்துபோயிருக்குமே என்று நினைத்துப் பெருமூச்சுவிட்டாள்.

கெம்பா, நாம் இருவரும் வயது முதிர்ந்த காலத்திலும் ஒன்றாக இந்த அட்டியில் வாழ்வோம் என்று நினைத்திருந்தேனே, இப்படி உன் வாழ்வை முடித்துக்கொண்டு போய்விட்டாயே? உன்னைத் திருமணம் செய்யத்தான் எனக்குப் பிடிக்கவில்லை என்னுடன் கடைசிவரை நீ இருப்பாய் என்று நினைத்தேனே... எப்படியும் உன்னிடம் சொன்னால், நீ நிச்சயம் ஐயாவிடம் சொல்லி என்னையும் காளாவையும் சேர்த்துவைப்பாய் என்று நம்பியிருந்தேனே. உன்னிடம் இன்று பேசிவிடலாம் என்று

இருந்தேனே, இப்படி என்னைவிட்டுப் போய்விட்டாயே, என் அப்பாவிடம் தைரியமாக பேசும் ஒருவன் நீதான் எனக்காக... நீயும் போய்விட்டாயே. நான் என்ன செய்வேன்? என்று கண்ணீரை அடக்கமுடியாமல் வாய்விட்டு அழுதுகொண்டிருந்தாள்.

குண்டியம்மாள் மாதனை நினைத்து அழுதுகொண்டிருந்தாள். அவன் ஏன் கெம்பனை கொல்லவேண்டும். குழப்பத்தில் இருந்தாள். மழை, அனைவரின் முகத்திற்கும் ஒரு முகமூடிபோல் உதவியது. அனைவருக்கும் அவர்கள் வீட்டுப்பையன் இறந்ததாக வருத்தம் இருந்தது.

யார் என்ன வேலை சொன்னாலும் தட்டிக்கழிக்காமல் செய்வான் கெம்பன். ஒரேயொரு நீண்ட பிரம்பு குச்சிதான், அதை வைத்து அத்தனை மந்தையையும் அடக்கிவிடுவான். காட்டிலிருந்து அறுவடையின்போது கொண்டுவரும் தவசங்களை, பத்துபேர் எடுத்துவருவதை ஒத்தை ஆளாக எடுத்து வந்துவிடுவான். அவன் சாப்பிடும் அழகே தனிதான். களி உருண்டையில் ஒரு குழிசெய்து அதில் நெய் ஊற்றி, அது உருண்டையில் இருந்து வழிந்து வரும்போது அவரை குழம்பை ஊற்றி, உருட்டி உருட்டி ஆசையாக சாப்பிடுவான். சர்வ சாதரணமாக நாலு அல்லது ஆறு உருண்டை சாப்பிட்டுவிடுவான். எல்லோரிடமும், நான்தான் ருக்கியை கட்டிக்கொள்ளப்போகிறேன் என்று சொல்லி செண்பகமரத்தில் ஏறி செண்பகமாலை கட்டிவந்து காண்பித்தான். அடுத்தநாள் நடக்கவிருக்கும் தனது நிச்சயத்தை சொல்லிச் சொல்லிப் பூரித்துப்போனான். மாதன் மாமாவே தனக்கு ருக்கியை கொடுப்பதாக ஐயா சொன்னதை சொல்லிக்கொண்டு திரிந்தான். அனைவரும் அவன் நட்டுரு மக்கா[1] என்பதையே மறந்துபோய் இருந்தார்கள். அவனுக்கு ருக்கியை கொடுப்பது பற்றி பேசிய பிறகுதான் அவன் வேறு அட்டியைச் சார்ந்தவன் என்ற நினைப்பே வந்தது. அட்டியில் ஒருவனாகவே மாறிப்போய் இருந்தான். ருக்கியும் அட்டியின் செல்லப்பிள்ளை என்பதால் அவளும் வேறு அட்டிக்குப் போகாமல் குண்டியம்மாளுக்கும், மாதனுக்கும், இந்த அட்டிக்கும் துணையாக இருப்பாள் என்று அனைவரும் பூரித்துப்போய் இருந்த வேலையில்தான் கெம்பன் இப்படி பிணமாக வந்து சேர்ந்தான். அனைவரின் மனமும்

1 வேறு அட்டியில் இருந்துவந்து இந்த அட்டியிலேயே தங்கிக் கொண்டவன்

கனத்து போய் இருந்தது. மேகம் தன் பங்குக்கு மழையாக வந்து கண்ணீர் சிந்திவிட்டுப்போனது. சடங்குகள் முடிந்து அடக்கம் செய்ய தயாராகிக்கொண்டு இருந்தார்கள்.

மாதன் வந்து சேர்ந்தான். கெம்பன் மீது விழுந்து புரண்டு அழுந்தான். குண்டியம்மாள் வாயடைத்து நின்றாள். என்ன இவன் ஒன்றும் தெரியாததுபோல் இப்படி அழுகிறான். ஐயா வந்து மாதனை அணைத்து ஆறுதல் சொன்னார்.

"நாம் என்ன செய்வது, புலி அடித்துவிட்டது உனது கன்றுகுட்டியையும் சேர்த்து" என்று ஐயா கூற, 'என்ன ஐயா எனக்கு ஆறுதல் சொல்கிறார். கெம்பன் அவர் மகன் என்று ஏற்றுக்கொள்ளும் மனது இல்லையா? யாரோ ஒருவன் இறந்ததுபோல் நடந்துகொள்கிறாரே. அவர் மனது இன்னும் ஏற்றுக்கொள்வில்லையா அவன் இறப்பை? என்ன மாதிரியான மனிதர் இவர்? இல்லை மூப்பின் காரணமாக இவருக்கு பக்குவம் வந்துவிட்டதா? பக்குவம் என்றாலும் தன்னுடன் இரவும் பகலும் இருந்த ஒரு உயிர் இப்போது இல்லையே என்ற ஒரு உணர்வே ஒரு மனிதனை நிலைகுழைய செய்யாதா?' குண்டியம்மாளுக்கு ஒரே குழப்பமாக இருந்தது, 'ஒருவேளை ஐயாவே கெம்பனை? ஆனால் அதற்கான காரணம் ஒன்றும் இல்லையே? காளாவிற்கும் கெம்பனுக்கும் ஏதாவது சண்டை ஏற்பட்டு..? இல்லை உண்மையில் புலிதான் கெம்பனைக் கொன்றுவிட்டதா? புலியுடன் தோற்றுப்போகும் ஆண் மகன் இல்லையே? அதுவும் ஒரு கிழட்டுப் புலியிடம்? இல்லை, தன் கணவன் மாதன்தானா? ஐயோ கெம்பா என்ன நடந்தது? நீ வந்து சொன்னால் மட்டுமே விடை தெரியும்?' குண்டியம்மாள் குழப்பத்தில் அழுது தீர்த்தாள். கவலையைவிட குழப்பமே மேலோங்கி இருந்தது. மழை மட்டும் தடயங்களை அழித்துக்கொண்டு இருந்தது.

சிறியூர் கோவிலுக்கு மாதனைக் கூட்டிப்போய் அவர் சொல்வது எல்லாம் சத்தியம் என்று சொல்லவேண்டும். அதாவது, மாதனை ஆற்றில் குளிக்கச் சொல்லி, ஈர உடை உடுத்தி தேங்காய், பழம், பத்தி, கற்பூரம் வைத்து பூசை செய்து, ஆடு வெட்டி, அதன் இரத்தத்தைக் கையில் தொட்டு கோயில் வாசலில் இருந்து சாமி இருக்கும் அறை வரை ஏழு அடி பாதம் வைத்து கோயில் விளக்கை ஏற்ற சொல்லவேண்டும். உண்மையை சொன்னால் அவருக்கு நிச்சயம் எந்தத் தொந்தரவும் இருக்காது. ஆனால், அவர் பொய் சொன்னால்

அவர் கண்கள் குருடாகிவிடுமே? அவர் நிச்சயம் பொய்தான் சொல்வார். அப்படி அவருக்கு ஏதாவது நடந்தால், அட்டி மக்களின் நம்பிக்கை வீணாகிப்போயிடுமே. ஏற்கெனவே அவர், அப்பா பெரிய தாத்தா விசயத்தில் பொய் சொன்னவராச்சே? எத்தையம்மா நான் என்ன செய்வேன்?

கண்டிப்பாக புலி ஒரேநாளில் இரண்டு இரை எடுக்காது. கண்டிப்பாக கெம்பனை புலி அடிக்கவில்லை. அது அடித்திருந்தால் நிச்சயம் தோள்பட்டையில் இவ்வளவு காயம் இருக்காது. புலி எப்போதும் தன் இரையை, பின்பகுதியில் இருந்து தொடைப்பகுதியில் இருந்துதான் சாப்பிடத்தொடங்கும். அதுவும் காட்டு எருமையின் குட்டிபோல் இருக்கும் எனது கன்றுகுட்டியை கொன்று தின்ற பிறகு நிச்சயமாக அடுத்த இரையை எடுக்க எப்படியும் ஆறு அல்லது ஏழு நாள் ஆகும். புலி ஓடையின் அந்தப்பக்கம் காட்டுப்பகுதியில் படுத்திருப்பதாக பசவா சொன்னது ஞாபகம் வந்தது. நிச்சயமாக புலி அடிக்க வாய்ப்பில்லை என மனதுக்குள் ஆயிரம் குழப்பங்களுடன் குண்டியம்மாள் எழுந்து நின்றாள். கெம்பன் சாவு அவளுக்குக் குழப்பத்தை உண்டுபண்ணியது. மௌனமாக எழுந்து நின்றாள்.

அழுத ருக்கி, குண்டியம்மாள், மாதன் அனைவரும் வேறுவேறு காரணங்களுக்காக மௌனமாக இருந்தார்கள். அவர்களது அழுகை காணாமல் போனது. நேற்று இரவு இவர்களுக்குப் புதிராகிப் போனது.

கெம்பனின் ஊர்வலம் அமைதியாக நடந்து முடிந்தது. அட்டியில் கெம்பன் ஒரு கதையாகிப் போனான்.

மழை ஓய்ந்த பாடில்லை. ருக்கி மாடியில் இருந்து சாப்பிட மட்டும் வந்து போனாள். ஊரே சற்று அமைதியானது. நடமாட்டம் குறைந்துபோனது. மக்கள் முகம் பார்க்கமுடியாமல் வீட்டுக்குள் அடங்கிப்போனார்கள். உருளைக்கிழங்கை உப்புபோட்டு, அரைவேக்காட்டில் வேகவைத்து அதை வட்டம் வட்டமாக மெலிதாக நறுக்கி, நல்ல வெயிலில் காயவைத்து எடுத்து வைத்திருந்ததை நெய்யில் போட்டு வறுத்து ருக்கியிடம் கொடுத்தாள் குண்டியம்மாள். மாதன் வந்து காப்பி கேட்டான். காப்பி கொண்டுவந்து கொடுத்தாள். காப்பியும் உருளைக்கிழங்கும் சுடச்சுட சாப்பிட்டுக்கொண்டு இருந்தார்கள்.

மாதன் சொன்னான், "கெம்பனின் வாழ்க்கை இப்படி ஆகிவிட்டதே" என்று மெல்ல பேச்சை எடுத்தாள் குண்டியம்மாள்.

"உண்மையில் அவனை புலிதான் அடித்துவிட்டதா? எனக்கும் அந்த சந்தேகம் இருக்கிறது" என்றான். விழிகளை அகல விரித்து "அப்படினா, நீங்க..?" என்று இழுத்தாள்.

"உன்னுடைய சிறுபுத்திக்கு நீ அப்படி என்ன நினைப்பாய் என்று நினைத்தேன்."

"அப்படினா உங்க மேலே இருந்த அந்த இரத்தம்?" அவன் கண்களை ருக்கி பக்கம் திருப்பினான். 'அப்புறம் பேசலாம்' என்று சைகை செய்தான். ருக்கி கேட்டுக்கொண்டே கேட்காதவாறு இருந்தாள். சற்றுநேரம் அமைதி நிலவியது. மெல்லமெல்ல மழை அடங்கத் தொடங்கியது.

31

அட்டியில் மக்கள், கிடைக்கும் சொர்ப்பமான வெயிலையும் சிந்தாமல் பயன்படுத்திக்கொள்வார்கள். அங்கே இங்கே அட்டியில் இருந்து வெளியே வந்து விறகுகளைக் காயவைக்கத் தொடங்கினார்கள். ஐயா, அந்தப்பக்கம் நடந்துகொண்டு இருந்தார். அவர்களைப் பார்த்துத் தேயிலை வேண்டாம் என்று போராட்டம் செய்வது எவனாவது கவாத்து செய்து இருந்தால், போய் தேயிலைக் குச்சிகளை விறகுக்கு எடுத்து வந்துவிடுவது. உங்களுக்கு வேற வேலையில்லையா என்று அவர்களைக் கேலி செய்துகொண்டே இளவட்டங்களைப் பார்த்து சிரித்துக்கொண்டே நடந்தார்.

இவரால் எப்படி இவ்வளவு இயல்பாக இருக்க முடிகிறது. அவருக்கும் கெம்பனுக்கும் இருந்த உறவு என்ன? எப்படி இவரால் சிரிக்க முடிகிறது? கெம்பன் வாழ்ந்த வாழ்க்கைக்கு அர்த்தம் என்ன? ஐயா, ஐயா என்று அவரைத்தவிர வேறு எதுவும் நினைக்காது இருந்த அவன் வாழ்க்கை இப்படியாகிவிட்டதே? ஒன்னும் புரியவில்லை? அங்கே இருந்தவர்களுக்கு.

மாதன் எழுந்து மாடுகளைப் பார்க்கப்போனான்.

குண்டியம்மாள் நினைத்தாள். 'பேசாமல் மணியக்காரரிடம் பிராது கொடுத்துவிடலாமா? ச்சே... என்ன யோசனை இது. அவர் மனது அப்படி இருக்கிறது. நாம் மட்டும் என்ன? அம்மா மாதி இறந்துபோன பிறகு, சாப்பிடாமல் இருக்கிறோமா? உறங்காமல் இருக்கிறோமா? ஆட்டம் பாட்டம் என்று இல்லாமல் இருக்கிறோமா? எருமைத்தோட்டம் என்று எல்லா வேலைகளையும் செய்து கொண்டுதானே இருக்கிறோம். அதற்காக நமக்குப் பாசம் இல்லை என்றாகிவிடுமா?' என்றவாறு எழுந்து ஓடையை நோக்கி நடந்துபோனாள்.

எப்படியும் இன்னும் கொஞ்சநாள் நமது பேச்சை எடுக்கமாட்டார்கள் என்று நிம்மதி அடைந்தாள் ருக்கி. சிலநாள் அப்படியே போனது. அன்று மாலை வருவதாக சொல்லிப்போனானே காளா, வந்து எனக்காகக் காத்திருந்துவிட்டு போயிருப்பான். என்ன செய்ய? அட்டியில் நடந்த விசயம் நிச்சயமாக அவனது காதுகளுக்கு எட்டாமலா போயிருக்கும். இந்தக் கிழட்டுப் பல் போன புலி வந்து நம்மை அங்கே இங்கே போகவிடாமல் செய்கிறது. முதலில் இந்த புலி சாகவேண்டும். அவனை நினைத்து நினைத்து ஏங்கி உடல் இளைத்துப்போயிருந்தாள்.

நினைவுகளில் நிறைந்திருந்தாள். கொஞ்சம் செண்பகப்பூவைப் பறித்து மடியில் கட்டிக்கொண்டு மரத்திலிருந்து இறங்கி அட்டியை நோக்கி நடந்தாள். தினமும் எப்படியாவது இங்கே வந்துபோக வேண்டும். அவனிடம் இருந்து நிச்சயம் எதாவது தகவல் வரும்.

அவனது சிவப்புக் கடுக்கண் போன்று, அந்தப் பறவையின் கண் சிவப்பாக இருந்தது. என்ன இந்தப் பறவை, புதிதாக இருக்கிறதே? எங்கிருந்து இந்தப் பறவை வந்தது. அதனிடம் நெருங்கிப்போனாள். விருட்டென்று பறந்துபோனது. ஒன்றும் புரியாமல் வந்தாள். பாவம், அந்தப் பறவை எங்கிருந்து வந்ததோ? புதிய இடமாக இருப்பதால் அது பயந்துபோய் இருக்கிறது. எப்படி உயிர் பிழைக்கும்? எப்படியாவது அது அதன் இருப்பிடத்திற்கே போய் சேர்ந்தால் பரவாயில்லை. எங்கு இருக்கிறது என்று சுற்றி சுற்றிப் பார்த்தாள். அது ஒரு எருமையின் மீது இருந்தது. அவளைப் பார்த்துக்கொண்டு இருந்தது. அவள் கண்களைப் பார்த்துக்கொண்டு இருந்தது. தனக்கு ஒரு வழி சொல் நான் எங்கு போவது? எப்படி போவது? ஏதாவது சொல் ருக்கி என்றது அதன் பார்வை. திரும்பித்திரும்பிப் பார்த்துக்கொண்டே வந்தாள். அது ஒரு எருமையின்மீது இருந்து இன்னொரு எருமையின் முதுகில் தாண்டிதாண்டி உட்கார்ந்து வந்தது. அதன் கண்கள் அவளைவிட்டு விலகவில்லை. அதன் கண்கள் ஏனோ காளாவை ஞாபகப்படுத்தியது.

அட்டி வந்து சேர்ந்தாள். அது வீட்டின் பின்புறம் இருக்கும் பேரிக்காய் மரத்தின் கிளையில் வந்து உட்கார்ந்துகொண்டது. அம்மா கொடுத்த காப்பியை முகம், கை, கால் கழுவிக்கொண்டு வாங்கிக்கொண்டாள். மாதனும் வந்து சேர்ந்தான்.

சுபானந்த் | 217

"அப்பா நான் ஒரு பறவையப் பார்த்தன். அதோட கண்ணு பாட்டியப்போல (காளா என்று சொல்லாமல்) இருக்கிறது. அது மந்தைவெளியில இருந்து பறந்து பறந்து என்கூடவே வந்துவிட்டது. பேரிக்காய் மரத்தில் இருக்கிறது. அது ஒருவகையான புதிய பறவையா இருக்கிறது. நான் இதுவரைக்கும் அதுமாதிரி நம்ம அட்டியில பார்த்ததே இல்ல. எனக்கு அத பார்த்தால நம்ம வீட்டுக்குக் கூட்டி வந்துடணும்போல இருந்தது. ஆனா அதுவே என் பின்னால வந்துட்டு" என்றாள்.

அதற்கு மாதன், "ருக்கி, நம்ம முன்னோர்கள் ஏதாவது ஒரு உருவத்தில நம்ம கூடவே இருப்பாங்க. நம்ம கண்ணுக்கு மட்டும் தெரிவாங்க. உன் பாட்டி மாதி உன்னவிட்டு பிரிய முடியாம பறவையா மாறி இங்க வந்து இருக்காங்க. போ... போய் காப்பிய குடி. அந்தப் பறவைக்குத் தினமும் சாப்பாடு, பழம், கொட்டை ஏதாவது வை. இனிமேல் எங்கிட்ட சொல்லாம யார் துணையும் இல்லாம அட்டியவிட்டு போகாத சரியா? நான் ஐயா வீடுவர போய் வரன்" என்றான்.

இதயத்துடிப்பு நின்றுபோனது ருக்கிக்கு. குண்டியம்மாள் அவளை உலுக்கி "ஏய் ருக்கி... ருக்கி" என்று கூப்பிட்டாள். காப்பி கை நழுவி விழுந்தது. அடைத்து வைத்திருந்த மடையை திறந்துவிட்டது போல் 'ஓ...' என்று கத்தினாள். குண்டியம்மாள் பயந்துவிட்டாள். ஒன்றும் புரியவில்லை. "என்ன ருக்கி ஏன் இப்படி அழுவுற? என்ன ஆச்சு?"

"அம்மா, அந்தப் பறவையைப் பார்த்தா எனக்குப் பாட்டி மாதிரி தெரியல."

"பின்ன, நீதான உங்க அப்பாகிட்ட பாட்டி மாதிரி இருக்குன்னு சொன்ன."

"அம்மா எனக்கு அந்தப் பறவயப் பாத்தா காளா மாதிரி தெரியுதுமா..." கீழே புரண்டு அழுதாள்.

எப்படி அவளைத் தேற்றுவது என்று தெரியவில்லை. குண்டியம்மாளுக்கும் மனது பகீர் என்றது. அன்று மாதன் தனது நெஞ்சில் இருக்கும் இரத்தம் கெம்பனுடையதா என்று கேட்டதற்கு அவன் எந்தப் பதிலும் உறுதியாக சொல்லவில்லையே? ஒருவேல அது காளாவின் இரத்தமா?

'நான் எப்படி குண்டியம்மா கெம்பனை கொல்லுவேன்' என்றானே. ஐயோ! அப்படியென்றால் என் அண்ணன் மகன்

காளாதான் இறந்துவிட்டானா? ஐயோ எத்தையம்மா நான் என்ன செய்வேன்? என்று கதறி அழுதாள். இருவரையும் தேற்றுவதற்கு ஆள் இல்லை.

இருவரும் அழுதுஅழுது அமைதியாக சுவரில் சாய்ந்து உட்கார்ந்திருந்தார்கள். இடைபாயிலுவில் விளக்கைக்கூட ஏற்ற மறந்திருந்தார்கள். கெம்பனையே வெறுக்காத இவன் நிச்சயம் காளாவை ஒன்றும் செய்திருக்க மாட்டான். மனது கொஞ்சம் சமாதானம் ஆனது அவளுக்கு. ஆனாலும், கொஞ்சம் உறுத்திக்கொண்டு இருந்தது. காளாவும் இல்லை, கெம்பனும் இறந்து போய்விட்டான். கன்றுகுட்டி ஒன்று இறந்து போய்விட்டது. ஒரு சின்ன விசயம் அட்டியில நடந்தால்கூட எப்பாடுபட்டாவது வந்துவிடுவான். ஆனால் கெம்பன் சடங்கிற்கு வராமல் இருப்பானா இந்த காளா?

வெளியே போன மாதன் திரும்பி வந்தான். விளக்கை ஏற்றி வைத்துவிட்டு, பின்பக்கமாக வந்தான். இருவரும் அடுப்பிற்கு பக்கத்தில் சலனமின்றி இருந்தார்கள்.

தான் ஐயாவைப் பார்த்துவிட்டு வந்ததாகவும் ருக்கியைப் பெண் கூட்டிப்போக அவளது அத்தைமகன் சேலை கவுடர் பைக்க மந்து, மேற்குநாடு சீமையில் இருந்து நாளை நிச்சயம் செய்யப்போவதாகவும் சொன்னான். ஆனால், அவன் வார்த்தையில் குழப்பம் இருந்தது. தீர்க்கமாக அவன் சொல்லவில்லை. எங்கேயிருந்து வந்தான், இந்த சேலை கவுடர் திடீரென்று, நிச்சயமாக இவன் ஏதோ மறைத்துப் பேசுகிறான்.

குண்டியம்மாள் தைரியத்தை வரவழைத்துக்கொண்டு, “அப்படினா பாட்டி மாதி இறந்ததுக்கு அர்த்தம் இல்லையா? நான் இவ்வளவு நாள் உங்கக்கூட வாழ்ந்ததுக்கு அர்த்தம் இல்லையா? என் அண்ணன் அண்ணி உயிர்க்கு எந்த வெலையும் இல்லையா? காளாவுக்கு ருக்கி என்ன பதில் சொல்வாள்?” என்ற குண்டியம்மாளை பதில் ஏதும் சொல்லாமல் பார்த்துக்கொண்டு இருந்தான் மாதன்.

மௌனமாக இருந்தது அந்த வீடு. அந்தப் பறவை மட்டும் கத்திக்கொண்டு இருந்தது. மாதன் சொன்னான், “காளா வரட்டும். வந்தால் நான் ருக்கியைக் கொடுக்கிறேன்” என்றான். அவர்களின் பதில் எதுவும் எதிர்பாராமல் போய் படுத்துக்கொண்டான்.

இரவு சாப்பிட யாருக்கும் தோன்றவில்லை. அவர்கள் இருவரும் அடுப்பின் பக்கத்தில் இருந்து எழுந்துகொள்ளவே

இல்லை. அப்படியே சுருண்டு படுத்திருந்தார்கள். இராப்பாடி மிகவும் சோகமாகப் பாடிக்கொண்டு இருந்தது.

குண்டியம்மாள் எழுந்து முகத்தைக் கழுவிக்கொண்டு ருக்கியை எழுப்பி, பால் கலந்த சோறு பிசைந்து கொடுத்தாள். "ருக்கி நீ சாப்பிடு. காளாவை யாராலும் எதுவும் செய்ய முடியாது. அவன் காட்டி போன்றவன். அவன் ஒரு புலி, அவன் ஒரு காட்டு யானை அவனை யாரும் தொடக்கூட முடியாது. நீ அவனைப் பார்த்தாய் தானே, அவனிடம் பேசினாய் தானே, அவனுடன் பழகினாய் தானே, அவனின் உறுதி உனக்குத் தெரியவில்லையா? சிறுவயதில் போனவன் எப்படி யார் உதவியும் இன்றி பெரிய ஆண்மகனாக வளர்ந்து வந்தான்? அப்படியே என் அண்ணணைப் போலவே இருந்தான். அவன் நிச்சயமாக உன்னைத்தேடி வருவான். நீ எதைப்பற்றியும் கவலைப்படாமல் இரு. அவன் வந்து உன்னை நிச்சயம் பெண்கூட்டிப் போவான்" மிகவும் தெளிவாகப் பேசினாள் குண்டியம்மாள். உள்ளே இருந்து மாதன் இவள் பேசுவதைக் கேட்டுக்கொண்டு இருந்தான்.

ஒரு தட்டில் சோறும் அவரைக் குழம்பும் போட்டு எடுத்துக்கொண்டு வந்து மாதனுக்குக் கொடுத்தாள். அவன் எதுவும் பேசாமல் வாங்கி சாப்பிட்டான். எப்படி இவள் இவ்வளவு தைரியமாக இருக்கிறாள். என்ன நடந்தாலும் திரும்ப, வீட்டைப் பழைய நிலைக்கு கொண்டுவந்து விடுகிறாள். வீட்டை உயிர்ப்புடன் வைத்திருக்கிறாள். இவள் நிச்சயமாக தெய்வத்தின் வடிவம்தான். எத்தனைமுறை விழுந்தாலும் எழுந்து நின்றுகொள்கிறாள். அவளை ஆச்சரியமாகப் பார்த்துக்கொண்டு இருந்தான்.

ருக்கி எழுந்து மாடிக்குப் போனாள். வெளியே தேடிப்பார்த்தாள். அந்தப் பறவை அந்த இடத்தில் இல்லை. மனது படபடத்து வந்தது. அந்த மரத்தின் மீதிருந்து அவள் கண்களை எடுக்கவே இல்லை. அந்தப் பறவை வருகிறதா என்று பார்த்துக்கொண்டே இருந்தாள். அவள் அம்மா வந்து அந்த மரத்தைச் சுற்றிசுற்றிப் பார்த்தாள். கொஞ்சநேரம் அந்த மரத்தடியில் இருந்துவிட்டு, கையிலிருந்த பால் சோற்றை வைத்துவிட்டு உள்ளே போனாள். அம்மா உள்ளே போன சற்றுநேரத்திற்கு எல்லாம் ஒரு பூனை வந்து அந்த சாப்பாட்டைப் பார்த்துக்கொண்டு இருந்தது. அது சாப்பிடவில்லை. எங்கிருந்தோ அந்தப் பறவை வந்தது. அந்த கிளையில் வந்து அமர்ந்தது.

பின்பு, மெல்ல கீழே இறங்கி, அந்த பால் சோற்றின் பக்கத்தில் வந்தது. ஆனால், அதுவும் சாப்பிடாமல் மீண்டும் அந்த மரத்தின் கிளையில் வந்து அமர்ந்துகொண்டது. அவளை நோக்கிப் பார்த்தது. அவள் உயிர் உருகிப்போயிக்கொண்டிருந்தது.

'காளா காளா' என்று கூப்பிட்டாள். ஆனால், அவளது குரல் வெளியே வரவே இல்லை. கண்ணீர் மட்டும் அடைமழைபோல். வந்து கொண்டிருந்தது. நிற்க முடியாமல் வந்து கட்டிலில் படுத்துக்கொண்டாள். 'நிச்சயமாக அம்மா சொன்னதுபோல் அந்தப் பறவை காளாவாக இருக்க வாய்ப்பே இல்லை. காளா என்னைவிட்டுப் போகமாட்டான். நான் உயிருடன் இருக்கிறேன் என்றால் நிச்சயம் காளா எங்காவது இருப்பான். மீண்டும் வந்து என்னை முத்தம் இடுவான். என்னைக் கட்டியணைப்பான். என்னைக் கூட்டிப் போவான். நானும் அவனும் சேர்ந்து அவன் அட்டியில் வாழ்வோம். அவன், அப்பா அம்மா இருந்த வீட்டில் கண்டிப்பாக நாங்கள் இருவரும் சேர்ந்து வாழ்வோம். காளா போன்று ஒரு பெண், என்னைப் போன்று ஒரு ஆண், என் பாட்டி மாதி போன்று ஒரு பெண், கெம்பன் போன்று ஒரு ஆண் மொத்தம் நான்கு குழந்தைகளை நாங்கள் பெற்று வளர்ப்போம். காளா நீ ஆசைபட்டதுபோல் உனக்கு ஒரு குடும்பத்தை நான் உருவாக்கித் தருவேன். என்னிடம் வந்துவிடு. உனக்காக நான் இங்கே காத்துக்கொண்டு இருக்கிறேன். நீ எங்கே இருக்கிறாய்?'

அந்தப்பறவை ஈனசுரத்தில் பாடியது. ருக்கி எழுந்துவந்து கூடையில் இருந்த ஒரு உருளைக்கிழங்கை அதன்மீது வீசி எறிந்தாள். அது படபடத்து பறந்துபோனது. மீண்டும் வந்து அதே கிளையில் அமர்ந்தது. மீண்டும் பாடத்தொடங்கியது. எழுந்து அட்டியைவிட்டு போய்விடலாம் என்று நினைத்தாள். தைரியம் வரவில்லை. எது நடந்தாலும் பதட்டப்பட வேண்டாம் என்று சொன்னானே என்ன செய்வது? அட்டியில் நடக்கும் அனைத்தும் அவனுக்குத் தெரியும். தெரிந்தும் வராமல் இருப்பானா? உயிரற்ற உடல்போல் வந்து மெத்தையில் தொப்பென்று விழுந்தாள்.

'எனது வாழ்வின் ஒரே நம்பிக்கையாக இருந்த அவன் வரவில்லை. என்னில் ஒரு பாதியாக இருந்து என்னை கரைசேர்ப்பாய் என்று இருந்தேன். ஆனால், என் வாழ்க்கை விடியலில் மாறிப்போகப் போகிறது. எனது ஒவ்வொரு நாளிலும்

நீ நிறைந்திருந்தாய். நான் என்ன செய்தாலும் அதில் என் எண்ணமாக நீ இருந்தாய். நாளைமுதல் என் வாழ்வில் நீ இருக்கமாட்டாய், எவ்வளவு நாள் நீ வரமால் இருந்தாலும் உன்னை நான் பார்க்காமல் இருந்தாலும், நீ கண்டிப்பாக ஒருநாள் வருவாய் என்ற நினைவு என்னை உயிர்ப்புடன் வைத்திருந்தது. உன் பெயரை பாட்டி, அம்மா உச்சரிக்கும்போது, உன்னை நினைக்கும்போது எனக்குள் ஒரு சிலிர்ப்பு வரும். அதுவே எனக்குப் போதுமானதாக இருந்தது. உனது இருப்பே எனக்கு ஒரு அழகான வாழ்க்கையைத் தந்தது. ஆனால், நாளை முதல் நான் உனக்காகக் காத்திருப்பது வீண் என்று தோன்றுகிறது. ஆனால், ஒன்று மட்டும் நிச்சயம் காளா... நீ நாளை காலை வரும்வரை காத்திருப்பேன். நீ வரவில்லை என்றால்..?

காளா வந்துவிடு... காளா நீ எங்கே இருக்கிறாய்..?'

'இந்த இரவு ஏன் இவ்வளவு அமைதியாக இருக்கிறது. யாருமற்ற இந்த இரவில் நீ வந்தால் என்ன? வந்து இந்தக் காற்று, இந்தப் பூவின் வாசனையை எந்தத் தடையும் இல்லாமல் இந்த இடத்திலிருந்து கடத்திப்போவது போல், நீ வந்து என்னை சுவடே இல்லாமல் கூட்டிப்போய்விடு காளா.

நாம் இருவரும் சுற்றித்திரிந்த, இந்த சோலை நம்மைத் தேடாதா? நீ என் கைப்பிடித்துக் கூட்டிச்சென்ற மனிதர்கள் உருவாக்கிய அந்த ஏரிக்கரை நம் கால்களை எதிர்பார்த்து, தன் குட்டி அலையை கரைக்கு அனுப்பி ஏமாந்து போகாதா?

குதிரைமீது நாம் ஏறிச்சென்று வந்த சீமைகள் எல்லாம் எங்கே அந்த அரசன் காளா? என்று நம் வருகைக்காக நாள்குறித்து எதிர்பார்த்து இருக்கமாட்டார்களா?

நாம் மீன் பிடித்த அட்டி ஏரி, அதன் கரையில் இருக்கும் அந்த நாவல் மரம், அதன் அடியில் நாம் நெருப்பில் சுட அதில் எழும் அந்தப் புகை, இவையெல்லாம் நாம் வரவில்லை என்றால் வருத்தப்படாதா? நம் காதலை வளர்த்த செண்பகமரம் என்ன செய்யும்? அதன் பூக்கள் எல்லாம் மலர்ந்து யாருக்காகக் காத்திருக்கும்?

அந்த மரத்தில் இருக்கும் கொண்டாலத்திப் பறவைகள் இனி எப்படிக் காதல் செய்யும்? நம் காதலின் விதியை முன்னமே தெரிந்துதான் அந்த இருவாச்சி பறவைகள்? காளா நான்

காதலால் பிதற்றிக்கொண்டு இருக்கிறேன். நீ எங்கே இருக்கிறாய்? நாளை காலை விடிந்தால் என்ன நடக்குமோ? நான் உனக்காகக் காத்துக்கொண்டு இருக்கிறேன், நீ வந்துவிடு.'

காலை, வானம் எப்பொழுது வேண்டுமானாலும் மழைபெய்ய தயாராகிக்கொண்டிருந்தது. மாதன் எழுந்து சோலைக்குப்போக தயராகிக்கொண்டு இருந்தான். குண்டியம்மாள் வீட்டை சுத்தம் செய்துகொண்டு இருந்தாள். வழக்கத்திற்கு மாறான அமைதி நிலவியது.

எப்படியும் ருக்கி இரவு உறங்கி இருக்கமாட்டாள். அவளே எழுந்து வரட்டும் என்று இருவரும் அவரவர் வேலையைப் பார்க்கத் தொடங்கினார்கள். மாதன் குண்டியம்மாளிடம், "அவர்கள் வருவதற்குள் ருக்கியை மனதளவிலும், உடல் அளவிலும் தயார் செய், நடந்ததை நினைத்துக்கொண்டு இருக்காதே. என்ன இருந்தாலும் ருக்கி நம் மகள். அவளுக்கு ஒரு நல்லது நாம்தான் ஏற்படுத்திக் கொடுக்கவேண்டும். என்ன புரிகிறதா?" என்றான். குண்டியம்மாளிடம் இருந்து பதிலெதுவும் வரவில்லை.

அவனை முறைத்தவாறே மாடிக்குச்சென்று 'ருக்கி ருக்கி' என்று கூப்பிட்டாள். எந்தச் சத்தமும் இல்லை. மாதனும் மேலே வந்து 'ருக்கி ருக்கி' என்று கூப்பிட்டான். எந்தச் சத்தமும் இல்லை. பதட்டத்துடன் கதவை ஓங்கி உதைத்த மாதனின் முகத்தில் செண்பகப்பூவின் வாசம் வெகுவாகத் தாக்கியது. ருக்கியின் அறையில் அன்று மலர்ந்த செண்பகப்பூவின் மனம் மட்டும் வீசிக்கொண்டு இருந்தது. வெளியே மிகுந்த ஓசையுடன் மழைபெய்யத் தொடங்கியது.

அவனது காலடியில் செரப்பணிகெ தட்டுப்பட்டது.

மழையில், காற்றில், மலையில் கரைந்து ஓடும் அந்த கருத்த மண்ணில், மேகத்திற்கு மேலே இருக்கும் ஆகாயத்தில் ருக்கியின் செண்பகமலரின் வாசம் வீசியது.

***